I0639234

कोसळ

(कादंबरी)

सुहास शिरवळकर

◆ **कोसळ** / **Kosal**

◆ **प्रकाशक**
राजीव दत्तात्रय बर्वे
मॅनेजिंग डायरेक्टर
दिलीपराज प्रकाशन प्रा. लि.
२५१ क, शनिवार पेठ, पुणे - ४११०३०.

◆ © सुगंधा शिरवळकर
२५१/क, शनिवार पेठ, पुणे - ४११ ०३०.

◆ **प्रकाशन दिनांक** - १५ जुलै २०११

◆ **प्रकाशन क्रमांक** - १८९६

◆ **ISBN** - 278 - 81 - 7294 - 889 - 4

◆ **टाइपसेटिंग**
पितृछाया मुद्रणालय,
९०९, रविवार पेठ, पुणे - ४११ ००२.

◆ **मुखपृष्ठ सजावट** - रेषविश्व ॲड /सागर नेने

◆ **website:**www.diliprajprakashan.com

◆ **Email:**diliprajprakashan@yahoo.in

त्या सर्व चित्रकारांना -
ज्यांनी आतील मजकुराशी इमान राखून
माझ्या कादंबऱ्यांची मुखपृष्ठे अतिशय मनापासून केली!

- **सुहास शिरवळकर**

नवीन आवृत्तीच्या निमित्ताने

एकदा एका 'ओनूली इंग्लिश' वाचकाने कशी कोणास ठाऊक, पण 'कोसळ' वाचली! त्याला ती चक्क आवडली. त्या कादंबरीच्या संदर्भात माझ्याशी बोलताना त्यानं विचारलं-

"तुम्ही चित्रकार हुसेनची बायाग्रॉफी वाचलीय का?"

मी म्हणालो, "नाही."

तर म्हणे 'कोसळ' वाचताना मला हुसेनची फार वेळा आठवण आली! म्हटलं, हुसेनसाहेबांचं असं पुस्तक प्रकाशित झालं आहे, हेही मला माहीत नाही. हे वाचताना तुम्हाला त्याची आठवण झाली असेल, तर माझ्या दृष्टीने 'कोसळ' जमल्याचा उत्तम अभिप्रायच आहे!

खरं सांगायचं तर, हुसेनसाहेबांचं जीवन-चरित्र प्रसिद्ध झाल्याचं मला त्या वाचकाकडून समजलं, म्हणून आता मला ते माहीत आहे. पण मी ते पुस्तक अजूनही पाहिलेलंदेखील नाही.

आज हा प्रसंग आठवला आणि वाटलं, 'कोसळ' कशी सुचली ते या निमित्तानं सांगावं. निरनिराळ्या गावी वाचनालयांनी आयोजित केलेल्या माझ्या 'लेखक-वाचक मेळाव्या'त मी हे बऱ्याच ठिकाणी सांगितलंही आहे.

या निमित्ताने पुन्हा एकदा.

चार

तर...

एक कादंबरी लिहून हातावेगळी झाली, की त्यातले प्रसंग-पात्रं.. सगळं मनातून पुसून टाकून, मन कोरं होईपर्यंत मी अजिबात लिहिण्याचे विचारदेखील मनात डोकावू देत नाही.

वाचन-गप्पा-फिरणं- सिनेमा पाहणं...

यातलं काहीही, किंवा सगळंच अतिरेकी प्रमाणात!

त्या दिवशी असाच कोऱ्या मनानं एकटाच हिंडत होतो, अगदी निरुद्देश. शिवाजीनगर भागात होतो आणि दुपारची वेळ असल्याने, कोणाकडे जाऊन गप्पा मारीत बसणंही शक्य नव्हतं.

सहज मनात आलं -

एन. सी. आर. ला जाऊन बसावं! जंगली महाराज रोडवर, समाधीसमोरच हे इराणी रेस्टॉरंट आहे. पूर्वी जेव्हा मी महाविद्यालयीन विद्यार्थी होतो, तेव्हा याच रस्त्याला माझ्या मित्रानं 'अभ्यासा' साठी एका बंगल्याचं गॅरेज घेतलं होतं! त्यामुळे, आमच्या गप्पांचा अड्डा एन. सी. आर. वर पडायचा. पदवीधर झाल्यानंतर आपोआपच तो अड्डा बंद झाला.

गेलो, तर गर्दी एक कण नाही.

अगदी निवाऽन्त!

त्या काळच्या आठवणींना उजाळा म्हणून एक 'चारमिनार' आणि चहा! सहज बाहेर लक्ष गेलं.

फुटपाथवरली एक जागा एक तरुण अगदी इमानेइतबारे साफ करीत होता. कपडे जुनाट व भडक. फाटलेले. डोक्याला तेलाचा स्पर्श नाही. भांग राजेशखन्ना स्टाइल, ओठात एक सिगारेट आणि एखाद् दुसऱ्या पादचाऱ्याची पर्वा न करता, हात जोरजोरात जागा साफ करतायत.

जागा मनासारखी साफ झाल्यावर त्यानं बाजूला ठेवलेली

आपली मळकी पिशवी चाचपली. आतून एक खडू काढून अंदाजे सहा बाय चारचा चौकोन बंदिस्त करून घेतला.

तो काय करतो आहे, ते एव्हाना माझ्या लक्षात आलं होतं. मी आपला रिकाम्या कुतूहलाने पाहत होतो.

आधी त्यानं कोळशाच्या साहाय्याने दत्तांची आउट-लाइन आखून घेतली. ती कुठे चुकली असं वाटलं, की तो सरळ तेवढ्या भागावर थुंकायचा. लाइन फडक्यानं पुसून काढायचा!

बरोबरच आहे! रंग वगैरे भरून पूर्ण झाल्यावर ते 'दत्तगुरू' होतील! तोपर्यंत त्या खडूच्या रेषाच ना?

या पद्धतीने तो तासभर तरी ते काम करत असावा!

रंग चुकले, तरी तीच 'थुंकी' मेथड!

चार चहा पिऊन मी कंटाळलो. बिल देऊन बाहेर येऊन उभा राहिलो. त्याचं चित्र रंगवून झालं. त्याखाली त्यानं 'श्री गुरुदेव दत्त' असं रंगीत शिक्कामोर्तबही केलं. मी ते पाहत होतो, नि डोक्यात निरनिराळे विचार सुरू झाले होते.

हा तरुण आज गुरुवार म्हणून 'जंगली महाराज' समोर दत्त काढतो. सोमवारी इथेच 'पाताळेश्वर' च्या फूटपाथला तो शंकर काढत असेल. शनिवारी त्याची कला त्याला कुठेतरी 'हनुमान' काढायला स्फूर्ती देत असेल.

हा हे कुठे शिकला असेल? आणखी काही करतो, का हाच ह्याच्या उदरनिर्वाहाचा व्यवसाय असेल? तसं असेल, तर दर चित्रामागे ह्याला पुरेसं उत्पन्न मिळत असेल का?

माझ्या मनात असे विचार चालले असतानाच, त्याचं माझ्याकडे लक्ष गेलं. मी हसलो.

त्याला त्यात हसण्यासारखं काही वाटलं नसावं.

मला दुर्लक्षित करून फक्त बाजूला थुंकला.

फिनिशिंग टचेस सुरू!

त्याच्या दृष्टीने त्या चित्रात काहीही करायचं बाकी उरलेलं नसावं. एकदा बारकाईनं तपासलं, बास्!

नंतरची त्याची कृती मात्र मला त्या वेळी घोटाळ्यात पाडून गेली!

त्यानं मळक्या पिशवीतून एक रुपयाच्या तीन-चार, दोनच्या दोन-तीन नि पाचाची एक अशा नोटा बाहेर काढल्या. त्या निरनिराळ्या जागी ठेवून, त्यावर वजन म्हणून काही नाणी ठेवली. आणखी नाणी काढून ती दत्तांच्या अंगभर रुळवली! ह्याला आपल्याकडे पाहून हसणंदेखील मान्य नाही - तो थुंकतो - हे विसरून मी उत्स्फूर्तपणे त्याला विचारलं -

"ये क्या करता है?"

तो तुच्छपणे का होईना, हसला.

म्हटलं, "तुम्हीने ये निकाला, और तुमही इसपे पैसा डालते हो?"

त्यावर त्या तरुण चित्रकाराने मला जे उत्तर दिलं, ते म्हणजे 'फूटपाथ' कलाकारांच्या विश्वातला पहिला धडाच होता! म्हणाला - "पैसे फेकनेवाला पैला आदमी ठरके कोई च्युतिया बनना नहीं चाहता! पैले किसीने फेका है, तो वो जरूर फेकेगा!" बास्! त्याच्या या नियमानं मला चालना दिली. मन झपाट्याने विचार करू लागलं.

तो फारसं बोलायला तयार नव्हता. त्याला दोस्ती तर अजिबातच करायची नव्हती.

पण, चहा नि सिगारेटला जागला.

मला बऱ्यापैकी माहिती मिळाली.

विचारचक्र सुरू झालं.

फूटपाथवर चित्र काढणारा एक चांगले कलागुण असलेला आर्टिस्ट...

त्याला मुंबईसारख्या अनोळखी महानगरीत जम बसवताना कोणकोणत्या दिव्यांतून जावं लागेल?

तिथून तो थेट 'आर्ट गॅलरी' पर्यंत पोचायचा असेल, तर त्याचा प्रवास कसा नि किती चित्तथरारक असेल?

त्या विश्वाच्या वेगळ्या मितीत त्याचे श्वास कोंडले जातील का?

हे, नि असे अनेक प्रश्न!

या प्रश्नांची उत्तरं शोधता शोधता निर्माण झाली, ती ही - 'कोसळ.'

तिच्या पहिल्या आवृत्तीचं तुम्ही स्वागत केलं होतं; पण कित्येकांना ती वाचायलाच काय, पहायला पण मिळाली नव्हती म्हणे!

म्हणून ही नवीन आवृत्ती.

तिचं स्वागत तुम्ही पहिल्या आवृत्तीपेक्षाही जास्त उत्साहाने कराल, अशी खात्री वाटते.

धन्यवाद!

◆ ◆ ◆

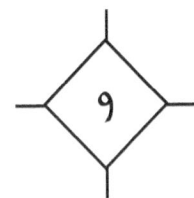

१

चित्रकलेचा तास चालू होता. पाचवीची पोरं. छोटी-छोटी डोकी बाकावर झुकलेली. इवलेसे हात सृष्टिनिर्मितीच्या व्यापात गुंतल्यासारखे कागदावर रेघा रेखाटण्यात, रंग भरण्यात गुंतलेले. इतर वेळी गडबड करून शिक्षकांना हैराण करणारी तोंडं या क्षणी स्वतःच्याच कलेबाबत आश्चर्य व्यक्त करण्याच्या नादात उघडी पडलेली. मधूनच एखादी नजर शेजाऱ्याच्या चित्रावर समीक्षकाच्या दृष्टिकोनातून स्थिर व्हायची. रांगांमधून हिंडणाऱ्या सरांकडे वळायची. पुन्हा आपण जणू त्या गावचे नाहीत, अशा थाटात आपल्या चित्रावर केंद्रित व्हायची. नाडकर्णीसर बाकांच्या रांगांमधून संथपणे फिरत होते. त्यांच्या चेहऱ्यावर कौतुकमिश्रित हास्याच्या मंद छटा होत्या. डोळे झराझर समोरच्या चित्रांवरून फिरत होते.

मधेच ते थांबत. कोणाच्या तरी पेन्सिलला टोक करून देत. कोणाला टप्पल मारून ''इतकं काळं होईपर्यंत खोडतात का?'' म्हणून विचारीत. एखाद्याला हात धरून कर्व्ह घ्यायला लावून म्हणत, ''हे... आऽसंऽ! बघ आता, नदी वाटते का नाही?''

नाडकर्णी सरांच्या तासाला मुलं फार खुशीत असत. त्यातून लागोपाठ दोन तास असले, तर पोरांच्या उत्साहाचं काय वर्णन करावं! कारण, एकतर या तासाला डोक्याला त्रास देणारं असं काही शिकायचं नसे, आणि नाडकर्णीसर ''तुला काही येत नाही!'' असं चुकूनही कोणा पोराला म्हणत नसत. त्यामुळे या तासाचा पोरांचा आत्मविश्वास मोठा बघण्यासारखा असे.

रांगांमधून फिरतफिरत सर शेवटच्या रांगेत शिरले. संथ पावलाने गस्त घालीत शेवटच्या बाकामागच्या खिडकीला पाठ टेकवून उभे राहिले. त्यांची हसरी, परीक्षक नजर एका कृश, मळक्या खांद्यावरून पुढच्या चित्रावर स्थिरावली. चित्रकाराला सरांचं भान नव्हतं, त्याच्यासमोर चित्रकलेच्या तासासाठी वाटलेला पांढराशुभ्र, जाड कागद पसरलेला होता. कोपऱ्यात सुवाच्य अक्षरात 'संकेत जोशी, ५ वी - ब' असं नाव लिहिलं होतं, आणि आता इतर सगळं विसरून तो आपल्या निर्माण-कार्यात मग्न झाला होता.

सर भुवया उंचावून, कौतुकानं पाहत होते.

कागदाच्या वरच्या बाजूला डोंगरांची एक रांग होती. पण इतर मुलं इंग्रजी एम या अक्षराचा सर्रास वापर करून डोंगर काढतात, तशी ती कामचलाऊ नव्हती. डोंगर एकमेकांमधून निघाले होते. त्यांना त्यांचे स्वत:चे वेगवेगळे आकार होते. एका डोंगराच्या आडून सूर्य अर्धवट वर डोकावत होता. पलीकडून उगम पावलेली एक नदी ब्रॉड होत होत एका छोट्या डोंगराआड अदृश्य झाली होती, ती दुसऱ्या डोंगराच्या पायामधून मोठी होऊन सपाटीवर वाहू लागली होती. बालसुलभ चित्रकलेला अनुसरून नदीत कमळं होती, एक-दोन होड्या होत्या, एक गोलाकार पूलदेखील होता. नदीच्या काठानं छानशी झाडी होती. पक्षी उडत होते. इथपर्यंत चित्र पूर्ण झालं होतं. आता आणखी काही हवं, का चित्र रंगवायलाच घ्यावं, या विचारात संकेत हातातली पेन्सिल तोंडात घालून विचारमग्न बसला होता.

''काय रे, थांबलास का?''

सरांनी विचारलं, तसा तो एकदम दचकला. सरांकडे पाह्यला लागला.

''सर... आणखी काही राहिलं का हो?''

''काय राहिलं, तूच सांग बरं.''

''झोपड्या नाही काढल्या.''

''काढ मग.''

''कुठे काढू?''

''कुठे म्हणजे? कितीतरी जागा आहे की!''

''अशा कशा काढता येतील पण? नदीला पूर येतो. नदीकाठी

कोणी झोपडी बांधतं का?''

सरांनी हसून त्याच्याकडे पाहिलं. शेजारचा मुलगा 'हा संकेत काय वेड्यासारख्या शंका काढतो!' अशा थाटात संकेत आणि सरांकडे पाहून हसला. कारण, त्यानं सगळा नदीचा काठ झोपड्यांनी भरवून टाकला होता.

''मग...? आता झोपड्या कशा दाखवणार तू?'' सरांनी मुद्दाम अज्ञान होत विचारलं.

''सर... ही झाडी आहे. ती थोडी दाट-विरळ, दाट-विरळ करतो. आणि विरळ भागातून धूर दाखवतो!''

''म्हणजे काय होईल?''

''सकाळची वेळ आहे ना! झोपड्यांमधून शेगड्या, चुली पेटलेल्या आहेत. त्यांचा धूर येतो. म्हणजे तिथे वस्ती आहे, असं होईल!''

पोरं हसायला लागली. सगळ्यांना हसताना पाहून संकेत लाजला. कावराबावरा झाला.

''संकेत'', पोरांचा गलका कमी झाल्यावर सर म्हणाले, ''शाळा सुटली की तू मला भेट. भेटल्याशिवाय जाऊ नकोस मात्र.''

सरांनी असं म्हणताच संकेत घाबरला. आपलं काहीतरी चुकलं असं वाटून त्याला रडू यायला लागलं. काही विचारण्याचं तर धैर्य होईना, पण चैनही पडेना. चित्रकलेचे हे दोन तास शेवटचे होते. ते संपले की शाळा सुटणार होती. इतर वेळी त्याचं चित्र या दोन तासांत रंगवूनही पूर्ण झालं असतं. पण आता चित्त एकाग्र होईना, रंग मनासारखे जमेनात,आणि कसंतरी काम पूर्ण करून टाकणं त्याला चित्रांच्या बाबतीत तर कधीच शक्य नव्हतं. मग चित्रात लक्ष आहे असं दाखवत तो शेजारच्या मानेशी हळू आवाजात बोलायला लागला.

''माने, तुम्ही का हसलात रे? चुकलं का काही माझं?''

''येडचापवाणी कायतरी इच्चारतोस गड्या! मग पोरं हसत्याल नाय तं काय?'' जोश्यानं आपल्याला मोठेपणा दिल्यामुळे खूष होत माने म्हणाला.

''काय वेड्यासारखं बोललो मान्या मी?''

''आसा काय धूर दाखविला, की घरं समजत्यात व्हय रे?''

संकेत चूप झाला. पण ह्यात काही वेडेपणा असावा, हे त्याला पटेना. दोन्ही तास संपले. शाळा सुटली. पोरांनी आपापल्या खाकी पिशव्यांमध्ये चित्रं घातली. पिशवी टेबलावर ठेवायची. दप्तर घेऊन बाहेर निघून जायचं. संकेतला सरांनी भेटून जायला सांगितलं होतं, म्हणून तो शेवटपर्यंत थांबला. इतर पोरं जात असताना त्याची कीव करीत, त्याच्याकडे पाहत गेली. वर्गात तो, नाडकर्णीसर, नि टेबलावर पिशव्यांचा अस्ताव्यस्त ढीग.

"अरे संकेत, जरा मदत कर रे! पोरांनी पिशव्या किती निष्काळजीपणे टाकल्यायत!" सर घरगुती आवाजात म्हणाले, तसा संकेतच्या मनावरचा भार जरा कमी झाला. तो उत्साहानं ते काम करू लागला.

"काय रे, चित्रकलेच्या परीक्षेला बसवलं तर बसशील का? अं?" अचानकपणे सरांनी विचारले.

त्यानं खाडकन वर पाहिलं. काम करणारे त्याचे इवलेसे हात थबकले. एखादी अत्यंत आवडीची वस्तू दिसताच डोळ्यांत चमक यावी, नि किंमतीच्या लेबलवरचे आकडे आपल्या उच्चारांच्या कक्षेतही बसत नाहीत, हे लक्षात येताच नजर थिजून जावी, तसं त्याचं झालं. पाहता पाहता त्याची नजर गारगोटली. चेहरा प्रौढपणे खिन्न झाला. हो, नाही... काहीही उत्तर न देता तो पुन्हा टेबलावरच्या पिशव्या गोळा करू लागला.

"अरे, अवघड नसतात या परीक्षा." सर त्याची समजूत घालीत म्हणाले, "मी तर म्हणतो, दुसऱ्या परीक्षेलाच बैस तू. पहिलीत काहीच दम नाही. एका वर्षात दुसरी देता येईल तुला!"

"मी... मी आईला विचारून सांगतो सर."

"त्यात काय विचारायचं? आई शिकू नको म्हणते का?"

"नाही सर, तसं नाही."

"अडचण काय आहे तुझी?"

पुन्हा तो गप्प झाला. त्याच्या चेहऱ्यावरचा प्रौढपणा अधिक गडद झाला. एखाद्या मोठ्या माणसाचं रिडक्शन घेऊन त्याला लहान बनवावा, तसा वाटला सरांना तो! जीर्ण झालेली, विटलेली खाकी अर्धी चड्डी, नि तिच्याशी जीर्णपणात स्पर्धा करणारा पांढरा अर्ध्या बाह्यांचा शर्ट. एवढ्याच

काय त्या लहानपणाच्या खुणा त्याच्यापाशी दिसत होत्या. शाई नि खडूंच्या रंगांनी बरबटलेले गोजिरवाणे हातही मोठ्या कष्टकऱ्यासारखे जबाबदार वाटत होते. त्याला जवळ घेऊन प्रेमानं त्याच्या पाठीवरून हात फिरवत सर म्हणाले, ''संकेत, मी तुला शिकवीन. शिकवण्याचे पैसे घेणार नाही. फॉर्म-फी, चित्रकलेचं सामान... कसलीही काळजी करायचं कारण नाही. काय? फक्त मनापासून अभ्यास करायचा, नि मला नि शाळेला यश मिळवून द्यायचं, बास्!''

घरच्या गरिबीची, हलाखीची पूर्ण जाणीव असलेल्या समंजस, जाणत्या मुलाच्या चेहऱ्यावर लाचारीची, विषादाची एक गडद छाया कायमची चिकटून असावी, तसा त्याचा चेहरा केविलवाणा दिसत होता. डोळ्यांत सरांच्या मदतीबद्दल कृतज्ञता होती. त्याच्याकडे पाहताना सरांच्या पोटात तुटलं.

''सर, मी आईला विचारून उद्या सांगतो.'' तो गंभीरपणे म्हणाला.

''आईला का?''

''मला वडील नाहीत सर!''

सरांनी चमकून त्याच्याकडे पाहिलं. मग स्वतःला सावरत म्हणाले, ''तसं नाही, आई नाही म्हणेल का?''

''नाही म्हणणार नाही. पण आई म्हणते.. आपल्या असहायपणाची कीव येऊन कोणी मदत केली, तर ती भीक असते! आपण भिकारी होतो!''

सर एकदम अवाक झाले. पाचवीच्या मुलाच्या तोंडी त्यांना असल्या शब्दांची मुळीच अपेक्षा नव्हती. ज्या वयात पोरांनी निर्धास्तपणे हट्ट करायचे, हव्या त्या वस्तू कोणत्याही मार्गानं पदरात पाडून घ्यायच्या, त्या वयात हा मुलगा आपलं बालपण हरवून बसला होता, नि आपण आयुष्यातलं महत्त्वाचं काहीतरी गमावत आहोत, याचीही त्याला जाणीव नव्हती.

''ठीक आहे.'' सर व्यथित होत म्हणाले, ''विचार आईला तू. उद्या सांग मला.''

संकेतनं मान डोलावली. त्यांच्या जोडीनं तो वर्गातून बाहेर पडला.

''जाऊ सर मी?''

''हां.''

तो जिन्याच्या दिशेनं जाऊ लागला. स्टाफरूमच्या दाराशी थबकून सरांनी एकदा त्याच्या संथपणे जिना उतरणाऱ्या पाठमोऱ्या आकृतीकडे पाहिलं. हृदयात कुठेतरी अस्वस्थ व्हायला झालं, काळीज गलबललं. तसे ते झटकन दारातून आत निघून गेले. काहीतरी मोठं हरवून बसलेल्या त्या प्रौढ मुलाला नजरेसमोरून हटवण्याचा एक प्रयत्न, यापलीकडे त्यांच्या आत जाण्याला काही अर्थ नव्हता.

संकेत घरी आला, तेव्हा अपेक्षेप्रमाणेच दाराला कुलूप होतं.

आई या वेळी कधीच घरात नसायची. या वेळीच काय, ती घरात नसायचीच. सकाळी ती त्याला उठवायची, तेव्हा तिची अंघोळ वगैरे सगळं उरकलेलं असायचं. त्याचं उरकेपर्यंत तिचा स्वयंपाक व्हायचा. भराभरा त्याचे कपडे धुऊन वाळत टाकायची. सात-सव्वासातलाच ती बाहेर पडायची. तो अभ्यासाला बसायचा.

एकदा आई बाहेर पडली, की दिवसभरात पुन्हा गाठ नाही. देवधर, ससाणेल, सडोलीकर, जोशी असे तीन-चार घरचे स्वयंपाक करून ती दुपारी घरी यायची. तेव्हा संकेत जेवण करून शाळेत निघून गेलेला असायचा. दुपारी दोन वाजता ती उदबत्त्यांच्या कारखान्यात काम करायला जायची, ती संध्याकाळी साडेसात- आठला परत यायची. तोपर्यंत संकेतनं संध्याकाळचा केरवारा, देवापुढे समई, उदबत्ती केलेलं असायचं. त्याचं खाणं उरकलेलं असायचं. आई आली की भात टाकायची. तिच्याबरोबर रात्री गरम गरम भात खाणं, हाच काय तो त्यांचा एकत्रित आयुष्यातला गप्पा मारण्याचा काळ.

त्यानं पाठीवर लटकवलेलं दप्तर दारापाशी ठेवलं. दारावर चढून खुणेच्या जागेवरची किल्ली काढून घेतली. कुलूप काढून तो आत आला. आधी काय करायचं, नंतर काय, सगळं ठरलेलं होतं. त्याप्रमाणे ते करीत होता. पण आज त्याचं लक्ष नव्हतं. डोक्यात ते चित्रकलेच्या परीक्षेचं होतं. डोळ्यांसमोर छानसे रंग तरळत होते.

आई परवानगी देईल का?

फी वगैरे काही नाही, म्हणत होते सर. म्हणजे, नुसतं पैशाकरता

अडणार असेल तर परवानगी मिळायला हरकत नाही. पण...आईचा मानी स्वभाव त्याला एव्हाना चांगला कळू लागला होता. कारण, जन्माला आल्यापासून त्याचं असं तेवढंच एक माणूस होतं. लक्ष सारखं तिच्यावरच केंद्रित असायचं. थोडं कळू लागल्यापासून तो आई अभ्यासत होता. नकळत, तिच्या स्वभावाचे तडफदार पैलू जोखत होता. मनावर ते बिंबवत होता.

बाबा गेले तेव्हा तो अवघा चार महिन्यांचा. म्हणजे त्यांच्याशी काही संबंधच नाही. त्याला आपल्या वडिलांची माया, त्यांचं प्रेम, सारं व्यक्तित्व जाणवलं ते आईच्या बोलण्यातूनच.

तिचं इतर आयांसारखं नव्हतं. "तुझे बाबा लांब... मोठ्या हॉस्पिटलात आहेत.'' वगैरे भ्रमात तिनं त्याला कधी ठेवलं नव्हतं. ते गावातल्या एका मोठ्या व्यापाऱ्याकडे विक्रेता म्हणून काम करीत होते. तेलाच्या साठ्याशी त्यांचा संबंध होता. काहीतरी चुकलं. आग लागली. त्यात ते मेले.

सगळं तिनंच त्याला सांगून टाकलं होतं.

त्याची आई तरुण होती. सुंदर होती. त्यात वाईट काय, ते त्याला अद्याप समजलेलं नव्हतं. पण ती कोणाची मिंधी नव्हती. कोणाकडे पाहून तिला लाचार हसावं लागत नव्हतं. तिच्याकडे कोणी येत-जात नव्हतं. नि तिच्याबद्दल कोणी अक्षरानंही वाईट बोलत नव्हतं. आईच्या स्वभावातला हाच स्वाभिमानी धागा संकेतच्या स्वभावात उतरला होता. कोणी मदत करायला तयार झालं, तर तो शक्यतो ती टाळत असे. टाळणं शक्य नसेल, मदतीची निकड तेवढीच तीव्र असेल, तर त्याचं बालमन परतफेडीचा मार्ग शोधू लागे. नाडकर्णीसर चांगले होते. या शाळेत ते नव्यानेच आले होते आणि संकेतवर त्यांचा लोभ होता. म्हणूनच ते त्याला परीक्षेला बसवायला तयार झाले होते. पण त्यांनी पैसे नाकारले, तर आई त्या गोष्टीला तयार होईल की नाही, हे त्याला माहीत नव्हतं. पैसे भरून परीक्षेला बसायचं, तर ते सर्वथा अशक्य होतं. घरातली हलाखीची परिस्थिती त्याच्या उघड्या डोळ्यांना दिसत होती. बाल्य हरवलेल्या मनाला त्यातलं विदारकपण नेमकं जाणवत होतं. दोनच दिवसांपूर्वीचा प्रसंग -

टोणगावकरसर त्यांच्या वर्गाचे वर्गशिक्षक. त्यांचा रोज पहिला तास.

तो ते हटकून प्रेझेन्टी आणि फी, यांसाठी वाया घालवीत असत. हजेरी झाली, की त्यांचा पहिला प्रश्न ठरलेला असे -

"फी कोणी आणलीय?" मग फी घेणं, तिच्या नोंदी, पावत्या देणं, हे झालं की दुसरा प्रश्न -

"फी कोणाकोणाची राहिलीय? उभे रहा."

ज्यांची फी राहिली असेल, ती पोरं हा आपलाच अपराध आहे, अशा चेहऱ्यानं उभी राहत. इतर मुलांच्या टवाळखोर नजरा त्यांना सोलून काढीत असतानाच, टोणगावकरसर शांतपणे उभी असलेली मुलं नि कॅटलॉगमधल्या नोंदींचा मेळ घेत. स्वतंत्रपणे प्रत्येकाची हजेरी घेत.

"काय रे शर्मा, तू काल फी आणणार होतास ना?"

"गोरे, काय झालं तुझ्या फीचं? का उडवून टाकलेस पैसे कुठे?"

"मोरे, तुझ्या बापाला सांग - म्हणावं, अर्धीच फी भरावी लागते, ती तरी वेळेवर भरा की! थांब लेका, तुझी अर्धनादारीच रद्द करायला लावतो!"

एकेकाची अशी लक्तरं टांगून झाली की, ते सर्वांना एकत्रित प्रवचन देत. त्यात आई-बापानी आपल्याला शाळेत का घातलं आहे या मुद्द्यापासून हे बी. सी., इ. बी. सी.वाले कसे स्वत:ला सरकारचे जावई समजतात... पिढ्यान् पिढ्या सवलती घेणं स्वत:चा हक्क मानताना त्यांना कशी लाज वाटत नाही... इथपर्यंत सगळे मुद्दे यायचे. बी. सी., इ. बी. सी. प्रकार पोरांच्या नीट लक्षात यायचा नाही; पण म्हणजे कोणती पोरं हे माहीत असल्याने, वर्गाच्या नजरा त्यांच्यावर खिळून राहायच्या. त्यांतली काही पोरं एकूणच निर्ढावलेली होती. त्यांना काही वाटायचं नाही. पण इतर पोरांना फार अपमानित झाल्यासारखं व्हायचं. ती रडकुंडीला यायची. तास संपल्याची घंटा झाली, की त्यांच्या जिवात जीव यायचा.

त्या दिवशी टोणगावकरसरांनी संकेतला पकडलं.

"जोशी, या वेळी तुझी दोन महिन्यांची फी राहिली आहे!"

संकेतला मेल्याहून मेल्यासारखे झाले.

असं कधी झालं नव्हतं. त्याच्या शैक्षणिक आयुष्यातली ती पहिलीच वेळ होती. आई न चुकता दर महिन्याच्या पहिल्या आठवड्यात त्याची फी

देऊन टाकायची. पण जंगजंग पछाडूनही गेल्या दोन महिन्यांत तिला ते जमू शकलं नव्हतं.

"काय रे, काय म्हणतो मी?"

"सर, या महिन्यात भरणार आहे मी." गोरामोरा होत संकेत म्हणाला.

"केव्हा पण? या महिन्यात फी नाही जमा झाली आणि वर्गातून नाव कमी केलं, तर तुम्ही बोंब मारणार, आम्ही गरीब म्हणून आम्हाला शिक्षणाची संधी नाकारली!" सरांच्या या बोलण्यावर ते पाचवीतलं पोर काय बोलणार? तर सर म्हणाले,

"ज्यांच्या खिशात दातावर मारायला पैसा नसतो, अशांनाच नेमका गरिबीचा माज असतो! सुरुवातीला चांगलं म्हणत होतो नादारीसाठी अर्ज कर. फी माफ होईल, तर या जोश्याच्या आईनं उत्तर दिलं - 'पोराला बाप नसला तरी तो अनाथ नाही. त्याला आई आहे!' भरा मग आता फीया! ते तर जमत नाही!"

संकेतला ते बोलणं असह्य व्हायला लागलं. डोळे पाण्यानं भरून आले. ओठ थरथरू लागले. "नाटकं पाहून घ्या ह्यांची स्वाभिमानाची!" म्हणून सरांनी त्याला दटावून रडणं बंद करायला लावलं.

दिवसभर त्याचं लक्ष अभ्यासात नव्हतं. सारखी आईची करुण मूर्ती डोळ्यांसमोर येत होती. तिचे अविश्रांत कष्ट आठवून रडू येत होतं. संध्याकाळी आईची गाठ पडल्यावर त्यानं भीतभीत म्हटलं,

"आई गं... या महिन्यात फी द्यायला जमेल का गं?"

त्याच्या स्वरातला रडकेपणा तिचं काळीज चिरून गेला. गेल्या दोन महिन्यांत आपण फी भरू शकलेलो नाही, हा तिसरा महिना आहे, याचा तिला विसर पडला नव्हता. तिला सारखी तीच धास्ती होती. शाळेत संकेतला कोणी काही म्हणेल का? फी आणल्याशिवाय वर्गात येऊ नकोस, म्हणून घरी पाठवतील का?

अन् आज संकेत फी द्यायला जमेल का, म्हणून अपराधी स्वरात विचारत होता.

"संकेत, तुला काही बोललं का कोणी?" तिनं धास्तावत विचारलं.

संकेतनं रडू आवरून धरण्याकरता ओठ एकमेकांवर घट्ट रोवले होते. त्याचे मोठ्ठे झालेले डोळे पाण्यानं चमकत होते. काही बोलायला गेला असता, तर तोंडून हुंदका बाहेर पडला असता. म्हणून त्यानं मोठ्या माणसासारखा नुसता हुंकार टाकला.

"कोण बोललं? टोणगावकरसर का?"

मान पुन्हा हलली.

"काय म्हणाले?"

आता तर बोलायलाच हवं होतं. आवंढे गिळत त्यानं सरांचं बोलणं आईच्या कानावर घातलं. ती सुन्न झाली.

काय बोलणार?

या मूर्ख माणसासमोर डोकं का फोडायचं?

अरे, पाचवीत शिकणारं लहान पोर हे; समजूतदार आहे. त्याला परिस्थितीची फार तीव्र जाणीव आहे. हा प्रश्न त्यांच्यापर्यंत पोचला, तर त्याला काळजी वाटेल, अपराध्यासारखं होईल,मनावर दडपण येईल... म्हणून मी स्वत: दोन-तीन वेळा ह्याच्या परोक्ष शाळेत गेले. ह्याच्या वर्गशिक्षकांना भेटून परिस्थितीची पूर्ण कल्पना दिली. 'सध्या अडचण आहे, पण संकेतपर्यंत हा विषय नेऊ नका, मी त्याची सगळी बाकी सहामाहीपूर्वी भरीन', म्हणून चार-चार वेळा सांगितलं - अन् हा माणूस मी जे 'आपली भूमिका' म्हणून त्याला समजावून सांगितलं, त्याचंच भांडवल करून संकेतला बोलला!

ह्या लोकांची पोटदुखी काय, तर नवरा गेल्यानंतर कोणताही आधार नसलेली एक बाई समाजासमोर लाचार न होता, स्वाभिमानानं जगतेच कशी? तिनं परिस्थितीचं रडगाणं गायला पाहिजे. लाचार होऊन आपल्यासमोर मदतीच्या याचनेचा हात पसरला पाहिजे. आपण मग तिला जगता यावं म्हणून उदार अंत:करणानं मदत करू. या मदतीबद्दल तिनं जन्मभर आपलं ऋणी राहिलं पाहिजे. वेळोवेळी, संधी येईल तेव्हा या मदतीचा कृतज्ञतापूर्वक उल्लेख केला पाहिजे!

अशी पांगळी, गतानुगतिक कुटुंबं असली, की दयाळू लोकांच्या

दयेची प्रदर्शनं समाजासमोर होऊ शकतात. दानशूरांच्या दातृत्वाचे डंके वाजू शकतात. आपण सहृदय असल्याची ग्लानिपूर्ण जाणीव समाजाला होत राहते.

एक स्त्री हे सगळं नाकारीत असेल, नादारीचा अर्ज करून आपल्या मुलाला फी माफ व्हावी म्हणून शाळेत चार खेटे घालीत नसेल, तर टोणगावकरसरांनी तिच्या परिस्थितीकडे सहानुभूतीनं का पाहावं? खरंतर तिची परिस्थिती इतकी वाईट झाली नसती. ती स्वत: नि तिचा एक छोटा मुलगा. दोघांना बऱ्यापैकी जगायला काय मोठी दरमहा हजार-बाराशेची आवश्यकता होती? ती कष्टाला मागे सरत नव्हती. सकाळपासून संध्याकाळी उशिरापर्यंत अविश्रांत कामं करायला ती तयार होती. सहज तीन-चारशे रुपये मिळायचे. त्यात महिना भागून दरमहा शंभर-एक रुपये सहज शिल्लक टाकून दाखवले असते तिनं. पण नवऱ्याच्या चांगुलपणाच्या नासक्या छाया तो गेल्यावर तिच्या संसारावर पडल्या होत्या. ती अथक् प्रवास करीत होती, तरी त्या छायांमधून तिला अजून बाहेर पडता येत नव्हतं.

हरीषचं शिक्षण बेताचं. शिकण्याची इच्छा खूप. बुद्धीही चांगली तल्लख. पाठांतरशक्ती दांडगी. शिकला असता तर एम.ए., एम. एससी. काहीही झाला असता. पण गावी भाऊबंदकी. शेतीवाडीचे कोर्टात खटले चाललेले. निकाल लागत नाही, याचा फायदा घेऊन कुळांनी आपलं सगळं सालाना उत्पन्न हडप करायला सुरुवात केलेली. तात्यांचं पान-सुपारी-तंबाखूचं दुकान आपलं रुकूटुकू संसाराचा गाडा ओढायला मदत करतंय, अशी परिस्थिती. घरात हरीष मोठा. मधली मंदा. बापू सगळ्यात धाकटा. म्हणजे मोठ्यानं समज आल्यावर घराची धुरा सांभाळायला मदत करणं, हे त्याचं कर्तव्यच. त्यानं आपलं तानाजीच्या 'यशवंती'च्या जिद्दीनं कष्टांना चिकटून राहावं. धाकट्यांनी त्याच्या कष्टांचा फायदा घेऊन 'यशवंत' व्हावं. लागी लागलं की धाकट्यांना एक मंत्र उपजतच येत असतो–

"केलं यात विशेष काय? मोठ्या भावाचं कर्तव्यच होतं ते!" लहान भावाचं काहीच कर्तव्य नसतं. असतं ते त्याच्या संसारापुरतं. आपला महिना नीट लागी लावायचा, का अडचणी सहन करून मोठ्या भावाची ठिगळं

जोडत राहायचं?

हरीष मॅट्रिक झाला, तेव्हाच जमिनीच्या खटल्यांचाही निकाल लागला. भाऊबंदांनी पैसे पाण्यासारखे खर्च केले होते. वकील, साक्षीदार फितवले गेले. ह्यांच्या कुळांनी त्यांच्या बाजूनं साक्षी दिल्या. जमिनी फटकन गेल्या.

तात्यांच्या ओळखीनं हरीषला तेलाच्या दुकानात नोकरी मिळाली. तात्या नि सासूबाई गावी राहिले. मुलं शिक्षणासाठी मोठ्या भावापाठोपाठ आली. त्यांची सगळी जबाबदारी नंतर हरीषवरच! त्या जबाबदाऱ्या सांभाळताना नाकीनऊ आले. आणि सासूबाईंचं वेगळंच, माझ्या डोळ्यांदेखत तुझं लग्न होऊ दे! केलं लग्न. अगदी साधं. फारसे मानपान नाहीत, देणीघेणी नाहीत... काही नाही. मुलीकडच्यांची तरी कुठे करण्याइतकी परिस्थिती होती? मुलगी देखणी, चटपटीत आहे, खंबीरपणे सर्वांचं करेल, एवढंच पाहून तात्यांनी आपल्याला पसंत केलं.

मग बापूचं शिक्षण, त्याचं लग्न. मंदाचं लग्न...

हे सगळं थाटात. का तर म्हणे, हरीषच्या लग्नात काही हौसमौज झाली नाही!

हरीषनं निमूटपणे कर्जं काढली. सगळ्यांचं सगळं व्यवस्थित करून दिलं. अन् जीवितकार्य संपल्यासारखा निघून गेला की!

कर्ज फेडायला मदत करीन म्हणाला, पण बापूनं नंतर तोंडही दाखवलं नाही. सासूबाई गेल्यावर तात्यांना त्यानं स्वत:कडे ठेवून घेतलं, हेच खूप झालं. मंदा सासरी तिच्या संसारात मग्न. बापू आणि तात्या एका गावी स्थायिक. गावचं दुकान विकलं, तरी आपल्या संसाराला मदत नाही केली कुणी. तात्या बापूकडे राहणार म्हणून ते पैसे बापूच्या नावे केले.

आपण नि संकेत!

सहा महिने, वर्षभर सर्वांनी सहानुभूती दाखवली. भरल्या संसारातून हरीष निघून गेला, म्हणून हळहळ व्यक्त केली. पण लोकतरी किती दिवस सहन करणार? उदबत्त्यांच्या कारखान्यात नोकरी लागल्याचं समजताच दुकानाचे मालक विलासभाई घरी आले. म्हणाले, बाई, हरीषनं भावाच्या नि बहिणीच्या लग्नासाठी कर्ज काढलं होतं. सात हजार त्याच्या अंगावर होते.

इतके दिवस तुमची परिस्थिती नव्हती म्हणून गप्प बसलो. आता नोकरी लागली, तर देणार का? व्याज मी सोडून देतो.

हरीषनं कर्ज काढलं होतं ना, मग तो गेला म्हणून दयेपोटी कोणाचं व्याज राहायला नको, म्हणून आपण व्याजही मान्य केलं.

आणखी दोन कर्जं होती. तीही उरावर आली. म्हणून ही ओढाताण. येतील तसे, जातील त्याचे पैसे द्यायचे. संकेतला यातलं काय सांगू शकणार होती ती? मोठ्या माणसाला सांगून कळलं नाही, तर लहान लेकराला कसं पचावं हे? पण मोठ्या जिद्दीनं सावरू पाहत होती ती. सर्वांत पहिल्यांदा तिने सासरचे सगळे संबंध निर्दयपणे तोडून टाकले होते. 'तुमची मदतही नको, नि कृतघ्नपणाही नको. माझं मी पाहीन. नाही जगता आलं तर संकेतलाही विष घालीन नि मीही मरेन. पण उपकार ठेवणार नाही कोणाचे. तुमचं लागी लावून देणं हे हरीषचं जीवितकार्य होतं. त्याची कर्जं फेडत त्याच्या मुलाला स्वत:च्या पायावर उभा करणं, हे माझं जीवितकार्य आहे.'

"आई, समज मी शाळेत नाही गेलो, तर काय होईल गं?"

त्याच्या प्रश्नानं ती दचकून भानावर आली, "काय म्हणालास?" तिनं चमकून विचारलं.

"तुला मदत करीन आई मी." तिचं हृदय कळवळलं. हरीषला हाका मारू लागलं–

'अरे... बघ रे बघ! इतरांची शिक्षणं पूर्ण करून त्यांचं लागी लावून दिलंस तू, अन् तुझा मुलगा मदतीअभावी शिक्षण सोडून द्यायचं म्हणतोय!'

तिनं त्याला जवळ घेतलं. रडक्या आवाजात म्हणाली,

"असं बोलू नकोस रे ! अरे, तू खूप शिकावं, मोठं व्हावं, म्हणून तर जगते आहे मी! अहोरात्रीचे हे कष्ट केवळ तुझ्यासाठी आहेत राजा. तू काळजी करू नकोस. मी सुगंधीशेठना सांगून घरीपण काम आणीन. आणखी पैसे मिळवीन. पुढच्या आठवड्यात फीइतके पैसे होतील हो! सांग सरांना तू तसं. म्हणावं, काळजी करू नका. या महिन्यात फी नाही दिली तर पुढच्या महिन्यात नाव काढून टाका!"

इतकी बिकट परिस्थिती असताना आई चित्रकलेच्या परीक्षेला बसायला

परवानगी कशी देईल?

एकीकडे ते पांढरेशुभ्र, जाड, खवलेदार, चित्रांचे कागद, त्यांवर मुलायमपणे उतरणारे रंग... त्या रंगपेट्या, ब्रश... सगळ्यांचे त्याला वेध लागले होते. तर प्राप्त परिस्थितीत, शो-केसमधल्या महागड्या वस्तूंइतकंच हे सगळं दुर्मीळ वाटत होतं. आईला विचारावं का नाही, याचासुद्धा त्याला निर्णय घेता येत नव्हता. विचारणं योग्य नाही, असं त्याला वाटत होतं. पण मनात भीती होती. समजा, नाडकर्णीसरांना आपण 'आई नको म्हणते!' असं खोटंच सांगितलं नि तिला पटवून द्यायला ते घरी आले तर...? या विचारांमधेच सगळा वेळ निघून गेला. आणि काही ठरण्यापूर्वी आई आलीसुद्धा! म्हटल्याप्रमाणे तिनं खरोखरच काड्या वळायला आणल्या होत्या. हीनाचा वास सगळ्या घरभर दरवळत होता. आल्यावर तिनं विचारपूस केली. त्याला जवळ घेतला. अभ्यास, शाळेत काय काय झालं वगैरे प्रश्नोत्तरं झाली. जेवण झाल्यावर तिनं त्याला अंथरूण टाकून दिलं. तो अंथरुणावर पडताच ती उदबत्त्या वळायला बसली. संकेत पाहत होता. आईचे हात भराभर चालत होते. गठ्ठ्यामधली एक-एक काडी कमी होत होती. घमेल्यात उदबत्त्यांचा ढीग वाढत होता.

आईचं असं एक चित्र काढलं पाहिजे. हुबेहूब!

किती शांत, प्रसन्न दिसते. जणू हा वास उदबत्त्यांचा नाही; तिच्या हसण्याचा आहे!

चित्र म्हणताच त्याला नाडकर्णीकसर आठवले. डोळ्यांवर येऊ पाहणारी पेंग खाडकन उडाली. तो तरारून उठला.

"का रे, काय झालं?" हात थांबवून आईनं विचारलं.

"झोप येत नाही आई. मी जरा तुला मदत करतो."

"अरे, तुला नाही जमणार. थर सगळा एकसारखा बसला पाहिजे, तरच हे मिश्रण हजार काड्यांना पुरेल."

"बघ तर खरं.. जमेल मला."

तो तिच्यासमोर बसला. त्याच्या इवलाश्या हातानं मिश्रणाचा गोळा घेतला. एक काडी घेतली. काडीला मिश्रणाचा लेप लागला. पाटावर काडी

फिरली.

"बघ, जमली?"

"जमली! अजून थोऽडी पातळ कर." आई कौतुकानं हसून म्हणाली.

पाचसहा उदबत्त्या जाड-पातळ झाल्या. पण मग त्याला अंदाज आला. चुकत-माकत, हळूहळू तो उदबत्त्या करू लागला. ज्या हातांनी विटी-दांडू धरायचे, पावा वाचवायचा, ते हात उदबत्त्या वळताना पाहून, तिला भडभडून यायला लागलं. निमूटपणे ती उदबत्त्या वळत राहिली.

"आई, आज नाडकर्णीसर काय म्हणत होते..."

तिच्याकडे न पाहता त्याचं आपलं काम चालूच.

"काय म्हणत होते बाबा?"तिनं हात थांबवून विचारलं

"परीक्षेला बसतोस का, दुसऱ्या."

"कसल्या? चित्रकलेच्या?"

"हं."

ती विचारात पडली. हळूहळू उदबत्त्या वळत राहिली.

"मी शिकवतो म्हणाले. फी वगैरे काही नाही. फक्त हो म्हण!"

तिनं त्याच्याकडे पाहिलं.

"असं ते म्हणत होते."

"तू काय सांगितलंस?"

"नको म्हणालो. तर म्हणे, आईला सांगतो. पण आई, आपण फुकट का शिकायचं?"

तिच्या ओठांच्या कोपऱ्यांत हसू फुललं.

"आई, मी त्यांना सांगतो - मी तुमच्याकडे येईन, त्या बदल्यात मला रोज काहीतरी काम सांगा. काय? काहीही सांगा. दळण टाकणं, आणणं, बाजारातून भाजी आणणं. कपडे इस्त्रीला टाकणं, तरच शिकेन मी."

"तुला परीक्षेला बसायचं आहे ना?"

"चित्रकला छान असते गं आई. मला यायला लागली ना, की मी तुझं चित्र काढणार आहे."

"खरंच?"

"हो मग! मला येईल की."

"ठीक आहे. जा तू सरांच्या क्लासला बरं!"

संकेतचे डोळे आनंदानं लकाकले. तो उत्साहानं उदबत्त्या वळायला लागला. एकीकडे तो वर्गातला प्रसंग आईला रंगवून सांगत होता. ती कौतुकानं ऐकत होती. ऐकताऐकता तिचा चेहरा गंभीर झाला. डोळ्यांत पाणी तरळलं.

"का गं आई, का रडतेस तू?"

"काही नाही रे राजा!" म्हणत तिनं त्याला जवळ घेतलं.

'हरीष कुठे शिकला नव्हता. पण किती सहजपणे, बसल्या जागी चित्र काढायचा! त्यालाही आपलं चित्र काढायचं होतं; सगळं पुसून निघून गेला. आता पोर चित्र काढतो म्हणतंय, तर काढेलही. चित्रात पूर्वी दाखवता आलं असतं, तसं गोल, ठसठशीत, लालचुटूक कुंकू तेवढं काढता येणार नाही!'

पार झपाटूनच टाकलं रंगांच्या दुनियेनं त्याला.

ध्यानी-मनी सतत तेच.

शाळेचा अभ्यास एकदा कर्तव्यबुद्धीनं उरकून टाकला, की तो त्याच्या खऱ्या व्यासंगाला मोकळा व्हायचा.

नाडकर्णीसर रोज संध्याकाळी शाळेतच त्याच्याकडून तयारी करवून घ्यायचे. मेमरी म्हणजे काय? फ्री-हॅन्ड कशाला म्हणतात? समोर ठेवलेल्या वस्तूचा सर्वांत चांगला दिसणारा अँगल पकडून चित्र कसं रेखाटावं?... सर असं काही समजावून सांगत असताना, त्याचं लक्ष त्यांच्यावर केंद्रित असायचं. ते सांगतील ते ते नियम कृतीत उतरवण्यासाठी तो प्रयत्नशील असायचा.

नाडकर्णीसर ए. एम. होते. त्यांच्याजवळ त्याच्याकरता भरपूर ज्ञान होतं. ते घ्यायला शिष्य तत्पर होता. म्हणून ते त्याच्यावर बेहद्द खूष होते. संकेतला जात्याच रंगज्ञान चांगलं होतं. एखादी गोष्ट प्रत्यक्ष दाखवण्याऐवजी ती सूचित करण्याकडे त्याचा कल असायचा. त्यामुळे, थोडक्या जागेत

बरंच काही दाखवण्याचं कसब त्याला साधू लागलं होतं. दुसऱ्या परीक्षेचा अभ्यास इतर मुलांसाठी अवघड असला, तरी त्याला तो सोपा होता. दोन महिन्यांतच त्याची परीक्षेची तयारी पूर्ण झाली होती. सर त्याला अभ्यासक्रमाबाहेरचं शिकवू लागले होते.

घरी आला की संकेत आईला सगळं बारकाईनं सांगायचा. सर काय म्हणाले? आज त्यांनी काय शिकवलं?... सगळं प्रेमानं, भक्तिभावानं ऐकणारं असं त्याचं ते हमखास गिऱ्हाईक होतं. दोन-तीनदा त्यानं आपली सरांना आवडलेली चित्रं आवर्जून तिला दाखवण्यासाठी घरी आणली होती. ती आश्चर्यानं पाहत असताना, तिचे डोळे कौतुकानं भरून आले होते. त्या रात्री हरीषच्या आठवणींनी तिचे प्राण कंठाशी आले होते.

एकदा तो घरी आला. गप्पा मारता मारता त्यानं विचारलं,

''आई, वारसा म्हणजे काय गं?''

''वारसा? म्हणजे आई किंवा बापाकडून, किंवा घरातल्या इतर कोणा मोठ्या माणसाकडून मिळालेली देणगी. का रे?''

''सर आज साठेसरांना सांगत होते, ह्याला चित्रकलेचा वारसा मिळाला असावा. ह्याचा कलर-सेन्स फार चांगला आहे. आपल्या घराण्यात कोण चित्रकार होतं?''

''तुझे बाबा.'' ती गंभीर होत म्हणाली.

''हो! मग त्यांची चित्रं कुठं आहेत?''

''त्यांची काढलेली चित्रं अशी नाहीत रे!'' स्वरातला विषाद लपवत ती म्हणाली.

''का बरं?''

''अरे, त्यांना खूप हौस होती. चित्रकलेत गती होती. पण कोणी प्रोत्साहन दिलं नाही. घरच्या जबाबदाऱ्या पार पाडण्याच्या नादात कला बाजूला ठेवावी लागली.''

''तुला कसं कळलं मग ते?''

''असे बसल्या जागी चित्रं काढायचे बघ! जर कागदावर रेखाटून ठेवली असती, तर चीज झालं असतं; पण...नाही जमलं.''

तिला वाटलं, ‘जगात कितीतरी उच्च कोटीचे कलाकार असतात; पण लोकांपुढे येणं त्यांच्या नशिबी नसतं. हरीष अशाच अज्ञात कलाकारांमधला. कलेचं चीज व्हावं, कला हेच जीवनाचं साधन करण्याइतकी त्यात प्रगती व्हावी, एवढं त्याचं नशीब थोर नव्हतं. मात्र, हा कमनशिबाचा वारसा संकेतला मिळू नये. त्यानं भरपूर शिकावं, कला वाढवावी. ती लोकांसमोर यावी. त्याचं सर्वत्र नाव व्हावं. कलाकार म्हणून त्याची चांगली संभावना व्हावी.’

‘अर्थात, कोणतंही वाटणं हे विशफूल थिंकिंग झालं. त्याप्रमाणे घडणं, न घडणं हा ज्याच्या-त्याच्या नशिबाचा भाग. माणसाच्या हाती खरंच काही नसतं. आपण नुसतं म्हणायचं - मी माझ्या मुलाला अमुक करीन, त्याला असं शिक्षण देईन. वगैरे. ते घेणं नि यशस्वी होणंसुद्धा मुलाच्या हाती नसतं.’

संधी नि यश यांची तिला कल्पना नव्हती. पण हरीषपेक्षा संकेतचं नशीब खूपच उजवं होतं. त्याला नाडकर्णीसरांसारखे कलेची जाण नि कदर असणारे शिक्षक लाभले होते. त्यांनी त्याच्यातल्या सुप्त कलेला प्रोत्साहन दिलं होतं. कला वाढवण्याची संधी त्याला प्राप्त करून दिली होती. पुढचं पुढे. हरीषच्या नशिबात तेही नव्हतं!

संकेतच्या प्रगतीवर सर बेहद्द खूष होते. तीही समाधानी होती. इतर सामान्य मुलांपेक्षा आपला मुलगा वेगळं काहीतरी करतोय, तो कलाकार आहे, या जाणिवेनं तिच्या साऱ्या कष्टाचं चीज होत होतं.

त्याला आता आपल्यातल्या या वेगळेपणाची जाणीव फार वेगळ्या प्रकारे होत होती. मुलांच्या कळपानं ती त्याला त्यांच्या पद्धतीनं करून द्यायला सुरुवात केली होती. अर्थात, त्यात दोष असा कोणाचाच नव्हता. तो सामान्य पातळीच्या वर जाऊ पाहत होता, हा त्याचा गुन्हा नव्हता; तसंच, पातळी सोडणारा मुलगा कळपातून बाजूला पडणं, हेही स्वाभाविक होतं. मुलं दुष्ट हेतूनं, मुद्दाम काहीच करीत नव्हती. संकेतच्या चित्रांचं नाडकर्णीसर जाहीर कौतुक करू लागले होते. त्याचे उलट-सुलट परिणाम अपरिहार्य होते. काही शिक्षकांना त्याचं कौतुक वाटू लागलं होतं. ते त्यांच्या वागण्यात

स्वच्छपणे डोकावू लागलं होतं. याउलट, कला-कला म्हणून या विद्यार्थ्याला काही शिक्षकांनी फार शेफारून ठेवला आहे, त्याला अवास्तव सवलती देऊन डोक्यावर बसवला आहे, अशा मताच्या शिक्षकांनी त्याला धारेवर धरायला सुरुवात केली होती. विशेषत: नाडकर्णीसरांशी ज्यांचं पटत नव्हतं, अशा शिक्षकांनी संकेतचा राग-राग करून आपला असंतोष व्यक्त करायला सुरुवात केली होती. त्याच्या चुकांना क्षमा नव्हती. इतर मुलांपेक्षा त्याच्या हातावर बसणाऱ्या छडीत अधिक त्वेष होता.

मुलं लहान असली, तरी एकेकांची बदलती वागणूक त्यांच्या फार चटकन लक्षात येत असते. मोठ्या माणसांप्रमाणेच त्यांनाही स्वत:ची मतं जरूर असतात. फक्त त्यांच्या मतांना वा वाटण्याला काही किंमत नसते, इतकंच! पण हे आपोआपच झालं... की समजा, साते, बोधे, तिवारी... ही मुलं टोणगावकरसरांची लाडकी, नि सरांना संकेत जोशी आवडत नसेल, त्याचा ते पाणउतारा करीत असतील, तर ही मुलंही त्याला शत्रुपक्षात मोजणार. मग वैयक्तिक रीत्या संकेतनं त्यांच्याशी कितीही चांगलं वर्तन ठेवलेलं असो! नाही का?

संकेतला या बदलत्या वातावरणाचा त्रास होत होता. शालेय राजकारणात त्या निर्व्याज पोराचा बळी जात होता. आपलं काय चुकलं, आपले मित्र आपल्याला हल्ली हिडीसफिडीस का करतात, ते त्याला कळत नव्हतं. चित्रकलेच्या तासाला त्याच्या चित्राचं, त्याचं कौतुक करणारी हीच मुलं इतर तासांना हटकून त्याच्याशी वाईट वागायची, असं का? हे कोडं उलगडणं त्या बालजिवाच्या कुवतीबाहेरचं होतं. तसंच इतर मुलंही आपल्या वर्तणुकीचं समर्थन करायला तोकडी होती. त्यांची एकच धारणा होती - हा जोश्या काही सरांचा फार लाडका आहे, त्याचं ते फार कौतुक करतात. मग, मुलांना त्याचा राग येणारच की!

पण संकेतनं हे सगळं खासगी पातळीवर ठेवलं होतं. घरी आईपर्यंत यातलं काही जाऊन तिला त्रास होणार नाही, याची खबरदारी घेतली होती. त्यात अर्थात, आईला त्रास होईल यापेक्षा, तिला त्रास होऊन ती आपलं चित्रकलेचं शिक्षण बंद करील, ही भीती जास्त होती. आणि त्याला तर

रंगांचे व्यसन अगदी दारूच्या नशेइतकं पक्कं लागलेलं! रंगांशी संबंध न येता एक दिवस घालवणंही मुश्कील!

या सगळ्या वातावरणाशी दोन हात करताना त्याला फार संघर्ष करावा लागे; पण नकळत त्याचा एक फायदाही होत होता. समोरच्या माणसाची त्याला अचूक पारख करता यायला लागली होती. माणसांचे स्वभाव लहान वयातच कळू लागले होते. त्यांच्या दोषांना हात न लावता, गुणांचा उपयोग करून त्यांच्या पोटात शिरण्याची अवघड कला हळूहळू त्याला साध्य होऊ लागली होती. खुल्या जगात वावरणाऱ्या व्यक्तिमत्त्वाचा मजबूत पाया त्या निमित्तानं घातला जात होता.

दिवस असे भराभर मागे पडत होते. संकेतच्या परीक्षेचा दिवस जवळ येत चालला होता. इतर शालेय परीक्षांच्या वेळी मनावर अभ्यासाचं दडपण येतं, तसं संकेतला या परीक्षेचं मुळीच दडपण वाटत नव्हतं. उलट, विजयाची खात्री असलेल्या योद्ध्याचे बाहू संग्रामाच्या नुसत्या कल्पनेनंच स्फुरण पावू लागतात, तसं त्याचं झालं होतं. त्याच्यातला आत्मविश्वास पाहून नाडकर्णीसरांनाही त्याच्या यशाबद्दल खात्री वाटत होती. आईलाच जरा धास्ती वाटे, की 'हा म्हणतो खरं; पण एवढ्याशा पोराचा कसा निभाव लागेल? राष्ट्रीय पातळीवरची परीक्षा ही. निरनिराळ्या केंद्रांतून लहान-मोठ्या वयाचे कितीतरी परीक्षार्थी असणार. चांगल्या मार्कांनी पास झाला, तरी खूप आहे!'

नाडकर्णीसर, संकेतची आई, आणि स्वत: संकेत– तिघांचंही लक्ष या परीक्षेवर केंद्रित झालं होतं. अन् त्याच वेळी संकेतचं दैव हात धुऊन त्या कोवळ्या पोराच्या मागे लागण्याची तयारी करीत होतं.

या...येत्या रविवारी त्याची परीक्षा. नि बुधवारी त्याच्यावर ती घटना कोसळली.

बुधवारी शेवटचे दोन तास चित्रकलेचे.

तर नाडकर्णीसरांऐवजी कांबळेबाई वर्गावर आल्या.

पोरांनी गलका केला –

"बाई, तुम्ही? बाई, तुम्ही?"

"हो. नाडकर्णीसर नाहीत आज." बाई मुद्दाम संकेतच्या चेहऱ्यावरचे भाव टिपत म्हणाल्या, "मला चित्रं-बित्रं नाही येत हो काढता! पण मी तुम्हाला छानशी गोष्ट सांगेन."

पोरांना काय - अभ्यास नाही ना,मग दुसरं काय काहीही चालतं. त्यातून गोष्ट म्हणजे पाह्यलाच नको. जीव की प्राण! गोष्ट म्हटल्यावर त्यांनी आनंदाने गलका केला. बाईंच्या कल्पनेचं मोठ्या उत्साहानं स्वागत झालं. त्या गोष्ट सांगू लागताच पोरं गप्प झाली.

संकेतचा मात्र या उत्साहात सहभाग नव्हता. आज नाडकर्णीसर नाहीत, म्हणजे दोनही तास चित्रं काढता येणार नाहीत. एवढ्यानंच त्याचं मन उदास झालं होतं. शिवाय, नाडकर्णीसर नेहमी आनंदी असले, तरी त्यांची तब्येत फारशी चांगली नसायची. बऱ्याचदा ते आजारी असायचे. आपल्या आजारपणाचा त्यांनी शाळेशी संबंध येऊ दिला नव्हता, इतकंच. पण त्यांच्या सहवासात आल्याने संकेतला ते कळू लागलं होतं. कधी फार भावनावश झाले, की ते संकेतशी स्वत:बद्दल फार उदास बोलायचे. त्यांना काय होतं वगैरे विचारण्याचं किंवा तसल्या विचारांपासून परावृत्त करण्याचं धैर्य नि सामर्थ्य चिमुकल्या संकेतमध्ये नव्हतं. पण ते असं बोलू लागले, की त्याचा जीव गलबलून जायचा. त्यांनी असं बोलू नये, खोटं-खोटं हसू नये, असं त्याला मनापासून वाटायचं.

आज सर आले नाहीत असं कांबळेबाईंनी सांगताच, त्याच्या डोळ्यां-समोर त्यांची आजारी मूर्ती दिसू लागली. तो बेचैन झाला. शाळा सुटताच त्यानं कांबळेबाईंना गाठलं.

"बाई, आज सर का आले नाहीत?"

"ते ना... आता ते पंधरा-वीस दिवस तरी येणार नाहीत!" गूढपणे हसत बाई गंभीर स्वरात म्हणाल्या.

"का...?" संकेतनं विचारलं. त्याचा धीर सुटत चालला होता.

"त्यांना कावीळ झाली आहे. हॉस्पिटलमध्ये हालवण्याचं चाललं आहे."

बाई म्हणाल्या. मग त्यांच्या लक्षात आलं, की आपण पाचवीतल्या एका विद्यार्थ्याशी अशा विषयावर मोकळेपणानं बोलत आहोत. तशा त्या दटावणीच्या स्वरात म्हणाल्या, ''जोश्या, मेल्या तुला रे काय करायचं आहे, नाही त्या चौकशा करून? नाडकर्णीसर नाही आले, तर उद्यापासून त्यांचे तास चिपळूणकरसर घेतील. तू आपला अभ्यास कर!'' संकेतनं मान खाली घातली. जड पावलांनी तो शाळेच्या आवारातून बाहेर पडला.

सर त्याची परीक्षेची तयारी शाळा सुटल्यावर, शाळेतच करून घेत असत. त्यांनी त्यालाच काय, कोणालाच कधी आपल्या घरी नेलं नव्हतं. पण संकेतला त्यांचं घर माहीत होतं. नि आता, ते आजारी आहेत हे कळल्यावर त्याला आपल्या घराचा रस्ता विसरायलाच झालं होतं. पाय त्यांच्या घराच्या दिशेनं ओढले जात होते. मनात भीती होती, की आपण घरी गेलेलं कदाचित त्यांना आवडणार नाही, ते रागावतील; पण त्यांना भेटता आलं, पाहता आलं, त्यांच्याशी चार शब्द बोलायला मिळाले, तर ते सहन करण्याचीही त्याच्या मनाची तयारी होती.

लाल मशिदीच्या पलीकडे मुसलमान मुहल्ला होता. अलीकडे बाहेतीचं मोठं दुमजली घर. ते हल्ली नोकरीनिमित्त गावात राहायला आलेल्या माणसां-साठीच होतं. याच घराच्या एका खोलीमध्ये नाडकर्णीसरांचा मुक्काम होता.

बाहेतीच्या वाड्यापाशी तो आला, तेव्हा बाहेर एक माणूस उभा होता. दर्शने- सर सायकलीला टेकून त्या माणसाकडे नाडकर्णींचीच चौकशी करीत होते.

''इतकं झाल्यावर, सकाळी डॉक्टर म्हणाले, ही केस हाताबाहेरची आहे. ह्यांना सरकारी इस्पितळात दाखल करायला हवं!'' तो माणूस सांगत होता. दर्शने -सर चुकचुकत ऐकत होते. ''बरं, सरांचं इथे कोणी नाही! कोणाला बोलावून घ्यायचं, तर हे सकाळपासून बेशुद्ध! आम्हांला त्यांच्या नातेवाइकांची माहिती नाही. मग काय, 'यशदा' ची रुग्णवाहिनी मागवून घेतली. आम्ही त्यांना हॉस्पिटलमध्ये दाखल केलं.''

''काय, वॉर्ड नंबर काय?''

''नंबर नाही. जनरल वॉर्डलाच आहेत ते. आत गेलं की डाव्या

हाताची सातवी कॉट.''

ते ऐकताच संकेत निघाला. झपाझप चालत गव्हर्नमेंट हॉस्पिटलला आला.

''इथे जनरल वॉर्ड कुठे आहे हो?'' एका नर्सला अडवत त्यानं विचारलं.

''मागची बाजू. असा... उजव्या बाजूनं इमारतीला वळसा घालून जा.'' इमारतीला बाहेरूनच वळसा घालायचा होता. पण तेवढ्यातही त्याला दाराखिडक्यांच्या झरोक्यांतून आजारी विश्वाचं जे विदारक दर्शन झालं, त्यानं त्याचा धीर खचू लागला. हे विश्व तुटकं, मोडकं, सडलेलं, कुजलेलं होतं. कण्हणारं, विव्हळणारं होतं. वेदनांनी किंचाळणारं होतं... आणि याच जगात कुठेतरी त्याचे नाडकर्णीसर येऊन पडले होते. खिन्न होत तो हॉस्पिटलच्या मागच्या बाजूला आला. समोरच 'जनरल वॉर्ड' ची ठसठशीत, काळीकुट्ट पाटी होती. नरकाचं दार भासावं, असा आत शिरायला मोठा, आडवा दरवाजा होता. आणि ओढलेल्या चेहऱ्यांची, दमली-श्रमली माणसं त्यातून आत-बाहेर करीत होती.

आत गेलं की डाव्या हाताची सातवी कॉट, नाही का? स्वत:लाच प्रश्न विचारून आठवण करून देत, तो दारातून आत शिरला.

दोन्ही हातांना कॉट्सच्या दोन-दोन रांगा. त्यांवर झोपलेले रोगी. कोणाचा पाय जाड बँडेज बांधून वर टांगला आहे... कोणाला कसलीतरी नळी लावलेली. शेजारी स्टॅन्डला बाटली घुबडासारखी उलटी लटकली आहे. कोणी नुसतंच शून्यात पाहत उदास बसून आहे. त्यातच रोग्यांची सुतकी चेहऱ्यांनी वावरणारी माणसं.

सगळं वातावरण त्याला अभद्र, भीतिदायक वाटलं. पाय थरथरू लागले. घशाला कोरड पडली.

नाडकर्णीसरांचा प्रश्न होता म्हणूनच केवळ तो धीटपणे अजून तिथे होता; अन्यथा या विषारी वातावरणात क्षणभरदेखील थांबायला तो तयार झाला नसता. सातनंबरची कॉट रिकामी!

अं? आपण मोजायला तर चुकत नाही?

एक,दोन, तीन, चार, पाच, सहा...सात.

रांग ही नसेल.

मागच्या रांगेतल्या सातव्या कॉटवर एक म्हातारी.

म्हणजे, हीपण कॉट नाही.

आता मात्र त्याच्या बालमनात नाही नाही त्या कल्पना यायला लागल्या. रडू आवरणं कठीण व्हायला लागलं. रोगट गर्दीच्या महासागरातलं स्वतःचं एकटेपण खायला उठलं.

तेवढ्यात दर्शनेसरांचा आवाज आला.

''काय रे जोशी, तू इथे काय करतोयस?''

त्यांच्या असण्याच्या कल्पनेनंच त्याच्या जिवात जीव आला. रडक्या स्वरात म्हणाला, ''नाडकर्णीसर दिसत नाहीत सर इथे!''

''अरे! गेलाबिला की काय हा!'' सात नंबरच्या रिकाम्या कॉटकडे पाहत दर्शनेसर चमकून म्हणाले.

क्षणभर संकेतच्या डोळ्यांत हिंस्त्र संताप चमकला. त्याला वाटलं, दर्शनेसरांना फटाफट मारावं... चावावं... त्यांच्या डोक्यात या लटकलेल्या बाटल्या फोडाव्या! असं काहीतरी करावं, की दर्शन्यांनाच या सातनंबर कॉटवर दाखल करून घ्यावं लागेल!

''चल बरं, आपण चौकशी करू.''

दर्शनेसरांनी संकेतचा हात आपल्या हाती घेतला. मागच्या बाजूला नर्स आणि वॉर्ड-बॉइज ह्यांच्या विश्रांतीची जागा होती. तिथे त्यांनी चौकशी केली.

''सातनंबर कॉटला नाडकर्णी नावाचा पेशंट होता ना हो?''

''नाडकर्णी?'' दर्शन्यांकडे पाहत एक नर्स म्हणाली, ''तो कावीळवाला माणूस ना?''

''हां, तोच.''

''त्याला इंटेन्सिव केअरला हालवला संध्याकाळीच.''

''का हो? काही कमीजास्त..?''

''ते डॉक्टरांना विचारा. चोपडांचा पेशंट आहे तो. पण केस होपलेस

आहे. माणसं ढसाढसा मूत पितात. वर काळजी घेत नाहीत कसली. कावीळ अगदी विकोपाला गेली, शरीरभर पसरली, की यायचं हॉस्पिटलला अपयश द्यायला! नाही का?''

संकेत ऐकत होता. नर्सच्या बोलण्यातलं अक्षरही त्याच्या समजुतीत बसण्यातलं नव्हतं. एकच आरोप त्याला कळला होता नि त्याला तो मुळीच आवडला नव्हता.

माणसं ढसाढसा मूत पितात!

माणसं म्हणजे इथे नाडकर्णीसर.

मग... नाडकर्णीसर मूत पितात?

मोठी माणसं झाली म्हणून काय वाटेल ते बोलायचं?

आणि दर्शनेसर माना काय डोलावतायत नुसते? त्यांना बोलायला तोंड नाही का?

''इंटेसिव केअर युनिट कुठे आहे?'' दर्शनेसरांनी मवाळ स्वरात प्रश्न विचारला, तसा संकेतच्या जिवाचा आणखीनच संताप झाला. इथे काही लाड चालतात का? पी.टी.च्या तासाला जरा हात चुकला की कसं - ''जोश्या, फोडू का थोबाड तुझं?''

''चल रे जोशी.''

दर्शनेसरांबरोबर तो झपाझप चालू लागला. त्याच इमारतीच्या वरच्या माळ्यावर आला. याही माळ्यावर पेशंट्स होते. पण खालच्यापेक्षा इथे स्वच्छता, टापटीप अधिक होती. गर्दी कमी होती. मागच्या बाजूला एक मोठं लाकडी पार्टिशन होतं. ते पार छताला भिडलं होतं. त्याला मधे मधे काचांच्या खिडक्या होत्या. एका पार्टिशनबाहेर शाळेचे हेडमास्तर, नि इतर दहा-बारा शिक्षक होते. हळू आवाजात त्यांचं आपापसात काहीतरी बोलणं चाललं होतं. दर्शनेसरांना पाहताच टोणगावकरसर घाईघाईने चालत त्यांच्या दिशेनं आले.

''हे काय, हा जोशी कसा तुझ्याबरोबर?''

''अरे, खाली भेटला. मला माहीत नाही हा इथे आलेला.''

''आणि तू का इतका वेळ लावलास?''

"म्हटलं, हॉस्पिटलचा मामला आहे. केस सीरियस आहे. काय होतं, नि किती वेळ लागतो!"

"खाऊन आलास का तेवढ्यात?"

"हो... थोडंसं आपलं."

"चांगलं केलंस. जरा बाजूला ये. जोशी, तू बैस त्या बाकावर."

खरं म्हणजे त्याला मुळीच थांबायचं नव्हतं. आत जायचं होतं. सरांची गाठ घ्यायची होती. परीक्षेपूर्वी बरं व्हा म्हणून सांगायचं होतं. पण टोणगावकरसरांनी 'बैस' म्हटल्यावर काही इलाज नव्हता. म्हणून तो केव्हाही उठण्याच्या तयारीत असल्याप्रमाणे बाकाच्या कोपऱ्यावर बसून राहिला. लक्ष सगळं दर्शने-टोणगावकरांकडे लागलं होतं. टोणगावकर गंभीर चेहऱ्यानं काहीतरी माहिती पुरवीत होते. दर्शनेसर चेहऱ्यावर आश्चर्य दाखवीत ऐकत होते. मधूनच कपाळावर हात मारीत होते. शेवटी त्यांनी पँटच्या खिशात हात घालून खिशातल्या नोटा बाहेर काढल्या. मोजून टोणगावकरांच्या हातात दिल्या. भराभर चालत ते पार्टिशनच्या काचेपाशी गेले. आत डोकावून, इतर शिक्षकांशी काहीतरी बोलू लागले.

आत काहीतरी घडत होतं. त्याच्या आवडत्या नाडकर्णीसरांवर संकट ओढवलं होतं आणि इथं बसून राहण्यापलीकडे संकेत काहीही करू शकत नव्हता. आत काय चाललं आहे, ते पाहण्यासाठी त्याच्या मनाची तगमग तगमग होत होती. मोठी माणसं आपल्या काळजीत मग्न होती. त्यांना त्याचा तडफडाट कळू शकत नव्हता. संकेत जोशी त्यांच्या खिजगणतीतही नव्हता.

शेवटी न राहवून तो उठला. बिचकत-बिचकत त्यांच्यापासून थोड्या अंतरावर उभा राहून सर्वांकडे आशाळभूत नजरेनं पाहू लागला. लक्ष जाताच कांबळेबाई पुढं आल्या, त्याच्या पाठीवरून हात फिरवत म्हणाल्या,

"अरे, तुला कोणी इथे यायला सांगितलं होतं बरं? घरी आई वाट पाहत नसेल का?"

कोणी किती वाट पाहत असलं, तरी आज संकेतला कोणाची पर्वा नव्हती. त्याचे आवडते नाडकर्णीसर आजारी होते. खूप आजारी होते. त्यांना

भेटल्याशिवाय तो घरी जाणार नव्हता. भले, सकाळ झाली तरी इथ्थे बसून राहायची तयारी होती त्याची!

"बाई, नाडकर्णीसरांना या खोलीत ठेवलं आहे?"

"हो."

"कसे आहेत ते?"

विचारताना त्याचा स्वर गहिवरला. डोळे पाण्यानं डबडबले. कशा कोणास ठाऊक, पण एवढ्या मोठ्या कांबळेबाई, त्याही डोळे गाळू लागल्या. त्याला आणखीन जवळ घेत त्या म्हणाल्या,

"जोशी, शहाणा ना तू? अं? माझं ऐकणार ना?"

दोन्ही हातांच्या इवलाशा मुठींनी डोळे चोळत संकेतनं केविलवाणेपणानं मान डोलावली.

"मग चल बरं. मी तुला घरी सोडते!"

"आणि सर?"

"त्यांचं काय? ही मोठी माणसं आहेत ना पाह्यला."

"पण, पण मला, मला एकदा सरांना भेटायचं होतं हो!"

"अरे, आम्हालासुद्धा भेटायला परवानगी नाही वेड्या."

"मग त्या काचेतून नुसतं पाहू? मी नुसतं पाहीन... खरंच मी मुळीच आवाज करणार नाही. हाक मारणार नाही."

कांबळेबाईंचा चेहरा एकदम बदलला. शापानं एखाद्या सुंदर स्त्रीचं कुरूप स्त्रीमध्ये रूपांतर व्हावं तसा त्यांच्या चेहऱ्याला पीळ पडला, ओठ आवळले गेले. त्या एकदम रडायलाच लागल्या.

दोन-तीन शिक्षक भराभर त्यांच्या दिशेनं आले. हळू आवाजात कांबळेबाईना "असं काय? असं काय?" विचारू लागले. टोणगावकर सरांनी रडणाऱ्या संकेतचं बखोटं धरलं.

"तू- चल, पळ इथून! का देऊ एक थोबाडीत?" त्यांनी मोठे डोळे करून हात उगारीत विचारलं. पण आज संकेत त्यांना मुळीच घाबरणार नव्हता. त्यांच्या डोळ्यांत पाहत तो तस्सा उभा राहिला. "अहो, त्या काचेतून पाहू द्या त्याला." कांबळेबाई पदरानं चेहरा पुसत म्हणाल्या. "नाडकर्णीसरांना

भेटायला म्हणून बिचारा तडफडत इथपर्यंत आला आहे.''

शिक्षकांमध्ये बाईंच्या सूचनेवर जरा खालच्या आवाजात चर्चा झाली. दर्शनेसरांनी त्याला उचललं. त्याचं तोंड काचेपाशी आणलं. त्याचे आवडते नाडकर्णीसर समोरच्या कॉटवर शांतपणे झोपले होते. शेजारी दोन-तीन बाटल्या उलट्या लटकत होत्या. पण त्यांच्या नळ्या सरांच्या शरीराला कुठे जोडलेल्या नव्हत्या आणि त्यांच्या नाकात कापसाचे बोळे कोंबलेले होते.

पाहता पाहता त्याचे डोळे पुन्हा भरून आले. त्याला वाटलं, हंबरडा फोडून जोरात रडावं, दर्शन्यांच्या हातातून निसटून थेट आत जावं नि सरांना उठवून सांगावं, 'बरे व्हा सर. लवकर बरे व्हा, मला हे आवडत नाही. सहन होत नाही.' पण पठ्ठ्यानं ओठ घट्ट मिटून घेतले होते. एक हुंदका नाही बाहेर पडू दिला. कबूल केलं होतं ना, आवाज करणार नाही!

दर्शनेसरांनी त्याला खाली सोडलं. कांबळेबाईंनी लगेच त्याचा ताबा घेतला.

''चल, निघायचं?''

''चला.''

दप्तर सावरीत तो बाईंचा हात धरून चालू लागला. सारखं मागे वळून पाहावंसं वाटत होतं. नाडकर्णीसर नाहीत तर निदान ते दिसू शकणारी खिडकी दिसेल. अगदी बाहेर पडताना शेवटी त्यानं एकदा वळून पाहिलंच.

रस्त्यानं तो एक शब्दही बोलत नव्हता. त्याच्या डोळ्यांसमोर सारखे नाकात कापसाचे बोळे घालून झोपलेले नाडकर्णीसर दिसत होते. घराअलीकडच्या चौकात येताच कांबळेबाईंनी त्याला विचारलं,

''इथून जाशील का जोशी आता तू? का येऊ घरापर्यंत?''

''जाईन.''

तसं तर काय, हॉस्पिटलपासूनही एकटा आला असता तो. जाताना कोण होतं बरोबर?

''आईला सांगायला हवं का?''

''नको, मी सांगेन तिला.''

''आणि हे बघ, लहान मुलांनी असं परस्पर कुठे जाऊ नये. घरी

लोक काळजी करतात. उद्या शाळेत आला नाहीस तरी चालेल हं. परवा ये.''

"उद्या?''

"उद्या सुट्टी आहे.'' तो कशाची म्हणून विचारणार होता; पण त्यापूर्वीच कांबळेबाई तिथून हालल्या. घरी आला, तर आई दारातच बसून होती. त्याला आलेला पाहताच धडपडून उठली.

"संकेत, अरे वेडं लागलीत का तुम्हाला? चित्रं-चित्रं म्हणजे किती गुंतून पडायचं त्यात? सकाळी शाळेत गेलेला मुलगा तू... आता रात्रीचे दहा वाजायला आले!''

मग तिचं लक्ष त्याच्या भकास, खिन्न चेहऱ्याकडे गेलं. तिच्या छातीत धस्स झालं.

"संकेत, काय झालं रे बाबा? असा का दिसतोयस?''

तो दप्तर खाली फेकून तिला बिलगला. पिळवटून रडायला लागला. आई "काय झालं?'' विचारत राहिली, तरी त्याला काही बोलता येईना. निचरा झाल्यावर त्यानं सांगितलं,

"आई, नाडकर्णीसर आजारी आहेत!''

"हात्तिच्या! म्हणून रडतोस होय तू?'' ती उरावरचं दडपण उतरत म्हणाली, "अरे, माणूस आहे, आजारी पडणारच. त्यात एवढं...''

"नाही आई, त्यांना हॉस्पिटलमध्ये ठेवलंय. तिकडूनच आलो मी!''

आईचं मन चरकलं. ती गंभीर झाली.

"संकेत, तू एकटा हॉस्पिटलमध्ये गेला होतास?''

"हो. आत्ता कांबळेबाई आल्या होत्या सोडायला.''

"अन् त्या कुठे भेटल्या?''

"त्या, दर्शनेसर, टोणगावकर... बरेच सर होते हॉस्पिटलमध्ये!''

नाडकर्णीसर गंभीर आजारी असावेत, हे लगेच आईच्या लक्षात आलं. चाचपत-चाचपत तिनं त्याच्याकडे चौकशी केली. त्यानं कळलं होतं तसं सगळं सांगितलं. मग एक अवघड प्रश्न विचारला.

"आईगं, ती नर्स म्हणत होती, नाडकर्णीसर मूत पितात, म्हणून

त्यांना कावीळ झाली! खरंच ते मूत पीत असतील का गं?''

मूत? एका सेकंदात तिच्या डोक्यात एकदम प्रकाश पडला. फक्त, तिला जे कळलं, ते ती त्याला सांगू शकत नव्हती. त्याला ते कळणं योग्य नव्हतं. त्याच्या मनात नाडकर्णीसर एक आदर्श म्हणून नोंदवले गेले होते. त्यांचं खरं स्वरूप त्याला समजलं, तर त्याला प्रचंड मानसिक धक्का बसणार होता. तो आणखीन विस्कळीत होण्याची फार शक्यता होती. म्हणून तिनं नर्सला वेड्यात काढलं. असं कोणी मूत पीत नसतं वगैरे म्हणून त्याची समजूत काढली. तसलं काही नाडकर्णीसर करीत नव्हते, हे ऐकून त्यालाही जरा बरं वाटलं. ती म्हणाली,

''चल, जेवून घे. अजून काही खाल्लं नाहीस तू. सकाळपासून उपाशी आहेस.''

जेवताना त्याच्या डोक्यात तेच विचार होते. मधेच म्हणाला,

''आई, उद्या शाळेला सुट्टी आहे. कांबळेबाई सांगत होत्या. आपण जाऊ या सरांना भेटायला?''

ऐकून ती थिजली. तिचा चेहरा काळाठिक्कर पडला.

''उद्या सुट्टी आहे?'' खोल स्वरात तिनं तेच पुन्हा विचारलं.

''हो. जाऊ या?''

''.........''

''आई, तेव्हा त्यांच्या नाकातले कापसाचे बोळे काढले असतील तर फार बरं होईल! भयाण दिसतात ते त्या बोळ्यांमुळे!''

तो शहारत म्हणाला. ती खुळ्यासारखी कुठेतरी शून्यात पाहत राहिली.

काय बोलणार?

नाडकर्णीसरांच्या नाकातले बोळे आता कसे काढता येणार होते?

अन् उद्या...

त्याला ते कसं सांगावं?

◆◆◆

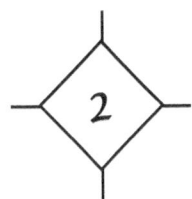

2

तो धक्का त्यानं पचवला; पण सगळं मान्य करताना त्या भोळ्या जिवाला ते फार जड गेलं. हृदयाचे व्यापार विस्कळीत होऊन गेले. शोकानं तो पिचला. दुसऱ्या दिवशी त्याची कोण घाई! सुट्टी असून स्वत:हून सहालाच जागा झाला. आई खिन्न हालचाली करीत दैनंदिनी उरकत होती. हा उठून थेट तिच्यासमोरच येऊन उभा! ''अरे, तू इतक्या लवकर कसा उठलास?'' काहीतरी विचारायचं म्हणून तिनं विचारलं. पण त्याच्या डोळ्याला डोळा देण्याची तिची हिम्मत नव्हती. त्याला जागा झालेला पाहून तिला ब्रह्मांड आठवलं होतं. ''जायचंय ना, सरांना भेटायला?''

ती निरुत्तर! हरीष गेला तेव्हा हा प्रश्नच उपस्थित झाला नव्हता. पण हॉस्पिटलमध्ये पेशंटच्या नाकात कापसाचे बोळे केव्हा घालतात, ते तिला माहीत होतं. ती चौदा-पंधरा वर्षांची असताना तिची मावशी हॉस्पिटलमध्ये गेली होती. तिनं ते पाहिलं होतं. ती समोरच होती. तिलाही तेव्हा हाच प्रश्न पडला होता. अन् नंतर कोणीतरी सांगितलं होतं, माणूस गेला की तो प्रतिकार करू शकत नाही. बाहेरचे जीवजंतू, किडे नाकावाटे त्याच्या शरीरात जाऊ शकतात. शरीरात कुजण्याची क्रिया सुरू झाली, तर नाकावाटे हा वास बाहेर पसरतो. हे टाळण्याकरता मृताच्या नाकात कापसाचे बोळे घालून ठेवतात. कारण साधं होतं. फक्त संकेतसारख्या लहान मुलाला, ज्याला 'जाणं' माहीत नाही त्याला, ते समजावून सांगणं कठीण होतं.

''कॉफी करून घ्यायची का बरोबर? सर चहा पीत नाहीत!''

'बाबारे, आता ते काहीच पिणार नाहीत! पण तुला कोणत्या प्रकारे सांगू हे?'

"संकेत, आपण नको जायला!"

"का?"

"सरांची तब्येत फार बिघडली असेल, त्यांना भेटायला परवानगी नसेल तर?"

"तर आपण कालच्यासारखं काचेतून पाहू त्यांना! ते आता जागे झाले असतील. मला पाहिलं की आतच बोलावून घेतील!"

अवघड होऊन गेलं सगळं. आवरण्यात तिनं बराच वेळ घालवला. पण त्याचं केव्हाच उरकलं होतं. त्याची 'लौकर आटप' म्हणून सारखी भुणभुण चालली होती.

शेवटी, मनाचा हिय्या करून तिनं त्याला जवळ घेतलं. म्हणाली, "संकेत, राजा, शहाणा ना तू? मग मी काय सांगते ऐक!"

तो तिच्याकडे पाहत ऐकायला लागला. तिलाच शब्द सापडेनात.

"हे बघ, नाडकर्णीसर फार चांगले होते ना, म्हणून किनई, त्यांना देवानं बोलावून घेतलं. चित्रं काढायला!"

तो नुसता एकटक पाहत राहिला.

"ते, ते देवाघरी गेले. आता आपण हॉस्पिटलात जाऊन काय करणार?"

"आई, बाबा गेले तसेच नाडकर्णीसरही देवाघरी गेले?"

"हो, राजा."

"म्हणजे, म्हणजे आता, तेही कधी दिसणार नाहीत?"

"नाही. पण ते आकाशातून तुझ्याकडे पाहत असतील. तू कसा वागतोस, अभ्यास करतोस का नाही, सगळं दिसत असेल त्यांना!"

इतर गोष्टींशी त्याला काही देणं-घेणं नव्हतं. त्याचे आवडते नाडकर्णी- सर देवाघरी गेले होते. त्याला ते पुन्हा कधीही दिसणार नव्हते. त्याच्या चित्रातल्या चुका दाखवून त्याला काही समजावून सांगणार नव्हते. त्यांचा शाबासकी देणारा प्रेमळ हात पाठीवरून पुन्हा कधीही फिरू शकणार नव्हता.

आईला वाटलं होतं तसा तो मुळीच रडला नव्हता. पण नाडकर्णीसरांच्या नातेवाइकांकडे नसेल असं सुतकी वातावरण त्याच्या गंभीरपणानं घरात निर्माण केलं होतं. सगळ्यातून अकाली निवृत्त झाला होता तो!

नाडकर्णीसर गेले, नि त्याचं आयुष्यच बदललं. शाळेत जाण्यात त्याला आनंद वाटेना. चित्रं काढण्याची इच्छा होईना. तो शाळेत जाऊ लागला, पण जणू ते जाणं आईच्या समाधानासाठी होतं. गृहपाठ करणं शाळेतल्या इतर शिक्षकांच्या समाधानासाठी होतं. अन्यथा, त्याला आता सगळी ठिकाणं सारखीच होती. खूप लांब असलेल्या हॉलमधले सगळे खांब काढून एक मोठा हॉल तयार केल्यावर तो जसा पोकळ भासेल, तसं त्याचं आयुष्य लांबलचक, पोकळ होऊन गेलं होतं.

त्याच्यात होत असलेले हे बदल आईला जाणवत नव्हते, असं नाही. रविवारच्या चित्रकलेच्या परीक्षेला त्यानं जे काही केलं, तेव्हाच त्याच्या मोडतोडीची तिला चांगली कल्पना येऊन चुकली होती.

सर गेल्यापासून तो दोन-तीन दिवस आजारात जीवनशक्ती गमावून बसलेल्या रुग्णाप्रमाणे संथ... शांत होता. आईनं त्याला काही समजावून वगैरे सांगण्याचा प्रयत्न मुद्दामच केला नव्हता. कारण, त्याच्या आयुष्यातला हा पहिलाच मृत्यू होता. मृत व्यक्ती त्याची आवडती होती. मनावर परिणाम होणं स्वाभाविक होतं. त्या धक्क्यातून तो लवकर सावरेल, अशी तिची कल्पना होती. किंवा चित्रकलेसाठी कोणा दुसऱ्या शिक्षकाची शाळेत नेमणूक होईल, त्यांचं नि ह्याचं सूत जमलं की हा नाडकर्णीसरांना आपोआप स्वत:हून विसरून जाईल.

रविवारी तिनं त्याला सकाळी लवकर उठवलं. तो उठला. त्याला चित्रकलेच्या परीक्षेची आठवण होती. सगळं आवरून तो परीक्षेसाठी न्यू कॉलेजवर गेला. दुपारी घरी परत आला. आईनं पेपर्सची चौकशी केली. त्यानं 'बरे गेले', असं काहीतरी उडवाउडवीचं उत्तर दिलं.

अन् पहिला येणं तर दूरच, रिझल्टमध्ये त्याचा नंबरच नव्हता!

विचारलं, तर ह्यानं सांगितलं– स्मरणचित्र काढायला सांगितलं होतं. ह्यानं नाडकर्णीसरांच्या अंत्यदर्शनाचं चित्र काढलं होतं!

म्हणजे, अंत्यदर्शनाचं असं त्याला सांगता आलं नव्हतं; पण त्यानं जे वर्णन सांगितलं होतं, त्यावरून तिनं ते ओळखून घेतलं होतं. तिला त्याची काळजी वाटायला लागली होती.

दिवसेंदिवस त्याच्या मनावरचा परिणाम पुसला जाण्याऐवजी अधिकच गडद होऊ लागला, तशी ती धास्तावली. हरप्रयत्नानं त्याला त्या विचारांपासून दूर करायला धडपडू लागली. पण तिला त्यात यश आलं नाही.

एकदा शाळेतून निरोप मिळाला. सरांनी भेटायला बोलावलं आहे. ती धडधडत्या अंत:करणानं गेली. समोर काय वाढून ठेवलं आहे, म्हणून बेचैनच होती.

निरोप हेडमास्तरांचा होता. म्हणून ती थेट त्यांच्याकडेच गेली. तिला पाहताच त्यांनी तिला बसण्याची खूण करीत हातातलं पेन शरणागती स्वीकारल्यासारखं खाली आडवं ठेवलं. डोळ्यांवरला जाड भिंगांचा चष्माही पेनशेजारीच सरेन्डर केला. मग गंभीर स्वरात विचारलं, ''बोला, काय काम आहे आपलं?''

ती आधी बुचकळ्यात पडली की, या माणसानं निरोप धाडून आपल्याला बोलावून घेतलं नि हे काय? मग तिच्या लक्षात आलं, आपल्याशिवाय बरेच पालक स्वत:हून हेडमास्तरांना निरनिराळ्या संदर्भांत भेटायला येऊ शकतात.

''मी- संकेत जोशीची आई.'' ती शांतपणे म्हणाली.

हे कसं शक्य आहे, अशा थाटात त्यांनी एकदा तिच्याकडे पाहिलं. मग, तिचं पांढरं कपाळ, मंगळसूत्रावाचूनचा ओका गळा त्यांच्या ध्यानात आला. सुस्कारत त्यांनी बेलचं बटण दाबलं. बाहेरचा दाणगट शिपाई नम्र होऊन आत आला.

''अरे, पाचवीतला तो संकेत जोशी आहे ना, त्याचं दप्तर घेऊन ये.''

शिपायानं मान डोलावली. तो लगोलग जायला निघाला. ''आणि हे बघ. त्याला नको आणूस. काय?'' त्यानं पुन्हा मान हलवली. दारापर्यंत पोचत असतानाच सरांनी आज्ञा केली.

"चित्रे सरांनाही सांग. म्हणावं, पाच मिनिटं येऊन जा. संकेत जोशीची आई आलीय.''

शिपाई दारात थांबून राहिला. तर ते खेकसले,

"अरे, जा की! बघत काय राहिलास ठोंब्यासारखा?''

तो जाताच, सरांनी गंभीरपणे आपले म्हातारे डोळे तिच्यावर रोखले.

"क- कोणाची काही तक्रार आहे का?'' अस्वस्थ होत तिनं विचारले.

"संकेत त्रास देतो का? अभ्यास करीत नाही का?''

"जोशीबाई, त्याच्या वागण्याबद्दल तक्रार नाही कोणाची. चांगला मुलगा आहे तो.''

"मग?''

"सांगितलेला अभ्यासही करतो. पण ठीक आहे. चित्रेसर सांगतील काय ते!''

"हे चित्रे म्हणजे?''

"नाडकर्णींच्या जागी आम्ही त्यांची नेमणूक केली आहे.''

शिपाई संकेतचं दप्तर घेऊन येईपर्यंत ती सुन्न बसून राहिली. दप्तरापाठोपाठ चित्रेसर हातात एक मोठा खाकी लिफाफा घेऊन आत आले. त्यांनी एकदा दोघांकडे पाहून घेतलं.

"या चित्रेसर, बसा. या संकेत जोशीच्या आई. सांगा, काय सांगायचं ते.''

"जोशीबाई, तुम्ही कधी आपल्या मुलाच्या वह्या पाहिल्या आहेत का?'' तिच्याकडे रोखून पाहत चित्र्यांनी विचारलं.

तिनं नाही म्हणून मान डोलावली.

"मग पाहून घ्या एकदा!''

छातीतली धडधड मुळीच कमी झाली नव्हती. अपराध्यासारखं वाटत होतं. थरथरत्या हातानं तिनं त्याचं दप्तर उघडलं. आतल्या वह्या काढल्या. एक एक वही चाळू लागली.

मोत्यासारखं सुंदर, दाणेदार अक्षर, स्वच्छ टापटीप लिखाण. 'प्रश्न', 'उत्तर' खाली रंगीत रेघा. दोन उत्तरांमध्ये एक ओळ सोडून तिथे उत्तर

संपल्याची खुणेची रेघ.

व्यवस्थितपणाच्या बाबतीत अगदी हरीषवर होता तो. त्यालाही कसं सगळं जिथल्या तिथं लागे. कसंतरी उरकून टाकणं त्याच्या स्वभावातच नव्हतं. एक संसार तेवढा चार-पाच वर्षांनं घाईघाईनं उरकून टाकला होता, तेवढंच त्याच्या व्यवस्थितपणाला गालबोट!

"शेवटी-शेवटी पहा. सुरुवातीला वह्या छानच आहेत."

भराभर पानं उलटत ती शेवटच्या तारखांकडे सरकली. एका प्रश्नोत्तरावर तिची नजर खिळून राहिली.

प्रश्न : तुम्ही दिवाळीची सुट्टी कशी घालवता? दिवाळीच्या चारही दिवसांच्या महत्त्वाच्या आधारे थोडक्यात लिहा.

उत्तर : आई दिवाळीत चारही दिवस बाबांच्या आठवणीने रडते. कारण, आमचे बाबा तेलाच्या आगीत जळून देवाघरी गेले, तेव्हा दिवाळीच होती! मला तर आता दिवाळी आवडतच नाही. कारण, या दिवाळीत मी नाडकर्णीसरांना छान-छान भेटकार्ड तयार करून देणार होतो. पण त्याआधीच तेही देवाघरी गेले आहेत!

भकास होत तिनं चित्रेसरांकडं पाहिलं.

"वाचलं? त्याच्या प्रत्येक प्रश्नाचं उत्तर असं नाडकर्णीसरांच्या मृत्यूशी संबंधित आहे!" चित्रेसर म्हणाले.

काय बोलावं, तिला सुचेना. संकेतनं तिला पार अगतिक करून टाकलं होतं. "आता ही चित्रं पहा", असं म्हणून चित्रेसरांनी लिफाफ्यातली काही मोजकी चित्रं तिच्यासमोर ठेवली.

चित्र क्रमांक ९ : नागपंचमी

कोपऱ्यात संकेत हरीष जोशी. इ. ५ वी ब.

चित्रात एक धोतर-पागोटं-जाकीटवाला माणूस उताणा पडला होता. शेजारी दोन टोपल्या होत्या. इतर माणसं लांब उभी होती. आणि चित्रात नाग कुठेच नव्हता.

"हे - हे काय?"

"विचारलं त्याला मी", चित्रे सर शांतपणे म्हणाले. "त्यानं मला

चित्र समजावून सांगितलं. हा उताणा पडला आहे, हा गारुडी आहे. त्याच्या जवळचा नाग त्याला दंश करून पळून गेला आहे. म्हणूनच चित्रात कुठे तो दिसत नाही!'' आता मात्र तिला रडू येऊ लागलं.

संकेतनं प्रत्येक घटनेचा, प्रत्येक गोष्टीचा संबंध असा नाडकर्णीसरांच्या मृत्यूशी जोडण्याचा वेडेपणा करायला सुरुवात केली, तर कसं होणार? काय होणार या मुलाचं?

दुसरं चित्र जत्रेचं होतं. पाळणे, फुगेवाले वगैरे सगळं होतं चित्रात. पण एका कोपऱ्यात एक माणूस झोपलेला होता. त्याच्याभोवती रेघा-गोलांच्या साहाय्यानं भरपूर गर्दीचा भास निर्माण केला होता. ते काय आहे ते अचूक कळत होतं!

प्रचंड धक्का बसला तिला!

संकेतचा नाडकर्णीसरांवर जीव होता. पण त्यांचं जाणं त्यानं मनाला फारच लावून घेतलं होतं. त्यांचं ते अंत्यदर्शन त्याच्या कोवळ्या मनावर मोहोरबंद झालं होतं.

आणखी एका गोष्टीचा तिला त्याच वेळी उलगडा झाला.

झोपताना हल्ली तो उताणा झोपायचा. पाय सरळ ताठ असायचे. पांघरूण गळ्यापर्यंत असायचं. नि पांघरुणाच्या आत हात मुडपून छातीवर घेतलेले असायचे. त्याच्या चित्रातला प्रत्येक मृत मनुष्य याच लकबीत झोपला होता. नाडकर्णीसर गेले तेव्हा असेच झोपलेले असणार!

काय करावं? काय उपायांनी त्याच्या मनावरचे नाडकर्णीसर पुसले जातील? आपला हा एकुलता एक मुलगा.. जीवनाचा आधार! कधी माणसांत येईल हा? का हा परिणाम दिवसेंदिवस असाच वाढत जाणार, नि...

''जोशी बाई'', हेडमास्तर मवाळपणे म्हणाले, ''तुमची मन:स्थिती जाणू शकतो मी. नाडकर्णीसर गेले, ही गोष्ट त्यानं मनाला फार लावून घेतली. तक्रार करण्याचा आमचा हेतू नाही. पण तुम्हाला काय चाललं आहे ते कळावं, म्हणून बोलावून घेतलं मी. आम्ही प्रयत्न करतो आहोतच. त्याच्याशी तसं कोणी वागत नाही. पण... तुम्हीही जरा प्रयत्न करा. त्यानं हे विसरायला हवं. इतर अभ्यासात रस घ्यायला हवा. चित्रेसर त्याला आनंदानं

चित्रकला शिकवायला तयार आहेत. पण तो यायला हवा.''

तिनं त्या वेळी त्यांच्या सगळ्या म्हणण्याला संमती दर्शवली. पण नंतर विचार करताना त्यातला कठीणपणा तिच्या लक्षात आला.

त्याला सतत कशाततरी गुंतवून ठेवायला हवा!

पण एखाद्याची शारीरिक गुंतवणूक ठरवून करता येते; मानसिक कशी करणार? समजा, त्याला उदबत्त्या वळायला मदतीला घेतलं. तो येईल. त्याचे हात कामात मग्न राहतील. मेंदू त्याच्या त्याच्या पद्धतीनं विचार करायला मोकळा राहणारच ना?

आणखी एका प्रश्नानं तिचा मेंदू पोखरायला नव्यानं सुरुवात केली होती.

नाडकर्णीसर गेले, या मुलानं मनाला इतकं लावून घेतलं.

उद्या आपण गेल्यावर ह्याचं काय होईल?

नाडकर्णीसर परके होते. चारसहा महिन्यांसाठीच त्यांचा संकेतशी संबंध आला होता. ही त्याची सख्खी आई होती. त्याच्या नात्यातलं, रक्ताचं असं तेवढं एकच माणूस. तिचं जाणं त्याला कसं सहन होऊ शकलं असतं?

तिची काळजी बरोबर होती.

संकेत आता आठवीत गेला होता. नाडकर्णीसर गेल्याला उणीपुरी तीन वर्षं उलटून गेली होती. आणि त्यांना आता तो विसरून गेला होता. म्हणजे त्यांची त्याला आठवण यायची, पण पूर्वीसारखं व्याकूळ व्हायचा नाही.

या तीन वर्षांत एक मात्र झालं होतं. अभ्यासात तो फारसं नेत्रदीपक यश कधीच कमावू शकला नव्हता. आणि चित्रकलेशीही त्यानं फारकतच घेतली होती. पूर्वीसारखा चित्रं काढण्याची ऊर्मी त्याला येत नव्हती. त्या विषयात त्याचा पहिला नंबर अजूनही कायम होता; पण करता आली असती तेवढी प्रगती त्यानं मुळीच केली नव्हती. चित्रेसरांना त्याच्या या अंगाची चांगली जाणीव होती. त्याची पूर्वीची चित्रं त्यांनी मुद्दाम अभ्यासली होती.

त्यांतले जन्मजात सिद्धहस्त गुण त्यांनी ओळखले होते. म्हणूनच नाना प्रकारे त्यांनी संकेतला प्रोत्साहन देण्याचे प्रयत्न केले होते. त्याच्याशी दोस्तीचे संबंध वाढवण्यासाठी जंगजंग पछाडलं होतं. पण त्यांना अपेक्षित यश आलं नव्हतं. संकेतला चित्रेसर आवडले होते. त्यांच्याबद्दल त्याच्या मनात आदर निर्माण झाला होता. पण मुळातच, नाडकर्णीसर नि चित्रेसर ह्यांच्या रंगसंगतीत, शिकवण्याच्या पद्धतीत फरक होता. नाडकर्णीसर शिकवायचे नाहीत; पूर्ण स्वातंत्र्य देऊन मुलाच्या मर्यादा, त्याचा रंगाचा कल वगैरे अजमावून घ्यायचे. मग त्याच्याच पद्धतीत काय काय सुधारणा करून त्याची कला, आपला पगडा त्याच्या स्टाइलवर न बसता, निर्दोष करता येईल, हे ते पाहायचे. त्यामुळे, संकेतला अनिर्बंध पद्धतीची सवय झाली होती. चित्रेसरांची हुकुमशाही पद्धत त्याला मानवायची नाही आणि दुसरं महत्त्वाचं म्हणजे, नाडकर्णीसर गेल्यापासून त्याचं चित्रकलेतलं स्वारस्यच नाहीसं झालं होतं. चित्रेंना वाईट वाटू नये, त्यांचा अपमान होऊ नये, म्हणून तो ते सांगतील तशी चित्रं काढायचा इतकंच. त्याचा फायदा झाला नसेलच, असा त्याचाही दावा नव्हता. एखाद्याला व्यायामाची आवड नसेल आणि सक्तीनं कोणी त्याच्याकडून रोज व्यायाम करवून घेतला, तर आवडीशी संबंध न ठेवता शरीर बलदंड होणारच!

चित्रेसरांनी संकेतनं परीक्षा द्याव्यात, म्हणूनही खूप प्रयत्न करून पाहिले. पण परीक्षा द्यायला मात्र त्याने ठामपणे नकारच दिला.

आईचं संकेतवर फार बारकाईनं लक्ष होतं. त्याच्यातले बदल तिला कळत होते. त्यानं येत असून चित्रकला सोडली, याचं तिला दुःख होतं; पण त्याहीपेक्षा, आपला मुलगा नाडकर्णींना विसरून पुन्हा माणसात आल्याचा आनंद जास्त होता.

तो शाळा सुटली की घरी यायचा. हातपाय धुऊन फ्रेश व्हायचा. जवळच एक शाखा होती. तिथे खेळायला जायचा. घरी परतायला साडेआठ-नऊ वाजायचे. सकाळनंतरची मायलेकाची पहिली भेट तेव्हा व्हायची. सकाळी सहाला उठून तो सगळं आवरून अभ्यासाला बसायचा, तेव्हा आई कामासाठी बाहेर पडायची.

पण एक बरं होतं; शाळेत बऱ्याच शिक्षकांचा तो लाडका होता.

त्यामुळे शाळेत त्याच्याकडं व्यवस्थित लक्ष दिलं जायचं. संस्कारांची गरज संघशाखेमुळे आपोआप भागत होती.

संघाला कोणीही, कितीही नावं ठेवोत; समाजावर चांगले संस्कार करण्याचं कार्य संघानं केलं आहे, हे कोणालाही मान्य करावं लागेल. या लोकांची निष्ठा, सेवावृत्ती वादातीत. कुठे पूर येओ, भूकंप होओ, मदतीची गरज असेल तिथे हे 'अर्धी चड्डी'वालेच पुढे असतात. गुडघा गुडघा चिखलात उतरून पूरग्रस्तांना मदत करण्यात त्यांना कमीपणा वाटत नाही. कारण, परीटघडीची 'धोतरं' वा 'पॅन्टी' सावरण्याची त्यांना गरज नसते ना! चकाट्या पिटत, गल्लीतली दादागिरी वाढवत बकालपणे मोठं होण्यापेक्षा संघात जाऊन अंगात रग नि ताकत निर्माण करणारे खेळ खेळून, चांगले संस्कार मनावर होत सुसंस्कृतपणे मोठं होणं केव्हाही चांगलं!

संकेतच्या बाबतीत नेमकं तेच होत होतं. योग्य वयात त्याच्यावर फार चांगले संस्कार होत होते. राजेन्द्रकुमारने 'ये आँसू मेरे दिल की जुबान है' या गाण्याच्या वेळी साडेसात वेळा जुल्फं कुरवाळली का बारा वेळा नाक चोळलं, असल्या गोष्टींपेक्षा त्याला तानाजीच्या दांडपट्ट्यात रस वाटू लागला होता. अभिमन्यूवरच्या अन्यायानं त्याला वाईट वाटू लागलं होतं. धर्मवीर संभाजीराजेंना हालहाल करून मारणाऱ्या औरंगजेबाच्या नरडीचा घोट घेण्यासाठी त्याचं रक्त सळसळू लागलं होतं.

हाच ताठपणा, स्वाभिमान त्याच्या रक्तात होता, नि आता तो चांगला वाढीस लागला होता. म्हणूनच त्यानं अभ्यासात फारशी प्रगती दाखवली नाही, चित्रकलेच्या बाबतीत माघार घेतली, तरी आई त्याच्यावर खूष होती. त्याची बुद्धी हे त्याच्या अधोगतीचं कारण नव्हतं. तो तल्लख होता. म्हणजे दहावी, अकरावीच्या वेळी परीक्षेचं महत्त्व लक्षात आलं, की आपोआपच तो अभ्यासात लक्ष घालणार होता. चांगलं यश मिळवून तिच्या कष्टाचं चीज करणार होता. खूप शिकून, चांगली नोकरी मिळवून आईला विश्रांती देणार होता. मग तिला छानशी गोरीगोरी सून येणार होती. 'सासूबाई-आई' करून ती तिच्या पुढे पुढे करणार होती. तिच्या तोंडून शब्द निघताच तिच्या आज्ञांचं पालन होणार होतं. एकदा नातवाचं तोंड पाहिलं, की मग ती

हरीषला भेटायला जायला मोकळी होती!

तिच्या स्वप्नांचे रथ असे बेलगाम उधळत असतानाच काळाची पावलं मात्र संथपणे, पण निश्चितपणे तिच्या स्वप्नांच्या विरुद्ध दिशेनं पडत होती. निराळंच काहीतरी जोशीकुटुंबाच्या नशिबी होतं!

संकेत शाखेतून घरी परतला. त्याच्या जोडीला शाखाप्रमुख दत्ता देशपांडेही होता. संकेत शाखेत जायला लागल्यापासून त्या दोघांची चांगली गट्टी जमली होती. थोडं लांबून पडलं तरी दत्ता गप्पा मारीत संकेतच्या घरावरनं जायचा. संकेतच्या आईला बरं नाही कळलं, म्हणून चौकशीसाठी तो आज आत शिरला. आईला जरा बरं वाटत नसावं, हे गेल्या तीन-चार दिवसांतच संकेतच्या लक्षात आलं होतं. रात्री तिला शांत झोप नसायची. मध्येच कण्हायची. सारखी घशात धुमसल्यासारखी ठसकायची. खोकला अनावर झाला तर उठून बसायची. खोकून खोकून जीव बेजार व्हायचा.

संकेतनं लक्षात येताच चौकशी केली होती. तर ती म्हणाली, काही विशेष नाही, जरा खोकला झाला आहे इतकंच. त्यानं आग्रह केला होता, पण डॉक्टरकडे जायला तिनं साफ नकार दिला होता. अशा साध्यासाध्या गोष्टींसाठी कोणी डॉक्टरकडे जातं का, म्हणून त्याला वेड्यात काढलं होतं. गूळ, हळद, साखर, जिरे असे तिचे घरगुती उपचार चालू होते.

संकेतनं यापूर्वी कधी आईला आजारी पडलेलं पाहिलं नव्हतं. त्यामुळे तो अस्वस्थ झाला होता. पण आजार गंभीर असेल, अशी शंकाही त्याच्या मनाला शिवली नव्हती. दोघांचे दिनक्रम व्यवस्थित चालू होते. आई सगळी कामं नेहमीप्रमाणे उरकत होती. त्यामुळे, गांभीर्य त्याच्या लक्षात आलं नव्हतं. आणि आईनं 'काही विशेष नाही' म्हटल्यावर आठवी-नववीतल्या मुलाला काय शंका येणार?

दत्ता आणि तो घरात शिरत असतानाच आईच्या खोकल्याचा आवाज त्यांच्या कानावर पडला. संपूर्ण अन्ननलिका खरवडून काढल्यासारखी ती खोकत होती. आत जाऊन पाहतात, तर आई भिंतीला टेकून बसलेली. खोकून खोकून चेहरा लालबुंद झालेला, नि डोळ्यांतून पाणी वाहतंय.

खूप प्रयत्न केल्यावर तिचा खोकला आटोक्यात आला. भेदरलेल्या चेहऱ्यानं आपल्याकडे पाहणाऱ्या संकेतकडे पाहून ती क्षीणसं, पण आश्वासक हसली. थकल्या स्वरात म्हणाली,

"आज देशपांडे आलेत का तब्येत पाहायला? बसव तरी त्यांना."

दत्ता देशपांडे वयानं फार मोठा होता, असं नाही. पण तो बी.ए.ला होता. संकेतहून त्याचे अनुभव अधिक प्रगल्भ होते. निरनिराळ्या शिबिरांना उपस्थित राहून रोग्यांची सेवा वगैरे केल्याने, चिकित्सा केंद्रांतून काम केल्याने, त्याचा निरनिराळ्या रोगांच्या लक्षणांशी संबंध आला होता. म्हणूनच, संकेतच्या आईचा खोकला पाहून तो गंभीर झाला. त्याला निराळीच शंका भेडसावू लागली. तो तिचं नुसतं निरीक्षण करीत राहिला.

"काय देशपांडे, नेत्र-चिकित्सा शिबिर काय म्हणतंय तुमचं?" आईनं चौकशी केली.

"चांगलं झालं. बऱ्याच डॉक्टरांनी मदत केली. जवळजवळ सहाशे लोकांवर उपचार केले तीन दिवसांच्या शिबिरात." देशपांडेनं माहिती पुरवली. पण आईची चौकशी करण्याचं त्याच्या मनात खुटखुटत होतं. शेवटी त्यानं विचारलंच,

"आई, किती दिवस आहे हा खोकला तुम्हाला?"

"चार-पाच दिवस..."

"काहीतरीच काय आई?" संकेतनं म्हटलं, "सात-आठ दिवसतरी खोकतेयस तू..."

"नेहमी येतो?"

"बऱ्याचदा येतो न् जातो."

"ताप असतो का?"

"ताप? आई काही म्हणाली नाही तसं कधी. पण ती अंघोळ करते, त्या अर्थी नसावा!"

"आई, आत्ता आहे का ताप?"

ती नाही म्हणाली. पण संकेतनं पुढे होऊन तिच्या गळ्याला हात लावून पाहिला. फार नाही; पण नव्व्याण्णव-शंभरपर्यंत टेंपरेचर नक्की होतं.

"आई, नाही काय म्हणतेस? आत्ता शंभरपर्यंत तरी ताप आहे रे हिला. अन् आई, ताप होता तर अंघोळ कशाला केलीस गं आज?"

"संकेत, अरे किरकोळ ताप-खोकल्यासाठी पडून का राहू मी? उगाच बाऊ करू नका. दोन-चार दिवसांत खडखडीत बरी होईन मी." आई म्हणाली. पण त्याच वेळी आतून धुमसल्यासारखी उबळ आली. दोघांचे चेहरे चुकवत, खाली मान घालून ती खोकू लागली. संकेतनं प्यायला पाणी दिलं. पाठीवरून हात फिरवला. थोड्या वेळानं उबळ शांत झाल्यावर दत्ता म्हणाला,

"आई, जरा पडा तुम्ही. तापात काम करणं चांगलं नाही."

निघताना त्यानं संकेतला बाहेर येण्याची खूण केली. चौकात दोघं थांबले.

"संकेत, तसं काही घाबरण्यासारखं असेल, असं मला वाटत नाही." दत्ता त्याच्या पाठीवर हात ठेवत म्हणाला, "पण शंका नको. उद्या सकाळी मी तुझ्याकडे नऊ वाजता येतो. आईंना कामावर जाऊ देऊ नकोस. त्यांना आपण डॉक्टर करंदीकरांकडे घेऊन जाऊ."

"डॉ. करंदीकर?"

"हं, तुझ्या शाळेच्या रस्त्यावरच आहेत. उशीर झाला तर तुला परस्पर शाळेत जाता येईल."

"पण.. ते तर कसले तरी स्पेशालिस्ट आहेत."

"हो. चेस्ट स्पेशालिस्ट आहेत ते."

"दत्ता, आईला काय झालं आहे? खरं सांग, नाहीतर मला रात्रभर झोप नाही लागायची!"

"हे पहा संकेत, मला ते सांगता येत असतं, तर डॉ. करंदीकरांकडे जाण्याची काय गरज होती?"

"पण तुला कसली शंका येते?"

सांगावं का नाही, या विचारात दत्ता काही क्षण गप्प राहिला. मग चाचरत म्हणाला,

"संकेत, हा - हा खोकल्याचा प्रकार चांगला वाटत नाही. शिवाय

तापही आहे जोडीला.''

संकेत नुसतं रोखून पाहत होता. त्याचं समाधान होईपर्यंत बोलणं त्याला आवश्यक होतं.

''तसं काय, हल्ली एक कॅन्सर सोडला तर कोणताही रोग असाध्य नाही. कशावरही रामबाण इलाज आहेत. घाबरण्यासारखं काही नाही. आणि आईंचं अजून निदान व्हायचं आहे. माझ्या दुष्ट शंका खोट्याही ठरू शकतात. पण आपण हलगर्जीपणा नको करायला.''

''तिला काय झालं असावं, असं तुला वाटतं दत्ता? दमा? टी. बी.?''

''ट-टी. बी. ची शंका वाटते!'' संकेतची नजर चुकवत दत्ता म्हणाला, ''पण काही काळजी करू नकोस. करंदीकर फार चांगला माणूस आहे. आपला आहे. तुझी आई म्हटल्यावर तो स्वत:ची आई समजून तिला तपासेल. निदान करील. औषधं देईल. जाऊ उद्या आपण. मी येतानाच त्यांच्याकडे नंबर लावून ठेवतो. म्हणजे आईंना फार वेळ नाही थांबावं लागणार. आणि हे बघ, आपण नाही विचार करायचा. ते काम डॉक्टरांचं. उगाच काळजी करू नकोस. मी असं म्हणालो म्हणून आईंना सांगू नकोस. येऊ...?''

दत्ता निघून गेल्यावर संकेत जड पावलांनी घराच्या दिशेनं चालू लागला. प्रत्येक पावलाला आपलं लहानपण भराभर गळून पडतंय, झडतंय, नि मोठेपणाचा, कर्तेपणाचा बोजा आपल्या डोक्यावर चढतोय, असं त्याला वाटत होतं.

आई गेले चार-पाच दिवस खोकत होती. तिच्या खोकल्यानं संकेतची झोप चाळवत होती. मोडत होती. तिच्या पाठीवरून हात फिरवणं, तिला पाणी देणं, जिरे, खडीसाखर देणं, असं सगळं तो पाहत होता. ती शांत झाली की पुन्हा गाढ झोपी जात होता. पण आज त्याला झोप येतच नव्हती. अंधारात डोळे टक्क उघडे ठेवून तो जागा होता. डोक्यात विचारांचं थैमान होतं. उघड्या डोळ्यांसमोर दृश्यं तरळत होती.

हॉस्पिटल, खोकल्याने वळवळणारे, बरगड्या दाबून खोकणारे रोगी..

एक कॉट, त्यावर आई!

एक कॉट. त्यावर आई.

शांत.

शेजारी डॉक्टर.

कानाशी म्हणतायत,

"सॉरी.. व्हेरी सॉरी! तिला आत कोणत्याच उपचारांची गरज नाही!"

एक नर्स पुढे येते.

आईच्या नाकात कापसाचे बोळे!!

"चला, चला. झालं का?"

"झालं. उचला."

"मुलगा कुठे आहे? त्याच्या हातात मडकं द्या."

"त्याला धरा रे कोणीतरी."

दारात तिरडी.

तिरडीवर आई.

शांत. कसली हालचाल नाही. काही नाही.

तरी करकचून बांधलंय.

तो एका कोपऱ्यात उभा. सगळं काही विसरून नजर आईच्या
चेहऱ्यावर स्थिर.

लोक आईच्या पाया पडतायत.

कोणीतरी त्याला पुढे आणतं.

"हं, पाया पड."

पाया पडताना जाणवतं,

हे पाया पडणं शेवटचं!

बिना आशीर्वादाचं!

इथून पुढे... आपण एकटे

"आई!"

दत्ता येतो. त्याचे खांदे धरतो. त्याच्या हातात मडकं देतो.

"चल, असं नाही करायचं. शहाणा ना तू...?"

"उचला..!"

"राम बोलो भाईऽ"

"राऽम!"

"आईऽऽऽ!"

"संकेत... काय झालं रे?"

आईच्या आवाजानं तो एकदम त्या दुष्ट कल्पनांमधून भानावर आला. उरावरचं दडपण उतरल्यासारखं वाटलं.

आहे, आई आहे!

"काही नाही आई. झोप लागली का पाहावं, म्हणून हाक मारली."

क्षणार्धात तिच्या लक्षात आलं.

अंधाराचा फायदा घेऊन आपण झोपेचं सोगं घेऊन त्याला फसवतो आहोत. तोही तेच करतोय!

तिला आपल्या दुखण्याची कल्पना येऊन चुकली होती. त्याला ती येऊ नये म्हणून करंदीकरांकडे जाणं तिला टाळायचं होतं. पण संकेत ऐकायलाच तयार नव्हता. देशपांडेनं त्याला काहीतरी जाणीव करून दिलेली असावी. काय म्हणाला देशपांडे, तर ते काही सांगत नाही. नुसतं आपलं उद्या सकाळी आपण करंदीकरांकडे जाऊ!

कालपर्यंत आपण त्याचे पालक होतो. आजपासून ही सूत्रं त्याच्या हाती गेली. लहान वय, नि ही जबाबदारी!

कशी पेलणार ह्याला?

"संकेत..."

"हं?"

"जागा आहेस रे...?"

"हं. का गं? काही हवंय का तुला?"

"नाही. मी म्हणते. करंदीकरांकडे जायची काय आवश्यकता आहे?"

"..."

"मोठा माणूस तो. देशपांडेंची ओळख आहे म्हणून आपण त्याला का त्रास द्यायचा?"

"आई, तू तसं मनात येऊ देऊ नकोस. आपण कोणाचेही उपकार घेणार नाही आहोत!"

"म्हणजे काय रे?"

"उद्या नाही. पण त्यांची सगळी बिलं मी देणार आहे!"

"कशी रे?"

कशी?

त्याच्याजवळ तरी आत्ता या प्रश्नाचं उत्तर कुठे होतं?

"दत्ता मला त्यांच्या कार्यालयात नोकरी देणार आहे!"

"तुला?"

"हो."

"संकेत..."

"शाळा नाही बुडवणार मी. दुपारी चार ते आठ जाणार आहे. दीडशे रुपये मिळतील."

तिचे डोळे भरून आले. श्वास छातीत कोंडला. मनाशी म्हणत होती.

'अरे, आठवीतला मुलगा तू. आणि किती गंभीरपणे नोकरीचं बोलतोस? आज हरीष असता तर तुझ्यावर ही पाळी कधीच आली नसती. त्याला फार हौस. आपल्या पोरानं शिकावं. मोठं व्हावं. त्याच्या यशानं आपण धन्य व्हावं. तुझ्या चित्रकलेचं फार कौतुक केलं असतं त्यानं. तुला हवे ते रंग आणून दिले असते. कोणा चित्रकाराकडे घेऊन गेला असता.

'आणि आता तुझ्यावर ही पाळी आली. मला डॉक्टरकडे नेण्याची. तेवढ्यासाठी तू नोकरी करणार!'

'त्या गुणी पोराच्या खांद्यावर पडणारं जबाबदारीचं, काळज्यांचं ओझं पाहून तिचं हृदय थिजून गेलं. त्याचं मुळीच ऐकायचं नाही, असं तिनं मनोमन ठरवून टाकलं.

'ते काही नाही. मी जिवंत आहे तोपर्यंत तुला लहानच राहायला हवं. मी औषधं घेईन. बरी होईन. कामं करीन. तू आपला मोठा हो. उद्या मरणाच्या दारी उभं असताना जिवाला हा घोर नको, की या पोराचं आता कसं होणार? तिथे हरीष भेटला, तर त्याला अभिमानानं सांगता आलं

पाहिजे.

'बाबा रे, तुझ्या पोराची जबाबदारी माझ्यावर सोपवून तू निघून आलास. मी माझी जबाबदारी पूर्ण केली! बघ, तुझा संकेत खूप शिकला आहे. त्याला छान नोकरी मिळाली आहे. सगळं लागी लावून आले त्याचं.'

अन् त्याच वेळी संकेत मनाशी म्हणत होता,

'काय वाट्टेल ते होओ. शिक्षण सोडून द्यावं लागलं तरी चालेल! दिवसरात्र मेहनत करून पैसा मिळवावा लागला तरी हरकत नाही. पण आईला आता कामं करू द्यायची नाहीत. घरी बसून उदबत्त्या वळू दे पाहिजे तर. मी पैसा मिळवीन. तिला पूर्ण बरी करीन.

'आई! अगं,तुझ्याशिवाय मला कोण आहे गं?

'तू गेलीस तर... तर

छे! आपल्याला नाहीच जगायचं तिच्याशिवाय!

'आई, काय वाटेल ते झालं तरी तुला यातून बरं झालंच पाहिजे. तुझ्या संकेतसाठी तुला जगलंच पाहिजे!'

आईची कुरकुर चाललीच होती. पण बरोबर नऊ वाजता देशपांडे आला. आल्याआल्या त्यानं नंबर लावून, डॉक्टरांशी बोलून आल्याचं सांगितलं. मग तिचा इलाज चालेना. त्यांच्याबरोबर जायला ती निमूटपणे तयार झाली.

दवाखान्यात खूप गर्दी होती. त्यांचा नंबर पाचवा-सहावा होता. म्हणून आईला नंबरला बसवून संकेतनं दत्ताला बाहेर काढलं. गॅलरीत दोघं गप्पा मारीत उभे राहिले. संकेतला दत्ताला काही सांगायचं होतं आणि ते बोलताना त्याला आई तिथे हजर नको होती.

"करंदीकर फार चांगला माणूस आहे संकेत. बिहारला पूर येऊन रोगराई पसरली, की हा पठ्ठ्या रोजचं हजारो रुपयांचं उत्पन्न सोडून तिकडे निघून जातो. महिना-महिना तिथे राहून रोग्यांची विनामूल्य सेवा करतो. रॅकेट तयार करून पेशंटला लुबाडण्याच्या काळात करंदीकरांसारखा माणूस असणंच कठीण!"

"रॅकेट म्हणजे?"

"म्हणजे, डॉक्टरांचा एक संलग्न ग्रुप. या ग्रुपमध्ये कान, नाक, घसावाला एक डॉक्टर असतो. एक रक्त, लघवी, थुंकी तपासणारा असतो. कोणी डोळ्यांचा, तर कोणी दातांचा असतो. एकाकडे पेशंट आला, की त्याची आर्थिक परिस्थिती विचारात घेऊन हे त्याला निरनिराळ्या डॉक्टरांकडे उगाचच पाठवतात. रक्त तपासून घ्या. छातीचा एक्सरे काढा. काय वाटेल ते सांगतात. पेशंटला काहीच कळत नसतं. डॉक्टर सांगेल त्याप्रमाणे तो करीत असतो!"

"करंदीकर कोणत्याच रॅकेटमध्ये नाहीत?"

"छे! बघशीलच तू. एकदम सात्त्विक, सज्जन माणूस आहे. मी आई-बद्दल बोलून ठेवलं आहे. ते आपल्याकडून कोणत्याही प्रकारची तपासणीची फी घेणार नाहीत!"

ते ऐकून संकेतला संकोचल्यासारखं झालं. गोरामोरा होत तो म्हणाला, "दत्ता, तुझा गैरसमज होणार नसेल तर एक सांगतो. तेवढ्यासाठीच बाहेर बोलावून घेतलं मी तुला."

"काय रे, सांग ना!"

"हे बघ, आईला हे आवडणार नाही, नि मलाही चोरट्यासारखं होईल! ते इतरांकडून तपासणीची फी घेतात, तशीच माझ्याकडूनही त्यांना घेऊ दे. फारतर थोडी कमी करा म्हणावं."

"अरे, असं का पण? ते एक पैसाही फी न घेता..."

"नको दत्ता! बाबा गेल्यापासून कोणाचेही उपकार न घेता, मानानं जगली आहे आई. आता कशाला तिला कष्टी करायचं?"

"बरं.. बघतो मी. त्यांना सांगतो." विचारात पडत दत्ता म्हणाला, "तुझा मुद्दा आला लक्षात माझ्या. पण हे अजबच आहे. मोठमोठी पैसेवाली माणसंही ओळखीचा फायदा घेऊन फुकटात तपासणी करवून घेतात. आणि तुम्ही?"

"राग आला का दत्ता तुला? पण.. पण या अटीवरच आई दवाखान्यात यायला तयार झाली आहे. नाहीतर ती नकोच म्हणत होती."

''पण समज, दोन-तीन महिने ट्रीटमेंट घेण्याची पाळी आली, औषधं विकत आणावी लागली, तर काय करणार तुम्ही?''

''त्या बाबतीत तू मला मदत करू शकतोस.''

''काय करू?''

''संघाच्या कार्यालयात पत्रव्यवहार, हिशेब असं बरंचसं काम असतं. आपले शहरशाखाप्रमुख गोविंदराव वझेच या कार्यालयाचे अध्यक्ष आहेत. त्यांना परिस्थितीची कल्पना देऊन मला संध्याकाळी पार्टटाइम नोकरी मिळवून दे. त्या पैशातून मी आईचा सगळा खर्च करीन.''

दत्ता कष्टी मुद्रेनं खालची रहदारी न्याहाळत राहिला. त्याच्यासमोर बरेच प्रश्न होते. एकतर, संकेत नोकरी करण्याइतका मोठा नव्हता. त्याचं शिक्षणही अर्धवट होतं. आणि महत्त्वाची गोष्ट म्हणजे, गेल्याच महिन्यात वझेसरांनी एका अत्यंत गरजू मुलीला त्या जागी नेमलं होतं. तिच्या आईचे पाय बाळंतपणात गेले होते. वडील म्युनिसिपालटीत नोकरीला होते. त्यांचा पगार परस्पर दारूची उधारी फेडण्यात उधळला जायचा. आणि घरात तिच्या पाठोपाठची चार भावंडं होती. साऱ्या घरात या मुलीच्या नोकरीचाच काय तो आधार होता. ''का रे, नाही मिळणार का मला नोकरी?'' आशाळभूत स्वरात संकेतनं विचारलं.

दत्तानं त्याला वस्तुस्थिती समजावून सांगितली. मग म्हणाला, ''आपली अडचण आहे. आपल्याला नोकरीची गरज आहे, हे खरं आहे. संकेत, वझेसर माझ्या चांगल्या परिचयाचे आहेत. मी शब्द टाकला तर ते काहीतरी करतीलही. पण त्या मुलीलाही तुझ्याइतकीच, किंबहुना जास्तच, त्या नोकरीची गरज आहे!''

संकेत हिरमुसला. त्याला अगदी खात्री होती, की कार्यालयात आपलं काम नक्की होणार! अर्थात, दत्तानं त्या मुलीच्या घरची परिस्थिती सांगितल्यानंतर तो तिला काढून मला ती नोकरी द्यायला सांग, असं म्हणणारं नव्हताच. त्याचा तो स्वभावच नव्हता.

''तूच सांग संकेत, तू सांगशील तसं करतो मी.'' तो रागावला आहे असं वाटून दत्ता म्हणाला.

"नाही नाही. त्या मुलीचं नुकसान करून मला नोकरी नको आहे दत्ता. मी मुलगा आहे. गरज पडली तर उद्या मी हमालीही करू शकतो. तिचं तसं नाही."

"हां. आपण चार-दोन जणांना सांगून कुठेतरी काम मिळेल असं पाहू. पण संकेत, पैशाच्या मागे लागून तू शिक्षण मात्र सोडू नकोस."

संकेतनं नकारार्थी मान डोलावून त्याची सूचना स्वीकारली. पण या क्षणी तो पैशाच्या नाही, आईला वाचवण्याच्या मागे लागला होता. पैसा हे तिला वाचवण्याचं माध्यम होतं. म्हणून पैसा मिळवणं अत्यावश्यक होतं. त्यासाठी शिक्षणाकडे पाठ फिरवावी लागली, तरी त्याच्या मनाची पूर्ण तयारी होती.

"चल, नंबर कुठपर्यंत आला पाहू." असं म्हणत संकेतनं आत डोकावून पाहिलं. तर आईच्या जागी दुसरंच कोणीतरी बसलेलं दिसलं.

"नंबर लागलेला दिसतो संकेत आईचा."

"आत जायचं का आपण?"

"थांब. मी डॉक्टरांना विचारतो."

दत्ता चेकिंग रूमचं दार उघडून आत डोकावणार, तोच आतून करंदीकरांनी सांगितलं, "बाहेरच थांब रे. मी हाक मारून बोलावून घेतो." पंधरा-वीस मिनिटं दोघंही न बोलता बाहेरच थांबते. तपासणी झाल्यावर डॉक्टर बाहेर आले. दत्ताला म्हणाले.

"ह्यांना घेऊन त्या संकेत जोशीला घरी जाऊ दे. तू थांब जरा."

संकेत आळीपाळीनं तिघांकडे पाहायला लागला. डॉक्टर काय सांगतात ते प्रत्यक्ष ऐकण्याची त्याची इच्छा होती. पण डॉक्टरांची तशी इच्छा नसावी.

संध्याकाळी साडेपाचला शाळा सुटल्यावर संकेत शाळेतून बाहेर आला, तेव्हा दत्ता त्याची वाट पाहत कोपऱ्यावर उभा होता. त्याच्या अंगावर शाखेचे कपडे होते. हातात दंडा होता.

"चल. म्हटलं, तुला घेऊनच जावं. घरी जाऊन तू लगेच शाखेतच येणार ना?"

"हो."

तो कशासाठी आला आहे, हे संकेतच्या लक्षात आलं होतं. करंदीकरांनी आईच्या तब्येतीबाबत त्याच्याशी सविस्तर चर्चा केली होती आणि ते सगळं संकेतला सांगण्याची अवघड कामगिरी त्याच्यावर सोपवलेली होती.

"काय, डॉक्टर काय म्हणतायत?" संकेतनं त्याच्या जोडीनं चालत विचारलं.

"संकेत, तू समजूतदार आहेस, तेव्हा मी जे सांगेन त्यानं खचून जायचं नाही. धीर सोडायचा नाही. काय? तूच उभारी सोडलीस, तर आईचाही धीर खचेल."

त्याचं प्रास्ताविक ऐकून आईच्या आजारपणाच्या गांभीर्याची संकेतला कल्पना आली होती. धीर खचू लागला होता. दुष्ट, अभद्र संकटांच्या चाहुलीनं मनाची कालवाकालव होऊ लागली होती. पण घराचं कर्तेपण त्याच्याकडे येऊ पाहत होतं. असं कर्तेपण आलं, की माणसाचं वय आपोआप वाढत जातं.

"काय असेल ते स्पष्टपणे सांग, दत्ता तू. काय म्हणाले डॉक्टर?" त्यानं गंभीर स्वरात विचारलं.

"आईंना... म्हणजे, अगदी हाताबाहेर गेलेली नाही केस, औषधपाणी केलं, फळं वगैरे खायला दिली... नीट लक्ष देऊन त्यांना विश्रांती दिली, तर त्या खडखडीत बऱ्या होतील. करंदीकर म्हणत होते.. तळेगाव हॉस्पिटलला मी चिठ्ठी देतो. त्यांना तिथे ठेवा. फार खर्च येणार नाही. सगळं नीट होईल त्यांचं."

"हॉस्पिटल..?"

"घरी तशी विश्रांती मिळत नाही ना!"

"समोर कामं दिसली की बाईमाणसाला राहवत नाही आणि टी. बी. हा संसर्गजन्य रोग असतो!"

टी.बी.!

दत्ताच्याही लक्षात आलं... रोगाचं नाव सांगायला आपण घाबरत होतो; माहिती देण्याच्या भरात ते सहज तोंडून बाहेर पडून गेलं.

पण बरं झालं एक प्रकारे!

'आपल्या आईला शेवटी टी. बी. झाला का?'

'म्हणजे, बरेच दिवस आईनं दुखणी अंगावर काढली असणार!

खाणंपिणं जगण्यापुरतं. दिवस-रात्र अविश्रांत काम.

'आपल्यासाठी आईनं अक्षरश: झीज सोसली!'

'टी. बी. झाला... आईला टी. बी. झाला!'

क्षणभर त्या शब्दांनी त्याच्या डोक्यात मुंग्या आल्या. चक्करल्यासारखं होऊन, तोल जाऊन आपण पडणार, असं वाटत असतानाच दत्तानं त्याचे खांदे धरले. त्याचं वजन स्वत:च्या अंगावर तोलून तो उभा राहिला.

संकेतनं आईचा कोणताही विचार न घेता, सगळं परस्पर केलं. आई चिडली, रागावली; पण हे सगळं करण्यामागे, आपली आई खूप दिवस जगावी हा त्याचा हेतू असल्याने, तिला निषेध म्हणून त्याच्याशी अबोलाही धरता आला नाही.

त्यानं आईला तिच्या आजाराची कल्पना दिली. अर्थात तिला कल्पना होती आणि करंदीकरांनी स्पष्टपणे तिला ते सांगून टाकलं होतं. संकेतचं म्हणणं होतं, तिनं तळेगावला जावं. दत्ताही म्हणत होता - ''रहा महिनाभर तिथे. संकेतची काळजी करू नका. मी त्याला माझ्या घरी नेईन. लहान भावासारखा त्याचा सांभाळ करीन.'' पण दत्ता काय नि संकेत काय... दोघंही तसे लहानच. अननुभवी. भावनेच्या भरात ते तिला हॉस्पिटलात रहा म्हणत होते. नाही म्हटलं तरी हजार-बाराशे रुपये लागले असते. संकेत कुठून मिळवणार होता ते? हॉस्पिटलात रहायला तिनं स्पष्टपणे नकार दिला. त्याच्या समाधानासाठी तिनं घरीच राहून विश्रांती घेण्याचं नि जमतील तेवढी औषधं घेण्याचं मान्य केलं. पण तिला माहीत होतं, हेही फार दिवस चालणार नाही. लवकरच पैसा मिळवण्याचे सगळे मार्ग संपतील. संकेतला परिस्थितीला शरण जावं लागेल. आपल्याला पुन्हा सगळी कामं धरावी लागतील.

धरावी लागतील म्हणजे, तिनं कामं सोडलीच नव्हती. संकेतनंच परस्पर हा उद्योग केला होता. प्रत्येकाकडे जाऊन, ''आई कामाला येऊ शकणार नाही'', म्हणून सांगून टाकलं होतं. सगळ्यांकडून झाल्या दिवसांचे हिशेब गोळा करून आणले होते आणि त्यातून तिची सगळी औषधं नि काही फळं आणून टाकली होती.

तिला अगदीच परावलंबी, रिकामं रिकामं वाटू नये, म्हणून उदबत्त्या वळण्याचं काम करायला तेवढी त्याची परवानगी होती; पण तेही घरी बसल्या बसल्या. माल स्वत: संकेत आणून टाकणार, उदबत्त्या पोचवून हिशेबही तोच ताब्यात घेणार, आल्या पैशांचं काय करायचं, तेही तोच ठरवणार.

अगतिक होऊन तिनं सगळ्या प्रकारांना मान्यता दिली होती, इतकंच. नाहीतर जगण्यासाठी या स्वार्थी जगात किती धडपड करावी लागते, किती ठेचा खाव्या लागतात, कसकसले अनुभव पदरी घ्यावे लागतात...ह्याची तिला चांगली कल्पना होती. जेमतेम बारा-तेरा वर्षांचा हा कोवळा मुलगा ही जबाबदारी कशी पेलणार, हे कोडंच होतं. पण त्यातल्या त्यात धीराची गोष्ट म्हणजे, तो अगदीच एकटा नव्हता. दत्ता त्याच्या जोडीला होता. संघाची काही चांगली माणसं पाठीशी होती.

संकेतनं मोठेपणानं सगळी जबाबदारी स्वत:कडे घेतली असली तरी वेळोवेळी तो आईला सल्ला विचारीत होता. तिचं ऐकत होता. नाहीतर त्याचं डोकं चाललंच नसतं.

विश्रांती म्हणजे काय, तर आईनं इतर कामं सोडून दिली होती. ते श्रम वाचले होते, पण त्याऐवजी तिनं उदबत्त्यांकडे लक्ष पुरवलं होतं. ओढाताण झाली तरी दोन वेळच्या पोटापाण्याचा प्रश्न अजून उपस्थित होत नव्हता.

संकेत शाळेत जायचा. उरल्या वेळात गावभर वणवण भटकायचा. शक्यता वाटेल तिथे नोकरीसाठी प्रयत्न करायचा. दत्तानंही ते कार्य जोरात चालू ठेवलं होतं. पण प्रत्येक ठिकाणी संकेतचं वय आड यायचं. कुठे त्याला नोकरी मिळण्याची शक्यता निर्माण व्हायची, पण अशा ठिकाणी शिक्षण आड यायचं. एक सिंधी कपडेवाला त्याला शिवणकामगार म्हणून ठेवून घ्यायला तयार झाला होता; पण पहिले सहा महिने त्याला पगार मिळणार नव्हता. एका हॉटेलात पोऱ्या म्हणून मिळत असलेली नोकरी करायला संकेत तयार झाला होता; पण आईनं त्याला कडाडून विरोध केला होता. आपल्या एकुलत्या एका पोरानं हॉटेलमालकाच्या लाथा, शिव्या खात जगण्यापेक्षा काम करून मरणं तिला अधिक सुखावह वाटत होतं. दिवस असे काही न करता वाया जात होते. नाही म्हणायला, रात्री तो आईला उदबत्त्या

वळायला मदत करी. तेवढाच त्याचा हातभार. नोकरीसाठी प्रयत्न मात्र जिद्दीने चालू होते. कित्येक ठिकाणी वाईट अनुभव येऊनही तो खचत नव्हता.

शाळा सुटली. डोक्यात विचारचक्र घेऊनच संकेत शाळेतून बाहेर पडला.

आज सकाळी दत्तानं त्याला 'सद्‌गुरुनाथ पुस्तक भांडार' ची जाहिरात दाखविली होती. त्यांना बरीच नवी मुलं भरती करायची होती. या 'सद्‌गुरुनाथ' चा मालक श्रीनाथ जावडेकर म्हणे हरीषचा म्हणजे संकेतच्या वडिलांच्या ओळखीचा होता. म्हणून संकेतनं त्यांच्याकडे नोकरी मागून पाहावी, असं दत्ताचं म्हणणं होतं. प्रयत्न करून पाहायला तरी हरकत नव्हती.

पाठीला दप्तर लटकावून तो 'सद्‌गुरुनाथ'च्या पत्त्यावर येऊन पोचला, तेव्हा दुकानात खूप गर्दी होती. काउंटरवर लोक निरनिराळी पुस्तकं मागत होते. समोर अनेक फडताळं होती, नि ती सगळी निरनिराळ्या आकारांच्या, रंगीबेरंगी कव्हर्सच्या पुस्तकांनी भरलेली होती. काउंटरच्या आतल्या भागातही जमिनीवर पुस्तकांचे गठ्ठे होते. नि गंमत म्हणजे, काउंटरला उभे असलेले विक्रेते गिऱ्हाइकानं मागितलेले कोणतेही पुस्तक अचूक काढून दाखवत होते. त्या दुनियेत प्रथमच प्रवेश करणारा संकेत भांबावून गेला; पण पुस्तकांवरची आकर्षित करणारी रंगीत चित्रं पाहून हरखूनही गेला. त्याला एकदम वाटू लागलं, आपण चित्रं काढण्याची सवय ठेवली असती, तर आज आपल्यालाही अशी मिश्र रंगांची चित्रं काढता आली असती.

आत जाऊन जावडेकरांना भेटण्याचं विसरून तो मांडणीवरची पुस्तकंच अधाशी नजरेनं पीत राहिला. बऱ्याच वेळानं कोणाचं तरी त्याच्याकडे लक्ष गेलं.

"शेवते, त्या मुलाला काय हवं विचार रे. मघापासून पुस्तकांपाशी रेंगाळतोय."

"नाही, तो नुसता चित्रं पाहतोय."

"बघ, नाहीतर पाहतापाहता एखादं पुस्तक लंपास करेल! या पोरांचं काही सांगता नाही येत. दे हाकलून बाहेर."

या संवादातलं एक अक्षरही संकेतच्या कानावर आलं नव्हतं. एका

बाजूला बालवाङ्मयाची पुस्तकं होती. चित्रांतले प्राणी हसत होते. रडत होते. एखादा सिंह गर्विष्ठ चेहर्‍याने मिशा पिळत होता. ससा भिऊन दडलेला होता. तावडीत सापडलेल्या उंदराकडे पाहून बोका 'आता- ?' अशा मिस्कीलपणे हसत होता आणि या सगळ्यात संकेत स्वतःला हरवून बसला होता. आपल्यावर असलेली जबाबदारी, आईचं आजारपण - सगळ्याचा त्याला विसर पडला होता. त्या क्षणापुरतं त्याचं बालपण त्याला परत मिळालं होतं.

"ए, काय पाहिजे?"

कोणीतरी दरडावणीच्या स्वरात विचारलं, तसा तो दचकून भानावर आला. विचारणार्‍याच्या तोंडाकडे पाहायला लागला.

"अरे, बोलता नाही येत का तुला?"

"य - येतं."

"काय पाहिजे, सांग की मग!"

"नोकरी!"

"तुला?" विचारणारा एकदम जोरजोरात हसू लागला.

"काय झालं रे शेवते?"

"अरे, हा नोकरी मागायला आला आहे!"

"कोण? हा?"

इतर पोरंही कुतूहलानं त्याच्याकडे पाहून हसायला लागली. कोणीतरी म्हटलं,

"पाठवायचं का आत? जाऊ दे. टकलू जाम वैतागेल."

"पाठव. अशीच पोरं ठेवा म्हणावं आता! साल्याला एवढा पैसा मिळतो, पण पगार कसे? पहिल्या वर्षी दरमहा साठ रुपये... दुसर्‍या वर्षी पंचाहत्तर... तिसर्‍या शंभर! या रेटनं जकात्याइतके जख्ख म्हातारे झाल्यावर आपल्याला घसघशीत पाचशे रुपये देईल हा!"

संकेतला त्यांचं बोलणं कळत नव्हतं, पण ते मालकाला उद्देशून बोलत होते, एवढं खरं.

"जावडेकरसाहेब आहेत का?"

"हा हा, आहेत! जा त्या खोलीत!"

"आणि हे बघ, सरळ सांग त्यांना - म्हणावं, मला काउंटरवर ठेवा!

"अन् पगार किती मागशील? दोनशे रुपये! हाऽ, सहा महिन्यांनी चारशे करा म्हणावं!"

सगळे आपली टिंगल करतायत, का आपल्याला योग्य सल्ला देतायत, तेच बिचाऱ्याला कळेना. तो आपला भांबावून त्यांच्याकडे टुकुटुकु पाहत राहिला.

"अरे जा नाऽ! चल, मी सोडतो तुला."

ज्याला सगळे शेवते शेवते म्हणत होते, त्यानं संकेतचा दंड धरून त्याला खोलीपर्यंत नेऊन सोडलं. पलीकडे उभा राहून तो त्याला 'जा आत जा', असं खुणावत राहिला.

शेवटी संकेतनं विचार केला - जास्तीत जास्त, जावडेकर संतापी स्वभावाचे असतील- नोकरी वगैरे काही नाही म्हणून हाकलून देतील! आत तर जाऊ. म्हणून त्यानं दरवाजा ठोठावला. आत लोटला.

खोली छोटीशी, पण अनेक उपयुक्त वस्तूंनी गच्च भरली होती. एका टेबलामागच्या खुर्चीत चकचकीत टक्कल असलेला माणूस बसला होता आणि कुतूहलानं तो संकेतकडेच पाहत होता.

"काय रे बाळ, काय हवं? अं? ये, आत ये."

संकेत टेबलासमोर जाऊन उभा राहिला. टेबल त्याच्या कमरेच्याही वर येत होतं.

"माझं नाव संकेत हरीष जोशी. मी आठव्या इयत्तेत शिकतो."

"अरे! हरिभाऊंचा मुलगा का तू? मी त्यांना चांगला ओळखत होतो. त्यांच्या बहिणीच्या लग्नासाठी मी त्यांना दोन हजार रुपये दिले होते."

"त्यांच्या पश्चात् आईनं फेडले ना ते?"

"हो." जावडेकरांना त्या चिमुकल्या मुलाचा प्रश्न आवडला नसावा.

"पण म्हणून प्रसंगी केलेल्या मदतीचं महत्त्व कमी होत नसतं बाळ. लहान आहेस हो अजून तू. तुला कळायचं नाही. बरं, ते असो. का आला होतास?"

समोरचा माणूस दुखावला गेला आहे, त्याला लगेच आपण सूड

उगवण्याची संधी देत आहोत, इतका संकेतला पाचपोच नव्हता.

"मला नोकरीची अत्यंत गरज आहे!" त्यानं आपलं सरळ सांगून टाकलं. जावडेकरांच्या चेहऱ्यावर विषारी हास्य पसरलं.

"नोकरी... अन् तुला? का रे बाबा? आईनं दुसरं लग्न केलं की काय तुझ्या?"

हेही एक नोकरी मागण्याचं कारण असू शकतं, हे त्याच्या बालमनाला स्पर्शूनही गेलं नव्हतं. ऐकून मेंदू झणणकन सणकला, पण आपली गरज लक्षात ठेवून तो मवाळ स्वरात म्हणाला,

"नाही. आई आजारी आहे. तिला औषधोपचार करायचे आहेत. पैशाची खूप गरज आहे."

"अरे! हरिभाऊची बायको आजारी आहे? काय होतंय तिला?"

"टी. बी!"

जावडेकरांनी चुकचुकत संकेतकडे पाहिलं.

"पण बाळ, आता गंमत बघ. मी तुला नोकरी देणार, त्या पैशावर आईचा इलाज करून तू तिला बरी करणार आणि म्हणणार, 'जावडेकरांनी उपकार नाही केले माझ्यावर! त्यांनी मला पगार दिला, त्याच्या दुप्पट काम केलंय दुकानात मी!'...आहे की नाही?"

"नाही नाही," तो रडवेला होत म्हणाला, "मी तुमचे उपकार जन्मभर विसरणार नाही!"

जावडेकरांच्या चेहऱ्यावर खलनायकी ढंगाचं विजयी हास्य पसरलं.

"हे पहा संतोष-"

"संकेत नाव आहे माझं."

"हां, तेच ते. तेरा-चौदा वर्षांच्या मुलाला आम्हाला कायद्याने नोकरीवर ठेवता येत नाही. पण तू इतकं म्हणतोस तर ये उद्यापासून. दुकान सकाळी आठला उघडतं. त्यापूर्वी येऊन तुला झाडलोट करावी लागेल. सगळ्या फडताळांवर, काउंटरवर फडकी मारायची. पिण्याचं पाणी भरून ठेवायचं. पडेल ते काम करण्याची तयारी आहे का?"

"आहे."

"मी अमकं करणार नाही, तमकं करणार नाही, हे लाड नाही चालायचे. दुपारी बाराला जेवायची सुट्टी होते. साडेतीनला परत हजर व्हायला पाहिजे. चार ते रात्री साडेआठ. काम असेल तेव्हा नऊ-दहापर्यंत थांबायची तयारी पाहिजे."

"मी...मी थांबेन."

"त्याचे लगेच जादा पैसे मागायचे नाहीत. सुट्या घ्यायच्या नाहीत. दुकानात काम करायचं असेल, तर शाळा सोडावी लागेल."

"मला कबूल आहे सगळं."

"ठीक आहे. पगाराचंही सांगून ठेवतो. पहिले पंधरा दिवस तुझं काम पाहून, पसंत पडलं तर तुला दरमहा चाळीस रुपये देईन!"

"चाळीस? मला असं कळलं होतं, तुम्ही सुरुवातीला दोनशे रुपये द्याल!"

"किती? दोनशे...?"

आपण स्वप्नातही कोणा नोकराला हा स्टार्ट देणार नाही, हे जावडेकरांना चांगलं माहीत होतं. या मुलाच्या तोंडून हा आकडा ऐकतानाही त्यांना दोनशे रुपये लुबाडले गेल्याइतकं दु:ख होत होतं. राग यायला लागला होता.

"निदान दीडशे तरी...'

"एऽ शेवते ऽ.." घंटीवर जोरात हात मारीत जावडेकर ओरडले. शेवते बाहेर उभा राहून त्यांच्यातलं बोलणं ऐकत होता. तो पटकन आत आला.

"या मुलाला रस्त्यावर फेकून दे! परत दुकानाची पायरी चढताना दिसला तरी दोन तोंडात मार!"

संकेत अवाक् होऊन पाहतच राहिला.

"गरिबीचाही माज असतो या भोसडीच्यांना! उपाशी दिसतोय म्हणून जेवायला वाढलं, तर मी साजूक तुपाशिवाय पोळी खात नाही म्हणून हा अडून बसणार! चल, बाहेर हो..."

संकेतला असलं बोलणं ऐकून घ्यायची सवय नव्हती. या हलकट माणसाला त्याच्या उर्मटपणाचा जाब विचारावा, त्याच्याशी जोरजोरानं भांडावं, असं त्याला वाटत होतं. पण संतापानं त्याचा मेंदू बधिर झाला होता. तोंडून

शब्द फुटायला तयार नव्हता. झालेल्या असह्य अपमानानं डोळे मात्र भरून आले होते.

"चल ए...चल!" शेवते त्याचा दंड धरीत म्हणाला.

संकेतनं हाताला हिसडा मारून आपला दंड सोडवून घेतला. रागारागानं तो दुकानातून बाहेर पडला. तो गेल्यानंतर जावडेकर मनातल्या संतापाला वाट करून देण्यासाठी शेवतेला आपण ह्याच्या वडिलांसाठी काय काय केलं, वगैरे सांगत राहिले. शेवते चेहऱ्यावर गंभीर हास्य कायम ठेवून, माना डोलावत त्यांचं बोलणं ऐकत राहिला. मनातल्या मनात खदखदून हसत तो म्हणत होता, 'टकल्या, बेट्या, तुला प्रत्येकानं असा दोनशे स्टार्टच मागितला पाहिजे. म्हणजे जुन्यांचे पगार तू पंचवीस पंचवीस रुपयांनी तरी वाढवशील!'

पाय नेतील तिकडे तो तरातरा चालत होता. आपल्या पाठीवर दप्तर आहे, त्याचे पट्टे रुतून दोन्ही खांद्यांना रग लागली आहे... आपण सकाळी जेवून शाळेत जाण्यासाठी बाहेर पडलो, त्यानंतर आपल्या पोटात अन्नाचा कण नाही, आपल्याला भूक लागली आहे... इतका उशीर झाला नि होणार आहे, हे आपण आईला सांगितलं नव्हतं, ती काळजीत पडली असेल, अजून कसा आला नाही, म्हणून दाराशी बसून राहिली असेल... कशाचंही भान नव्हतं त्याला. नजरेसमोर जावडेकरांचा चेहरा तरळत होता. कानांत त्यांचे शब्द घुमत होते. चालत होता तो आपला. रस्ता मागे पडत होता. घरं नाहीशी होत होती. दृश्यांचे चेहरेमोहरे बदलत होते.

पार नदीचा पूल ओलांडून तो एक्स्टेन्शला आला, तेव्हा त्याच्या लक्षात आलं, आपण तीन मैल चालून आलो आहोत!

झुळूझुळू नदी वाहत होती. पुलाच्या कमानीत फेसाळ पाणी अदृश्य होत होतं. नदीचा मंद गारवा हवेत होता.

बरं वाटलं. डोकं शांत झालं. पाच-दहा मिनिटं पुलाच्या काठावर बसल्यामुळे थकल्या पायांनाही विश्रांती मिळाली. मग तो कुतूहलानं गावाच्या नव्या विस्ताराकडे पाहू लागला.

नदीच्या इकडे जुनं गाव, तिकडे नवं.

रस्ते छान रुंद, गुळगुळीत. अंतराअंतरावर दिवे. करकरीत इमारतींचे ठोकळे पाह्यला कसं छान वाटत होतं!

तेवढ्यात त्याच्या कानावर मोठ्या घंटेचा तालबद्ध नाद पडला.

टण्-टण्...टण्-टण् या नादाची लय साधून वाजणाऱ्या टाळ्यांचा कडकडाट ऐकू आला. जोडीला कोणतं तरी ताल-वाद्यही होतं.

अरे! हांऽ, नदीकाठी तो कळस दिसतोय. ते नव्यानं बांधलेलं समर्थ मंदिर पाहुया तरी!

उत्साहानं तो खाली उतरला. दप्तर सावरीत पळत सुटला. घंटानादाच्या दिशेनंच जात राहिल्याने मंदिर कुठे आहे म्हणून कोणाला विचारावं लागलं नाही.

मंदिर पण अगदी प्रसन्न. मोठा मंडप. आतलं-बाहेरचं बांधकाम पांढरं शुभ्र. संगमरवरी. सभा-मंडपाच्या खांबांना विविधरंगी आरशांचे तुकडे लावलेले. वरच्या आढ्यालाही असेच, पण जरा मोठे आरशांचे तुकडे वापरून मोर, हंस असे पक्षी तयार केलेले. खाली हंड्या, झुंबरे. मधे मधे लोंबकळणारे पंखे.

समोर संगमरवरी गाभारा. गाभाऱ्यात संगमरवरात कोरलेलं चाफ्याचं विस्तीर्ण झाड.

झाडाखाली ओट्यावर बसलेली राजयोगी समर्थांची देखणी, भव्य मूर्ती. कमरेला जरीकाठी धोतर, गळ्यात कंठे, माळा, डावा पाय खाली सोडलेला, त्यावर उजवा पाय आडवा, एक हात कुबडीवर स्थिर. दुसऱ्या हातात स्मरणी. चेहऱ्यावर प्रसन्न, मिस्कील हास्य. कपाळावर दुरेघी गंधाची रेघ. उजव्या बाजूला आवाळू. मानेवार रुळणारे काळेभोर, वळणदार केस. संकेत क्षणभर देहभान हरपून त्या मूर्तीकडे एकटक पाहत राहिला. हळूच काडी पेटवल्यावर आसपासचा अंधार नाहीसा व्हावा, तसा मनातला अस्वस्थपणा हळूऽच नाहीसा होत त्याच्या मनात शांतीची निरांजनं तेवली. दोन्ही हात जोडून त्यानं श्री समर्थांच्या मूर्तीला नमस्कार केला. मग तो आरतीच्या बदलणाऱ्या ताला-लयीत हरवून गेला.

शब्द साधे...सोपे. चाल साधी, पण आकर्षक. ताल-वाद्यांची लय

घंटेच्या दुपटीत. टाळ्या-घंटेच्या तालात सगळ्यांचं म्हणणं एका स्वरात. बरोबर. वातावरणच इतकं पवित्र, चित्तवेधक, की आपले हात कधी टाळ्या वाजवू लागले, नि चित्त आरतीवर कधी एकवटलं, तेही त्याला कळलं नाही.

लोकांना तर त्याचं अस्तित्वच जाणवलं नाही. ते आपले आरतीत दंग होते-

आऽरति रामदासाऽऽ
गुरुवर्या सर्वेशा,
काया-वाया-मनोभावेऽऽ
ओवा...ळीऽन परेशाऽ
आऽरति रामदासाऽऽ

भानावर येऊन त्यानं डोळे उघडले, तेव्हा लोक तीर्थप्रसाद घेऊन शांत चालीत बाहेर पडत होते. भगवी छाटी नेसलेले एक रामदासी मंदपणे हसत त्याच्या समोर उभे होते.

संकेतनं झटकन गाभाऱ्यातल्या मूर्तीकडं पाहिलं. मग रामदासींकडे पाहिलं.

त्यांच्या चेहऱ्यावरचं हास्य आणखी रुंदावलं.

"घे, तीर्थ घे."

त्यानं आपले हात चड्डीला पुसले. तीर्थ घेतलं. प्रसाद घेतला.

"काय नाव बाळ तुझं?"

"संकेत हरीष जोशी."

"संकेत! वा! किती अर्थपूर्ण नाव आहे. तुला जन्माला घालण्यामागे काही ईश्वरी संकेत असणार खरा!"

तो लाजत लाजत हसला. वाकून रामदासीबुवांना नमस्कार करीत म्हणाला,

"बुवा, तुम्ही काय म्हणता मला कळत नाही."

"आयुष्यमान भव! लक्षात ठेव बाळ, घडणाऱ्या प्रत्येक घटनेमागे काही ईश्वरी संकेत असतो बरं! त्यातून रामप्रभूंना काही कार्य करवून घ्यायचं असतं."

तो आणखीनच बुचकळ्यात पडला. हा विचारांचा दृष्टिकोन त्याला सर्वथाने नवीन होता. कळत काहीच नव्हतं, पण ऐकत राहावंसं वाटत होतं. उत्सुकता होती. ''बुवा...मी आज न कळत, सहज इथे आलो. या येण्यामागेही काही संकेत असेल?'' त्यानं भोळ्या आश्चर्यानं विचारलं.

''जरूर असेल बेटा. हे बघ, शाळा सुटल्यावर तू परस्पर कुठेतरी हिंडत राहिला आहेस. आधी घरी जा. घरची माणसं काळजीत पडली असतील. उद्या घरी सांगून ये, मग आपण खूप वेळ गप्पा मारू हं!''

आई वाट पाहून थकली असेल, या कल्पनेने त्याचा जीव कासावीस झाला. तितकंच हे बुवांनी ओळखल्याने त्याला शरमल्यासारखं झालं.

''कुठं राहतोस तू?''

''गावात.''

''अरे, म्हणजे तासभर तरी लागणार तुला! आता आठ वाजले. जा पाहू आता आणि बरं का, जमेल तेव्हा येत जा. पण सांगून येत जा. मी इथेच असतो.''

त्यानं पुन्हा बुवांना नमस्कार केला. त्यांनी ''जय जय रघुवीर समर्थ!'' म्हणून त्याच्या पाठीवरून प्रेमळपणे हात फिरवला.

चालताना त्याच्या डोक्यात नवे विचार खेळू लागले. पचायला ते जड होते, समजायला अवघड होते; पण त्यात नावीन्य होतं, नि मेंदूला खिळवून ठेवण्याची ताकद होती.

घडणाऱ्या प्रत्येक गोष्टीमागे काहीतरी परमेश्वरी संकेत असतो!

म्हणजे काय?

मला चहा प्यावा वाटला, किंवा कोणी आग्रहाने मला पाजत असलं नि मला पिण्याची इच्छा झाली नाही.

या वाटण्या न वाटण्यामागेही कसला तरी परमेश्वरी संकेत असेल?

या पद्धतीनं प्रत्येक गोष्टीचं कारण शोधता येईल का?

उदाहरणार्थ, आपण अगदी लहान असताना आपले बाबा आगीत जळून मेले.. सर्व नातेवाइकांनी आपल्याशी संबंध तोडून टाकले. आई अहोरात्र कष्ट उपसून आता टी. बी. सारख्या रोगानं आजारी पडली. आपलं

शिक्षण संपुष्टात येण्याच्या बेतात आहे.

या सगळ्यामागे काय बरं ईश्वरी संकेत असू शकेल?

हं, आज आपण शाळेत जात असताना दत्तानं आपल्या 'सद्‌गुरुनाथ' मध्ये पोरं भरायची आहेत अशी माहिती दिली. आपण तिथे गेलो.

कशाकरता? अपमानित होऊन बाहेर पडावं म्हणून?

का, रागारागाने चालत समर्थ मंदिरात यावं, हाच त्या सगळ्यामागचा संकेत? इथे मनाला शांती लाभली. सारी दुःखं दुबळी ठरली. विरंगुळ्याचं एक ठिकाण मिळालं. हे सगळं खरं आहे; पण आपण समर्थ मंदिरात दर्शनासाठीच यायला हवं होतं, तर दत्तानं तशी इच्छा व्यक्त केली असती, तर त्याच्या बरोबर आपण आलो असतो की! जावडेकरांची मध्यस्थी कशासाठी यात? का, मनःशांतीचा अनुभव देण्यासाठी हा सारा खटाटोप? की यापुढे केव्हाही मन ताळ्यावर नसलं, की इथे ये!...असं?

चालता चालता त्याचं लक्ष फूटपाथशेजारच्या रस्त्यावर गेलं. तो खाड्‌कन थबकला.

खडूनं आखलेला एक मोठा चौकोन. रुंदीपेक्षा लांबी अधिक असलेला. त्यात निरनिराळे रंगीत खडू वापरून काढलेलं एक जोडपं.

ऋषि कपूर आणि डिंपल!

किती हुबेहूब रेखाटलं होतं. पोस्टर्स पाहणाऱ्या माणसानंही ओळखावं!

ऋषि कपूरची निळी पॅन्ट. लाल जर्कीन, गळ्याला पिवळा रुमाल. डिंपलच्या अंगावर काळी पॅन्ट. वर लाल काचोळी.

दोघं हातांत हात गुंफून नाचतायत.

चित्राच्या खाली खडूनं मजकूर लिहिला होता, ते अक्षर मात्र अगदी गचाळ.

अशुद्ध.

'मै उत्तर परदेस का रहनेवाला हूँ. मा-बाप नही है. पाच बहने है। सबकी सब अंधी है। मै गुंगा हूं। हमारी मदद करीये।''

मजकूर वाचून संकेतचा जीव कळवळला. अरेरे! इतकं सुंदर चित्र काढणाऱ्या माणसाला आई नाही, बाप नाही? पाच बहिणी आहेत, त्याही

आंधळ्या, नि हा मुका!

देव असं का करतो कुणास ठाऊक?

चित्राखाली चित्रकाराची सही होती, ती पहावी म्हणून संकेत आणखी पुढे गेला. तर तेवढ्यात फूटपाथवरून कोणीतरी गुरकावलं-

"अबे चल, पीछे हट!"

संकेत दचकून मागे झाला. कोण बोललं म्हणून पाह्यला लागला.

एक तेलकट काळा तरुण होता. गळ्यात रंगीत रुमाल. केस राजेशखन्ना स्टाइलमध्ये, पण तेलाअभावी पिंजारलेले. तोंडात एक सिगरेट.

"काय झालं?"

"मागे हो! त्या पैशांना हात लावू नको!"

पैशांना? कोणत्या पैशांना?

पाहिलं, तर लक्षात आलं.

ऋषि कपूरच्या कपाळावर, नाकावर... डिंपलच्या छातीवर, ओटी-पोटावर... कुठेही, कशीही नाणी पडलेली होती.

"मी पैशाला हात लावत नाहीये. चित्रकाराचं नाव पाहतोय."

"हबीब नाव आहे ते."

"हबीब? कुठे आहे हा हबीब?"

"इकडे ये. लांबून कशाला बोलतो?"

संकेत जरा बिचकत-बिचकतच त्या तरुणापाशी गेला. न जाणो, प्यायलेला वगैरे असला तर मारायचा थोबाडीत!

"तुला हबीब कशासाठी हवा आहे?"

"कशासाठी असं नाही. त्यानं इतकं छान चित्र काढलं आहे, म्हणून कोण ते पाह्यचं होतं."

"असं? मग घे बघून! मीच हबीब!"

"तुम्ही-?" संकेतनं अविश्वासानं विचारलं.

"का, माझं नाव हबीब असू शकत नाही, का मी ते चित्र काढू शकत नाही?"

"तुम्ही तुम्ही दोन्ही असू शकता, पण...हबीब मुका आहे ना?"

''लोकांसाठी! नाही तर हबीब इतर कोणत्याही माणसासारखा बोलू शकतो. बोलतो.''

''असं का पण- ?''

''आता तुझंच बघ की.'' कडवटपणे हसत हबीब म्हणाला, ''चित्रकार मुका आहे नि त्याच्यावर पाच आंधळ्या बहिणींची जबाबदारी आहे म्हटल्यावर तू कळवळलास की नाही?''

संकेतनं प्रामाणिकपणे कबुली देऊन टाकली.

''लोकांची हीच गंमत असते. मी नुसती चित्रं काढली तर लोकांना माझ्या कलेची किंमत नसते! तेच, मी असहाय, दीन आहे म्हटलं, की लोक मदत करायला खूष असतात. मला मिळतो तो पैसा मी मुका आहे आणि मला पाच आंधळ्या बहिणी आहेत, म्हणून मिळतो. लोक म्हणतात, आम्हाला जास्तीत जास्त चांगल्या रीतीने फसवा, कोणावर तरी दया दाखवण्याची संधी देत भरपूर पैसा मिळवा! मग, आपण का ती संधी घेऊ नये?''

संकेतला हबीबचं म्हणणं शंभर टक्के पटलं. सहानुभूती दाखवायला संधी मिळाली तरच लोक मदत करतात, हा अनुभव त्यालाही पुष्कळदा आला होता.

फक्त तो असा शब्दबद्ध करता न आल्याने ते एक निव्वळ फीलिंग होतं. हबीबनं त्याचेच अनुभव शब्दांत सांगितले होते.

''मग... त्या तुझ्या पाच बहिणी? त्याही आंधळ्या नाहीत?''

''मला बहिणीच नाहीत, तर त्या आंधळ्या असण्याचा संबंध येतोच कुठे? मी आणि माझे वडील, दोघंच आहोत आम्ही. त्यांची एक रखेल आहे. तिच्याकडे राहतो. रोज तिला पैसे नेऊन दिले, की दुसऱ्या दिवशी मला दोन टाइम खायला मिळतं.''

''किती चार-पाच रुपये मिळतात का रोज?''

''चार-पाच? हं! चार-पाच रुपयांकरता कोण मगजमारी करतं का एवढी? अशी चित्रं काढायला खडूच लागतात एक-दीड रुपयांचे!''

''किती मिळतात मग?''

''गर्दीचा दिवस असेल तर पंधरा-वीस तर सहज, नाहीतर सात-

आठ.''

"दिवसभरात?''

"छे! संध्याकाळचा चार तासांचा उद्योग आहे हा!''

चार तासांत रोज आठ-दहा रुपये!

संकेतच्या डोक्यात एकदम कल्पना चमकली.

खडूच्या रंगांचा जरा अभ्यास केला, तर आपल्यालाही जमतील अशी चित्रं!

मग, नोकरीसाठी वणवण भटकण्यापेक्षा हा उद्योग काय वाईट?

बास्. उद्या समर्थ मंदिरातल्या बुवांना आपली सगळी परिस्थिती सांगायची. मंदिरासमोर चित्रं काढायला त्यांची परवानगी मागायची. नट-नट्यांपेक्षा देवांची, संतांची चित्रं रेखाटली, तर मंदिरासमोर पैसे मिळायला काहीच हरकत नाही. गर्दी खूप असते. सुरुवात राजयोगी समर्थांच्या चित्रापासून करू. एक दिवस समर्थ, एक दिवस राम-सीता, एक दिवस शंकर-पार्वती...

एक चांगलं आहे; आपल्या देशात देव आणि संत भरपूर आहेत. रोज एक घ्यायचा म्हटलं, तरी पहिल्या देवाची पाळी कधीतरी वर्ष-सहा महिन्यांनी येईल! मिळालं आपल्या प्रश्नाचं उत्तर!

एवढ्यासाठी 'सद्‌गुरुनाथ पुस्तक भांडार' मध्ये पाठवलं देवानं आपल्याला. तिथली मुखपृष्ठांवरची चित्रं पाहून आपल्या मनात चित्रं काढण्याची इच्छा पुन्हा निर्माण झाली आणि आता मार्ग सापडला! उत्साहानं धावत-पळत तो गावाच्या दिशेनं पळाला.

समोरून रामदासीबुवांना येताना पाहून संकेत उठून उभा राहिला. ते जवळ येताच त्यांच्या पाया पडला.

"बुवा, हे जमलं आहे का?''

बुवांनी लक्षपूर्वक त्यानं रेखाटलेलं चित्र पाहिलं. त्यांच्या चेहऱ्यावर कौतुकाचं मंद हास्य तरळलं. गाभाऱ्यातले श्री समर्थ चाफ्याच्या झाडासकट इथे देवळासमोर येऊन बसले होते! चेहऱ्यावर तेच मिस्कील प्रसन्न हास्य. बसण्याच्या पद्धतीत तोच रुबाब. सगळं जिथल्या तिथे!

"शाबास संकेत, शाबास!" त्याला जवळ घेऊन त्याच्या पाठीवरून हात फिरवत बुवा म्हणाले,

"मला माहीत नव्हतं, तू इतका चांगला चित्रकार आहेस हे!"

"जमलं ना?" हरखून जात त्यानं विचारलं.

"जमलं हो. माझे शब्द लक्षात ठेव संकेत. एक ना एक दिवस तू फार मोठा चित्रकार म्हणून सगळीकडे गाजशील, पण तेव्हा स्वामींना विसरू नकोस. त्यांनीच तुला ही दिशा दाखवली आहे, याचं नेहमी स्मरण राहू दे." बोलताना बुवांचा आवाज गंभीर होता. संकेतला गहिवरून आलं. म्हणाला,

"पहिलं चित्र स्वामीचं काढलं बुवा मी. त्यांना मी कसा विसरेन?"

"हे घे!"

"हे काय?"

"तुझ्या कलेबद्दल तुला माझ्यातर्फे ही पाचाची नोट बक्षीस. समर्थांचा प्रसाद आहे."

त्यानं नोट घेतली. मस्तकाला लावून समर्थांच्या पायावर ठेवली. उचलून खिशात टाकली. त्याला स्वत:ची म्हणून मिळालेली पहिली नोट होती ती. तो ती जपून ठेवणार होता. कितीही अडचणी आल्या तरी तिला हात लावणार नव्हता.

"आणि असं कर-" बंडीच्या खिशातून नोटा काढून मोजून त्यातल्या एक, दोन, पाचच्या नोटा बाजूला काढत बुवा म्हणाले, "हे वीस रुपये घे."

"कशाला?"

"ठेव त्यांच्या पायाशी. मात्र नंतर त्या परत दे हो!"

"कशाला पण?"

"अरे वेड्या, धंदा म्हटलं, की हे सगळं करायला हवं. समर्थांनी म्हटलं आहे; ठकासी असावे महाठक! हल्लीचे लोक ठक आहेत. आपण महाठक बनून त्यांना झुलवलं पाहिजे! लोक येतील. तुझं चित्र पाहतील. कौतुक करतील. पण नेहमी, इतरांनी कलेचं चीज करून पैसे ठेवेपर्यंत पहिला पैसा ठेवणारा वेडा ठरत असतो! म्हणून लोक मनात असूनही बिचकतात. इथे बऱ्याच नोटा आहेत असं दिसलं, की लोक विनासंकोच

समर्थांच्या पायाशी नोटा-नाणी ठेवतील!''

संकेतनं डोळ्यांच्या कडा टिपल्या. चित्राचं पुन्हा एकदा निरीक्षण करून तो चित्रापासून थोडा दूर बसून राहिला.

चित्राखाली त्यानं कोणताही याचनेचा मजकूर लिहिला नव्हता. बुवांच्या आज्ञेनुसार फक्त 'समर्थचिया सेवका' हा श्लोक देखण्या, दाणेदार अक्षरांत लिहिला होता. खाली चित्रकार : संकेत जोशी इ. ८ वी असा मजकूर होता. संध्याकाळी लोक दर्शनाला येऊ लागले. आलेली माणसं चित्रापाशी थांबायची. कोणी तोंड भरून कौतुक करायची. पुढे व्हायची. कोणी काही न बोलता चित्रावर पैसे टाकायची. एखादी म्हातारी हात जोडून नमस्कार करायची. फुलं वाहून पाच-दहा पैसे ठेवायची.

रात्री आरतीच्या वेळेपर्यंत समर्थांच्या पायाशी नोटा-नाण्यांचा ढीग जमला. संकेतला हर्षाच्या उकळ्या फुटू लागल्या.

त्याच्या धडपडीला, प्रत्ययांना आलेलं पहिलं यश होतं हे!

आईचा विरोध मोडून त्यानं तिच्याकडून चित्र काढायला परवानगी मिळवली होती. दत्ता देशपांडेनं तिला नीट समजावून सांगितलं होतं - ''असं चित्र काढून पैसे मिळवणं म्हणजे भीक मागणं नव्हे. मोठमोठे चित्रकार कला-प्रदर्शनं भरवतात. तिकिटं लावून पैसे मिळवतात. हेही एक छोट्या कलाकाराचं, छोटंसं कला-प्रदर्शनच आहे. तिकिट ऐच्छिक आहे. तुमच्या मुलाला चांगला मार्ग सापडला आहे. प्राथमिक अवस्थेत कोणताही व्यवसाय-धंदा असाच हीन वाटतो; पण शेवटी तो धंदा आहे. त्यात कोणाची लाचारी नाही. मिंधेपणा नाही. त्याला परवानगी द्या आई. कोणी सांगावं, आज रस्त्यावर खडूंनी चित्र काढू पाहणारा हा मुलगा उद्या स्वत:च्या तैलचित्रांचं, स्केचेसचं, लॅन्डस्केपचं प्रदर्शन भरवेल! गाडीतून हिंडेल, खोऱ्यानं पैसा, कीर्ती मिळवेल!''

आईनं शेवटी परवानगी दिली होती. संकेत ओळीनं आठ दिवस हबीबच्या चित्रापाशी बसून त्याची रंगपद्धती अभ्यासत होता आणि घरी अभ्यास, सराव करीत होता. आठवड्याच्या आतच त्याला आत्मविश्वास आला होता. मगच त्यानं बुवांना आपली सगळी परिस्थिती सांगून, त्यांच्याकडून

चित्र काढायला परवानगी मागितली होती.

आणि आज त्याचं स्वप्न साकार होत होतं. त्याच्या डोळ्यांसमोर स्वकमाईच्या नोटा-नाण्यांचा ढीग पडला होता.

आत आरती सुरू झाली, तसा त्याचा जीव आत जाण्यासाठी तडफडू लागला; पण धंदा सोडून त्याला आत जाता येईना. बुवांनी सांगितलं होतं, सगळे लोक गेले, की मगच सगळी आवराआवर कर.

तिथेच उभा राहून तो आरती पुटपुटत टाळ्या वाजवत राहिला. दत्ता कधी शेजारी येऊन उभा राहिला, तेही त्याला कळलं नाही.

आरती संपली. करुणाष्टकं म्हणून झाली. तीर्थ-प्रसाद घेऊन लोक बाहेर पडू लागले. ज्यांना आधी बुद्धी झाली नव्हती, अशांपैकी काही जणांनीही जाताना चित्रासमोर पैसे टाकले.

गर्दी ओसरली.

मग त्याचं लक्ष दत्ताकडे गेलं.

''अरे! तू कधी आलास?''

''आरती चालू असताना.'' हसून दत्ता म्हणाला, ''संकेत, समर्थांनी यश दिलेलं दिसतंय!''

''होय. म्हणूनच कृतज्ञता म्हणून त्यांचं त्यांना अर्पण करणार मी!''

''जरूर कर. चल, झालं का तुझं? मी तुला आवरायला मदत करतो.''

दोघांनी पैसे मोजत गोळा केले. अठ्ठावन रुपये भरले! त्यांतले वीस बुवांचे होते. ते परत करूनही अडतीस रुपये उरत होते.

शक्यता होती, समर्थांच्या मंदिरासमोर त्यांची प्रतिकृती तिथे येणारे सगळे समर्थभक्त नि पहिलाच दिवस, म्हणून एवढे मिळाले असावेत; पण तरी रोजचे पंधरा-वीस तर नक्की!

आता आईला रोज औषध देता येतील... तिला रोज फळं मिळतील... दूध विकत घेता येईल... डॉक्टर म्हणाले होते, निकृष्ट अन्न नि उपासमार, जोडीला भरपूर काम यांमुळे तिला टी. बी. झाला आहे. आता तसं होणार नाही. आईची तब्येत सुधारेल. ती पूर्ण बरी होईल.

समाधानानं संकेतच्या डोळ्यांत अश्रू तराळले.

दत्ताही भारावून त्या पोराच्या मिळकतीकडे पाहत होता. म्हणाला,

''चल संकेत, आवर लवकर. जाताना दुकानं उघडी असतील, तर आज प्रथम कमाईची फळं आईला देता येतील. खूष होईल बिचारी!''

संकेतनं समर्थांना नमस्कार केला. मग भराभर रंग पुसायला सुरुवात केली. बुवांनीच सांगितलं होतं, 'चित्र तसंच ठेवू नकोस. रस्त्यानं लोक जातात-येतात. पाय पडतो. कुणी चुकून थुंकतं. कुत्री मुततात. पुसून टाक. स्वच्छ कर. त्यानं रंग पुसले. त्यावर दोन बादल्या पाणी टाकलं.

जागा साफ करताना त्याच्या मनात आलं–

परत जमेल का हे चित्र काढायला? काढू आपण; पण त्यात फरक असेल. पहिलंवहिलं व्यावसायिक चित्र म्हणून तरी या चित्राचा एक फोटो काढून ठेवायला हवा होता!

आत येऊन त्यानं समर्थांना नमस्कार केला. त्यांच्या समोरच्या पेटीत अकरा रुपये टाकले. बुवांना वीस रुपये परत केले.

''अरे, ते अकरा रुपये पेटीत टाकण्याची काही आवश्यकता होती का? समर्थकृपेनं देवालयाला भरपूर उत्पन्न आहे. त्यांनीच तुला हे मिळवून दिलं.'' बुवा म्हणाले.

''रोज नाही अकरा रुपये पेटीत टाकणार.'' संकेत हसून म्हणाला, ''पण पहिल्या कमाईतले तरी कृतज्ञता म्हणून देवाला अर्पण करायलाच हवेत. त्यांनी मला आज पोटापाण्याला लावलं. त्यांनी मार्ग दाखवला, हबीबनं विद्या दिली.''

''हबीब? हा कोण?''

''ज्यानं मला हे रंग भरण्याची कला दिली. आता सव्वीस उरले आहेत. त्यातले अकरा हबीबचे आहेत. पंधरा माझे.''

तीर्थ-प्रसाद घेऊन संकेत आणि दत्ता निघून गेले. बुवा शांतपणे समर्थांच्या मूर्तीसमोर येऊन उभे राहिले. हात जोडून म्हणाले -

''माझी सारी पुण्याई पणाला लावतो स्वामी...या पोराला यश द्या!''

समर्थांच्या चेहऱ्यावर त्यांचं प्रसन्न, मिस्कील हास्य कायम होतं.

◆◆◆

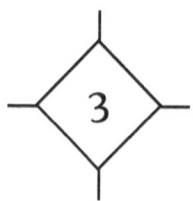

3

संकेतच्या धंद्याचा व्याप आता वाढला होता आणि त्याच्याच जोडीला, त्याचं अभ्यासातलं लक्ष पूर्णत: उडालं होतं. शाळा दुय्यम झाली होती. सुरुवातीला तो शाळेत जायचा तरी; पण आता आठ-आठ, दहा-दहा दिवसांत त्याला शाळेचं तोंड पाह्यलाही सवड व्हायची नाही. समर्थ-मंदिरापाशी आता त्याचा चांगला जम बसला होता. लोक त्याला नावानं ओळखू लागले होते. नेहमी येणाऱ्या माणसांना तर त्याच्या घरची परिस्थितीही माहीत झाली होती. कोणी ना कोणी रोज त्याच्या आईच्या तब्येतीची चौकशी करी, काहीजण त्याच्या कलेचं कौतुक करीत. रविवार-सकाळच्या चित्रकला स्पर्धेला चित्र पाठव म्हणून आग्रहानं सूचना करणारेही काही कमी नव्हते.

पण संकेत सध्या प्रसिद्धीपेक्षा पैशाच्या मागे लागला होता. आईची औषधं, हॉस्पिटलचा खर्च भागविण्यासाठी अजून किती पैसा मिळवायला हवा, एवढं एकच गणित सध्या त्याला येत होतं.

गेल्या दोन महिन्यांत अतोनात परिश्रम घेऊन त्यानं आईचं सगळं केलं होतं, नि यत्किंचितही सुधारणा न दाखवता, उलट थर्ड स्टेजला पोचून ती सरकारी हॉस्पिटलात टी. बी. वॉर्डला दाखल झाली होती!

डॉक्टरांचं म्हणणं असं होतं, की फर्स्ट आणि सेकन्ड स्टेजला तिनं दुखणं अंगावर काढलं होतं. त्याचा परिणाम म्हणून तिची प्रतिकारशक्तीच संपली होती. अंगात रक्त उरलं नव्हतं. नि आता मिळणाऱ्या फळफळावळांचा तिला केवळ जगण्यापुरताच उपयोग होता. दिवसेंदिवस ती आतून ढासळत

चालली होती!

दत्ताला डॉक्टरांनी पूर्ण कल्पना दिली होती. आपली आई फार दिवसांची सोबती नाही, हे संकेतला मात्र माहीत नव्हतं. पेशन्टलाही कोणी जाणीव दिली नव्हती, पण आईला आपला शेवट कळून चुकला होता. शरीराची पोखर तिला जाणवत होती. इतकी धडपड करूनही आपल्या संकेतला यश येणार नाही, तो पोरका होणार, या कल्पनेनं तिचा जीव तिळतिळ तुटत होता. खरंच, आपलंच चुकलं! तो अजून लहान आहे, तो काय करू शकणार? म्हणून आपण संकेतला आपल्या आजाराची कल्पना दिली नाही. वारंवार येणारा ताप-खोकला अंगावर काढला. शेवटी त्याच्याच कर्तृत्वावर मदार ठेवावी लागली की नाही? मग हे आधीच केलं असतं, तर इतक्या लहान वयात आई गमावण्याचं दुःख त्याच्या नशिबी आलं असतं का?

आता, आपल्यामागे संकेतचं कसं होईल? या प्रश्नाच्या उत्तरात सारं ब्रह्मांड होतं. या प्रश्नापाशी अडखळून ती पार खचून गेली होती. तिची जीवनशक्ती या प्रश्नानं शोषून घेतली होती.

दत्ता आणि संकेत दिवसातून बराच वेळ तिच्यापाशीच असायचे. दुपारी तीननंतर संकेतला मुळीच वेळ व्हायचा नाही. रात्री बारा-एक व्हायचा घरी यायला, पण सकाळी न चुकता सातला हजर व्हायचा. तिला फळं-दूध द्यायचा. तब्येतीची चौकशी करायचा. काही औषधं-इंजेक्शनं सांगितली असतील, तर ती आणून द्यायचा. मग जेवणाची वेळ होईपर्यंत तिच्याशी निरनिराळ्या विषयांवर गप्पा मारीत बसायचा. त्याच्या चित्राचं कोणी कौतुक केलेलं असलं, की ऐकताना तिचा चेहरा उजळून निघायचा. साऱ्या जीवनशक्ती डोळ्यांत एकवटायच्या. हे लक्षात आल्याने, संकेतही रोज काही ना काही सांगत रहायचा. कोणी काही म्हटलं नसेल तरी मनचा प्रसंग तयार करून सांगायचा.

संकेत मुळातच गंभीर, विचारी प्रवृत्तीचा. लहानपणापासून त्याला परिस्थितीची समज चांगली आणि आता सगळी जबाबदारी अंगावर आल्यापासून तो आणखीनच प्रौढ वाटू लागला होता. सततचे कष्ट, नि आईवरची मृत्यूची

टांगती तलवार यामुळे त्याच्या तब्येतीवर ताण पडला होता. डोळ्यांखाली काळजीची काजळी आली होती. डोळे खोल गेले होते. गालांची हाडं वर आली होती. ज्या वयात शरीर भरायला सुरुवात होते, त्या वयात तो सुकत होता. त्यात घरचं जेवण त्याच्या नशिबी नव्हतं. बाहेरचं अंगी लागत नव्हतं. अगदी तरुण वय म्हणून काहीही पचत होतं, इतकंच.

पचत होतं, इतकंच.

सगळं होतं बिकटच.

पंधरा दिवसांपूर्वी समर्थ मंदिरातून तो घरी आला, तर आईच्या खोकण्याचा आवाज पार बाहेरपर्यंत. शेजारची लहान-लहान पोरं दार-खिडक्यांशी भेदरून उभी.

घाईघाईनं आत शिरला. कमलकाकू दूर उभ्या राहून धीर देत होत्या. नाकावर रुमाल दाबून शिखरेअण्णा आईच्या खोकण्याकडे हबकून पाहत होते. बसल्या जागी खोकून-खोकून आईचा चेहरा लालबुंद झाला होता.

हातातली फळं जमिनीवर टाकत तो झटकन आतल्या खोलीत गेला. पाण्याचा ग्लास घेऊन बाहेर आला. तर –

आईच्या तोंडातून एकदम रक्त फवारलं गेलं! अण्णा-काकू झटकन मागे सरले. संकेतकडे दीन मुद्रेनं पाहत आईनं मान मागे टाकली.

संकेतनं पुढे होऊन तिला आधार दिला. ग्लासातलं थंड पाणी तिला प्यायला दिलं. मग फडक्यानं सगळं रक्त पुसून घेतलं. तोपर्यंत आई ग्लानीतून सावरली होती. खूप दम लागल्यासारख्या धापा टाकत होती.

''काकू, अहो, पाणी प्यायला नाही का द्यायचं तिला?'' रडक्या स्वरात त्यानं विचारलं, ''रक्त ओकेपर्यंत खोकली बिचारी!''

''हो आणि टी. बी. चे जंतू माझ्या नाकात शिरले, मग रे मेल्या! तुला काय होतंय सांगायला?''

सणकण त्याचं डोकं सणकलं, पण क्षणार्धात परिस्थितीची जाणीवही झाली.

'अरे, टी. बी. सारखा रोग हा. आपली सख्खी आई आहे म्हणून आपण करतो. इतर परकी माणसं कशाला धोका पत्करतील?'

'म्हणजे, उद्या आपण घरी नसताना आईला असं काही झालं, तर इतकी माणसं भोवती असूनही काही उपयोग नाही! अरेरे म्हणत, चुकचुकत तिच्या असहाय परिस्थितीची कीव करीत, ही माणसं पाहत राहतील. ही पाण्यावाचून तडफडत... खोकत... रक्त ओकत मरून जाईल!'

'नाही, असं होता कामा नये.'

दुसऱ्या दिवशी त्यानं दत्ताला सोबत घेऊन करंदीकरांना गाठलं. त्यांना तिची सगळी परिस्थिती समजावून सांगितली. सुरुवातीलाच ऐकून आईला हॉस्पिटलात ठेवलं नाही, म्हणून करंदीकर खवळले होते. म्हणाले–

"बरं, मऽग? त्या रक्त ओकतात, तर मी काय करू?"

"डॉक्टर, असं नका म्हणू.. तिला हॉस्पिटलात हालवायला हवं. मी सतत घराबाहेर असतो. उद्या मी नसताना काही झालं, तर..."

"अरे, पण मी दोन महिन्यांपूर्वीच हे सांगितलं होतं ना?"

"तेव्हाची गोष्ट निराळी होती डॉक्टर. तेव्हा माझ्याजवळ आईच्या इलाजासाठी पैसे नव्हते."

"आणि आता आहेत?"

"आहेत. रोज पंधरा-वीस रुपये मिळतात समर्थकृपेने!"

"काय करतोस तू?"

"समर्थ मंदिरासमोर चित्रं काढतो. लोक पैसे देतात."

करंदीकरांना त्याच्या कर्तबगारीचं फार कौतुक वाटलं. एवढासा मुलगा हा, नि स्वाभिमानानं जगता यावं, आईवर इलाज करता यावेत, म्हणून कोण ह्याची धडपड!

"काय रे, कसली चित्रं काढतोस तू?"

"समर्थ बुद्धी देतील तशी काढतो. कधी राम-भरत भेट, कधी अर्जुनाला गीतोपदेश करणारे भगवान श्रीकृष्ण... काल रावणाकडे राम, लक्ष्मण, सीता, मारुती, शंकर, पार्वती आणि नारद जेवायला बसले होते, ते चित्र काढलं होतं. चित्राशेजारी वाचलेली गोष्ट थोडक्यात लिहिली होती. लोकांना ते चित्र फार आवडलं. काल पंचवीस रुपये मिळाले!"

"कशानं काढतोस ही चित्रं?"

"खडूच्या साहाय्यानं."

"रंग, ब्रश वगैरे सगळं सामान दिलं, तर मला पुराणातलं एखादं छान चित्र काढून देशील?"

"हो, देईन की! शिशुपालवध किंवा कृष्णशिष्टाईचं. मी एक छान चित्र पाहिलं मध्ये. ते चालेल का?"

"चालेल. मी सगळं सामान तुलाच देऊन टाकीन. वर पन्नास रुपये देईन. पन्नास रुपये नाकारावेत, असं संकेतच्या मनात होतं; पण आईला हॉस्पिटलला ठेवायचं म्हटल्यापासून पैशांचा प्रश्न त्याच्यापुढे आ वासून उभा होता. मिळेल त्या मार्गानं त्याला पैसा हवा होता. म्हणून तो नको म्हणाला नाही.

करंदीकर संकेतवर एकदम खूष झाले होते. मागचा राग विसरून त्यांनी संकेतला टी. बी. वॉर्डच्या डॉ. मंजुळना चिठ्ठी लिहून दिली. रोज स्वत: हॉस्पिटलात एक चक्कर मारून त्याच्या आईवर लक्ष ठेवण्याचं कबूल केलं.

आई हॉस्पिटलमध्ये ॲडमिट झाली.

आईला हॉस्पिटलमध्ये ठेवल्यानंतर दोन-तीन दिवस संकेतला फार घाणेरडे गेले. काहीतरी अशुभ घडल्यासारखं घर सुनं-सुनं वाटायचं. रात्री सत्रांदा जाग यायची. आई कुठे गेली म्हणून दचकायला व्हायचं. कधी 'कसं होणार?' म्हणून झोपच लवकर लागायची नाही, तर कधी मध्येच जाग आल्यावर या प्रश्नानं सकाळ होऊन बसायची. सारखं वाटायचं, बाहेर कोणीतरी आलं आहे. आपली चौकशी करतंय. हॉस्पिटलातून काही निरोप आला का? आईचं काही कमीजास्त झालं का? म्हणून धडपडून उठून पाहावं, तर कोणी नसायचं.

तिसऱ्या दिवशी डॉ. मंजुळनी त्याच्या हातात एक चिठ्ठी देऊन सांगितलं, "ही इंजेक्शन्स मिळतात का बघ. महाग आहेत, पण आवश्यक आहेत. आमच्याकडचा स्टॉक संपला आहे. पुण्याहून मागवली आहेत, पण कधी येतील ते सांगता येत नाही!"

सगळे पैसे घेऊन तो मेडिकल स्टोअरमध्ये गेला. चिठ्ठी दुकानदाराजवळ दिली, तर दुकानदारानं शांतपणे सांगितलं,

"दहा इंजेक्शन्स्चा कोर्स आहे. नव्वद रुपये साठ पैसे, देऊ?"

नव्वद रुपये साठ पैसे?

तो हबकलाच. पण डॉक्टरांनी तर ती आवश्यक म्हणून सांगितलं होतं.

"असं नाही का करता येणार?"

"कसं?"

"आता तीन द्या. दोन दिवसांनी उरलेली नेतो."

दुकानदार जरा वेळ दुकानात कोणी गिऱ्हाईक नाहीच, अशा थाटात शून्यात बघून काडीने कान खाजवत राहिला. तो काय म्हणतो म्हणून संकेत डोळ्यांत प्राण आणून त्याच्या तोंडाकडे पाहत राहिला. मग, दया आल्यासारखा चेहरा करीत दुकानदारानं तीन इंजेक्शन्सच्या ॲम्प्युल्स नि डिस्टिल वॉटरच्या तीन बाटल्या एका छोट्या खोक्यात घालून त्याच्या स्वाधीन केल्या.

"सत्तावीस रुपये दहा पैसे."

संकेतनं चड्डीच्या खिशातून नोटा काढल्या. पैसे चुकते केले. इंजेक्शन्स आणून नर्सच्या स्वाधीन केली.

मग, एक मुद्दा त्याच्या लक्षात आला.

हे सरकारी हॉस्पिटल आहे. इथे सगळी औषधं, इंजेक्शन्स रोग्याला सरकारतर्फे मिळतात. असं असून ही माणसं बाहेरून औषधं वगैरे का आणायला लावतात? आपल्याजवळचा अमक्या औषधाचा साठा संपत आला आहे, रोज आपल्याला हे इतक्या प्रमाणात लागतं, हे इथल्या मुख्याला कळत नसेल का?

मग, औषधं मागवण्यात अशी दिरंगाई का?

दत्ताला विचारलं, तर दत्ता म्हणाला,

"अरे, हा मंजुळ काय, नि साखरिया काय... एकजात इथून तिथपर्यंत सगळे चोर आहेत! महागातली औषधं, इंजेक्शनं हे हलकट लोक स्वत:च्या प्रायव्हेट दवाखान्यात नेऊन ठेवतात. त्याचा पैसा करतात. इथे आपली

किरकोळ औषधं!''

"पण हे चांगलं नाही!''

"चांगलं न् वाईट! आपलं माणूस आजारी आहे म्हटल्यावर आपण झकत सांगितलेलं औषध आणतोच की नाही बाहेरून? रोगी आणि त्याचे नातेवाईक निरनिराळ्या समस्यांना तोंड देऊन हैराण झालेले असतात. पुन्हा रोगी वाचण्याची गरज असते. वर तक्रार केली... ह्यांच्याशी भांडणं केली... नि ह्यांनी हलगर्जी करून रोग्याला मारलं म्हणजे...?''

दत्ता म्हणत होता ते संकेतच्या कोवळ्या, संस्कारी मनाला पटायला कठीण होतं; पण ते सत्य होतं.

पण म्हणजे, आता नवीनच प्रश्न उभा राहिला.

दर चार-दोन दिवसांनी डॉ. मंजुळांनी असं प्रिस्क्रिप्शन लिहून दिलं म्हणजे? आणखी पैसा मिळवायला हवा! काय वाटेल ते होओ, उपचारांअभावी आईचं काही बरंवाईट झालं, तर या लोकांना तिचं सोयरसुतक नसेल. पण आई आपली आहे, आपण आयुष्यभर तो आघात विसरू शकणार नाही. छे! आई वाचलीच पाहिजे. कसंही करून तिनं जगलं पाहिजे. सुखाचे चार दिवस तिच्या नशिबी आलेच पाहिजेत.

काय करावं? काय करावं?

अधिक पैसा कसा मिळवावा?

तीन-चार दिवस या प्रश्नानं त्याच्या मेंदूचा भुगा पाडला नुसता! अन् मग पहाटे अचानक त्याला त्याच्या प्रश्नाचं उत्तर सापडलं.

समजा, आपण असं केलं तर...?

समर्थ मंदिरात नेहमी येणारे-जाणारे लोक आपल्याला आता चांगलं ओळखू लागले आहेत. माणसं भाविक आहेत. स्वभावानं चांगली आहेत. चित्र काढलं नि तिथे नाही थांबलं तर? अगदीच कोणी चार आणे टाकून रुपया उचलला, तर ते पैसे आपल्या नशिबात नव्हते, असं समजायचं. पण असं नाही करणार कोणी. उलट, आपल्याला मदत करण्याच्या हेतूनं कोणी ना कोणी लक्ष ठेवेल. बुवांना सांगितलं तर तेही बाहेर डोकावतील अधूनमधून. किंवा रस्त्यावर चित्र काढण्याऐवजी आतल्या ओसरीवर काढायचं. नाहीतरी

आपल्याला देणारे बाहेरचे फारच थोडे आहेत. समर्थभक्तांवरच मदार सगळी आपली.

हं, हे फारच छान. म्हणजे गावात कुठेतरी जागा पाहून आणखी एक चित्र काढता येईल. रात्री आरती संपायच्या बेताला मंदिरात जायचं. त्या विचारांती त्याची झोप उडाली. मेंदू तरारला. गावात कुठे चित्र काढलं असता ते जास्त लोकांच्या नजरेखालून जाईल, हा विचार करता करता सूर्योदय झाला. विचार करायला फारसा अवधीच मिळायचा नाही. दिवसेंदिवस औषधं-इंजेक्शन्सची संख्या वाढत होती नि त्या प्रमाणात आईची तब्येतही ढासळत होती. कोणत्या क्षणी काय होईल, याचा भरवसाच नसायचा. म्हणून शक्यतो आईजवळच असायचा तो. रात्री झोपायलाही हॉस्पिटलमध्येच जायचा.

गेल्या पंधरा-वीस दिवसांत तर घराचं तोंड पाह्यलाही त्याला सवड झाली नव्हती.

दत्तानं त्याला शाखेतली चार पोरं मिळवून दिली होती. चांगली होती. संकेतला ओळखणारी होती. विश्वास टाकता येण्यासारखी होती. त्यांच्या जिवावर संकेतनं आता समर्थ मंदिर सोडून चार ठिकाणी चित्रं काढायला सुरुवात केली होती. चारपैकी तीन ठिकाणं गावात, एक एक्स्टेन्शनला. गावात टार रोड पोलीस चौकीच्या शेजारी एक ग्राउन्ड होतं. या ग्राउन्डमधून बरीच रहदारी असायची. संकेतनं एक कॉर्नर असा निवडला होता, की एक फूटपाथही कव्हर व्हावा, नि ग्राउंडची पायवाटही.

एक मुलगा इथे चित्र काढून पैसे मिळवतो म्हटल्यावर, सुरुवातीला त्याला पोलिसांचा बराच त्रास झाला. रस्त्यात गर्दी होते... रहदारीला अडथळा होतो... वगैरे नाना सबबी सांगून पोलीस संकेतला चित्र काढताना पकडून न्यायचे. चौकीत नेऊन दम भरायचे. त्याचा गल्ला जप्त करायचे.

तीन-चार दिवस हा त्रास सहन केल्यावर संकेतनं वझेसरांच्या कानावर हे सगळं घातलं. त्यांनी इन्स्पेक्टरला फोन करून चौकीच्या पी. एस. आय. ला तंबी द्यायला लावली.

नंतरचे चार-सहा दिवस सुरळीत गेले.

अन् एकदा तिथे बसणारा दिगंबर सायकलीवरनं रडत-रडत समर्थ मंदिरात आला.

एका दारुड्यानं गोंधळ घातला होता. पायानं चित्र पुसून टाकलं होतं.

सगळे पैसे पळवून दिगंबराच्या एक तोंडात मारली होती.

''अरे!...समोर पोलीसचौकी आहे ना?''

''गेलो होतो. तिथे कोणी मला थारा दिला नाही.'' दिगू म्हणाला.

''तो दारुड्या गोंधळ घालीत असताना दोन पोलीस बाहेरच उभे होते. जोरजोरात हसत सगळा तमाशा पाहत होते!''

''त्यांनी त्याला हुसकावून लावलं नाही?''

''नाही. उलट, नंतर त्या दारुड्यालाच पोलिसांनी चहा पाजला!''

ऐकूनच संकेतचं टाळकं गरम झालं.

पोलीस नागरिकांचे संरक्षक का भक्षक? आपल्या पदाचा, अधिकाराचा वापर हे फक्त स्वत:ची तुंबडी भरण्यासाठीच करणार का?

काय लावलंय काय हे?

''चौकीत तू स्वत: गेला होतास का दिगू?''

''होय.''

''कोण होतं?''

''जाधवसाहेब स्वत: होते.''

''काय म्हणाले?''

''म्हणाले, 'इन्स्पेक्टर साहेबांनी आम्हाला ऑर्डर दिली आहे, की त्या चित्रकाराच्या कोणत्याही बाबतीत तुम्ही लक्ष घालू नका!... मग आम्ही तरी काय करणार?' ''

''ठीक आहे, जा तू. मी उद्या सकाळी स्वत:च जाधवांना भेटून याचा जाब विचारून सोक्षमोक्ष लावून टाकतो.''

दुसऱ्या दिवशी आईचं सगळं हवं-नको पाहून तो सकाळी काहीतरी अकराच्या सुमाराला टार रोड पोलीस चौकीला गेला.

लहानपणी पोलीस म्हटलं की पार तंतरायला व्हायची, आवाज बंद

व्हायचा. आईचं सगळं निमूटपणे ऐकलं जायचं. पण पोलीसही माणूसच असतो, तोही पोरांसाठीच अंगावर वर्दी चढवतो, तोही गुंडाना घाबरतो, नि मोठ्यांपुढे लाचार होतो, हे रस्त्यावरच्या जगात पाह्यला मिळाल्याने आता पोलिसांबद्दल मनात भीती उरली नव्हती. आदर तर मुळीच नव्हता.

"याऽ चित्रकाऽऽर!" त्याला पाहताच सबइन्स्पेक्टर जाधव कुचेष्टेच्या स्वरात म्हणाला. चोकीतले पोलीस साहेबांच्या विनोदाला कर्तव्यबुद्धीनं खदखदून हसले.

संकेत भडकला, पण त्यानं पोलिसांच्या चेष्टेकडे लक्ष दिलं नाही. सत्ताधारी पोलीसच ते! गोरगरिबांची, अडल्यानडल्यांची टिंगलटवाळी त्यांनी करायची नाही, तर कोणी? या विचारांचं अचूक प्रतिबिंब त्याच्या चेहऱ्या-वरच्या कडवट हास्यात प्रतीत झालं.

"बोला, काय म्हणतो धंदापाणी?"

"साहेब, काल रात्री एका दारुड्यानं गोंधळ घालून माझं चित्र उधळून लावलं. पैसे पळवून नेले. मुलाला मारलं." तो तक्रारीच्या स्वरात म्हणाला.

"असं?... अरेरे! फार वाईट झालं बघा, चित्रकारसाहेब! पण धंदा म्हटलं की कधीतरी अशी नुकसानी होणारच की! फुकटच्या कमाईतलं थोडं त्या दारुड्याला मिळालं, तर आपली का वळवळावी?"

आँ?

"साहेब, ही फुकटची कमाई कसं म्हणता तुम्ही? दोन दोन तास राबून चित्र काढतो मी. माझ्या कलेला दाद म्हणून लोक पैसे टाकतात. भीक नाही मागत मी!'

"अहो, भीकच की ही! भिकाऱ्यांना चित्र काढता येत नाहीत म्हणून ते देवादिकांचे फोटो ठेवून फडकं पसरतात. तुम्हाला चित्र काढता येतं, म्हणून तुम्ही चित्र काढता!"

"आता तुम्हीच असं म्हणायला लागल्यावर मला ते मान्य करायलाच हवं साहेब, नाही का? इन्स्पेक्टरसाहेबांचं म्हणणं चुकीचं कसं असेल? पण तरीही, माझ्या तक्रारीचा मुद्दा कायम राहतोच!" जाधवच्या चेहऱ्यावरचं कुचेष्टेचं हास्य नाहीसं झालं. नजरेत बेरकीपणा आला.

पोरगं सालं बाराबोड्याचं आहे! बोलायला नाही ऐकायचं.

"एऽ, काय तक्रार आहे तुझी...?" भुवया वर चढवून नाक फेंदारत जाधवनं विचारलं.

च्यायला, ह्यांना दबून राहिलो तर हे आपला पार वरण-भात करतील! काही घाबरायचं कारण नाही. अगदीच काही झालं तर या इन्स्पेक्टरचे पाय धरण्यापेक्षा वझेसरांचे पाय धरू. करंदीकरांना त्यांच्या ओळखी वापरायला लावू.

"साहेब, ज्याला काहीच जमत नाही तो स्वत: आणि आपलं कुटुंब जगावं म्हणून भीक मागतो. त्याचं उत्पन्न पोलीस चौकीसमोर लुटून एखाद्या दारुड्याची रात्रीची सोय व्हावी, म्हणून कोणी भीक मागत नाही!"

संकेतच्या सरळसोट आरोपानं जाधवचं टाळकं गरम झालं. त्याच्या यादीत हे पोरगं एकदम शत्रुपक्षात पडलं.

"हे बघ, जास्त शहाणपण शिकवायचं नाही... आंऽ? जास्त बोलायचं नाही. खालून बूट सारीन तर सगळा रुबाब तोंडातून बाहेर पडेल!"

"साहेब, मी काहीही वाईट बोललो नाही. तुम्ही मला हे बोलायला लावलं आहे. एका दारुड्यानं काल रात्री माझी मेहनत उधळली... माझे पैसे लुटून नेले... बाहेर दोन पोलीस उभे होते. ते लांबून गंमत पाहत होते. नंतर तुमच्या चौकीतल्या पोलिसांनीच या दारुड्याला चहा पाजला. ह्याचा अर्थ काय समजायचा?"

"चल बे! दमबाजी करतो काय भडव्या! जा, काय समजायचा तो अर्थ समज. माझ्या चौकीसमोर असला काही प्रकार झालाच नाही!"

हा आडमुठा पोलिसी खाक्या संकेतला नवीनच होता. एक शब्द बोलता येईना त्याला. सगळं नाकारायचंच म्हटल्यावर काय बोलणार? तो आपला तोंडाचा आ वासून जाधवच्या चेहऱ्याकडे पाहत राहिला. तर जाधव खेकसला, "पाहतो काय बेरडासारखा? चल, फूट इथून. नाहीतर धुलाई करून लॉकअपमध्ये टाकून ठेवीन रात्रभर!"

त्याच्या दृष्टीनं अन्याय इतका चरम सीमेला पोचला होता, की या अन्यायाविरुद्ध शरीरात रक्ताचा शेवटचा थेंब शिल्लक असेपर्यंत आवाज

उठवायला हवा होता. पण घालवण्यासाठी त्याच्याजवळ वेळ नव्हता. एक अख्खा दिवस लॉकअपमध्ये, म्हणजे दोन दिवस वाया. दोन दिवस धंदा नाही, म्हणजे दोन्ही दिवस आईची आबाळ आणि तिची तब्येत अशी तोळामासा. कुठूनतरी तिला हे कळलं नि पटकन मेली म्हणजे...?

निमूटपणे तो उठला. जळजळीत नजरेनं एकदा जाधवकडे पाहून बाहेर पडला. मनात या क्षणी इतका प्रचंड संताप होता, की देशाची घटना त्याच्या हातात असती, तर एका क्षणात त्यानं पोलीसखातं बरखास्त करून टाकलं असतं.

"ए पोरा..."

एक म्हातारा पोलीस त्याच्या खांद्यावर हात ठेवत प्रेमळ स्वरात म्हणाला, तसा संकेत चाट पडला. रागाची जागा आश्चर्यानं घेतली.

एक पोलीस आणि इतक्या प्रेमळपणे बोलतो?

"वेड्या, कुटं काय बोलाया पायजेल... काय पाचपोच हाये का न्हाय?"

"अं? म्हणजे, मीच चुकलो का?" त्यानं सात्त्विक संतापानं विचारलं,

"तुम्ही कायद्याचे, न्यायाचे रक्षक म्हणवता स्वतःला, नि असलं..."

"काय उगा शब्दाचं भंजाळं करून न्हायला येड्या! सिंपल गोष्ट हाये... जादवसायबाच्या हाती सत्ता हाये, तर त्याचं चुकंल कसं?"

संकेत म्हाताऱ्या पोलिसाकडे पाहतच राहिला.

च्यायला! आपल्या पोलीसखात्यात प्रवेश देताना माणूस 'नग' आहे की नाही, हेच पहिल्यांदा पारखून घेत असावेत!

"इकडं ये. तू अजून लहान हैस. दुनियेत कसं वागावं तुला काय सुधरत नाय गड्या. म्हणून सांगतो. तू हितं धंदा करतो का नाय?"

"करतो."

"किती कमाई होतीया रोजला?"

"बारा...पंधरा रुपये."

"हां. घटकाभर हिशेबाला धा रुपये तर खरी?"

"बरं."

“जादव सायबानं ठरीवलं... ह्याला हितं धंदा करू द्यायचा न्हाई! बुडाले धा रुपये?”

“हां. पण मग...”

“त्याचीच आयडिया सांगतोय गड्या! करून टाक ना लेवल!”

“लेव्हल? कसली लेव्हल?”

“आरं काय ग्रहस्ता ऽ, हे बी मीच सांगू काय रे? बाऽरं. रोजी धा... तर म्हैन्याचे किती व्हत्यात?”

“तीनशे.”

“तीनशे गेल्याले वाईट, का पन्नास?”

“अं? पन्नास!”

“आँऽस्सं! पन्नासचा हप्ता मान्य कर की गुपचूप! बगू... कोन्ता दारुड्या येतो ते!”

“हां-हां, म्हणजे जाधवला दरमहा पन्नास रुपयांची लाच द्यायची!”

–खाडकन डोक्यात प्रकाश पडला त्याच्या.

यासाठी हे सगळं छळणं होय?

वाईट वाटलं.

अरे, एक लहान मुलगा आपलं सर्वस्व पणाला लावून आपल्या आईला मृत्यूच्या दाढेतून बाहेर खेचायला पाहतो आहे. त्यासाठी त्यानं शिक्षण सोडलं. कोणाची लाचारी नको म्हणून अहोरात्र धडपड करून आपली कला राबवली. त्याच्या कलेचं कौतुक म्हणून चित्रापुढे दहा पैसे नका टाकू हवं तर, पण...निदान त्याच्या मिळकतीतून मुठी भरून उचलू तरी नका!

पण आई संकेतची आजारी होती, इन्स्पेक्टरची नाही! तिला कसं जगवायचं, वाचवण्यासाठी पैसा कमी पडला तर तो कोणत्या मार्गानं उभा करायचा... हे प्रश्न त्याचे वैयक्तिक होते. जाधवच्या दृष्टीनं महत्त्व एकाच गोष्टीला होतं. त्याच्या उत्पन्नात दरमहा काही वाढ होण्याची संधी समोर होती; ती हातची जायला नको होती!

“हवालदारसाहेब... हे पटत नाही, पण... नाइलाजानं मी कबूल

करतो.''

''शाब्बास रे पठ्ठ्या! नाय तरी हप्ते मान्य करताना कोन सुकासुकी करतो काय? ना-विलाज झाल्याबिगर कोण कशाला स्वत:हून हप्ते मान्य करतो?''

''पण हे मी जाधवसाहेबांना कसं सांगू? मी म्हणालो, दरमहा पन्नास रुपये देतो आणि त्यांनी मारली मुस्काडीत म्हणजे?''

हवालदार हसायला लागला.

''कोवळा आहेस बेटा अजून तू. रस्त्यावरली दुनिया नाय पायलेली. पन ते असो. तुला हे मान्य हाय?''

''हाय! आपलं... आहे.''

''हां... हां.. 'हाय'च बरूबर हाये. तुज्या तोंडातली बामणी भाषा रस्त्यावर नाय चालायची. का, की लोकान्ला तू आपल्यातला नाय वाटायचा! ते असो. तू बिनधास्त जा. पाऽर मैदानाच्या याऽ टोकापासून त्याऽ टोकापात्तर चित्तर कहाड! कोनी काय उपद्-रव देत नाहीई! लागंल तं रहदारीचा रस्ता नाय म्हनून मधली पायवाट बंद करू आपुन - हां!''

हवालदारानं रस्त्यावरच्या जगातला एक अतिशय महत्त्वाचा जीवन-सिद्धांत शिकवून संकेतवर उपकार केले होते. त्या बदल्यात त्याला एक 'पेशल' पाजून तो उतराई झाला, मग विषण्ण मनानं हॉस्पिटलच्या दिशेनं चालू लागला.

त्या दिवसापासून टार-रोड मैदानापासल्या चित्रांच्या बाबतीत संकेतला कोणाचाही कसलाही 'उपद्-रव' कधी झाला नाही, हे मात्र खरं!

अनुभवांच्या विश्वात पाऊल टाकण्याची रंगीत तालमीच सध्या चालू होती जणू! पावलापावलाला त्याच्या पोतडीत एक-एक नवा अनुभव जमत होता. मनुष्यस्वभावाचे नमुने अनुभवायला मिळत होते.

टार-रोड मैदानाचा प्रश्न मिटला, त्याच्या आधीच एक दुसरा प्रश्न उपस्थित झाला होता.

काय व्हायचं, संकेत एकूण चार ठिकाणी चित्रं काढायचा. पैकी तीन

ठिकाणी तीन मुलं बसायची. प्रामाणिकपणे त्याला सगळा हिशेब द्यायची. तो प्रश्न नव्हता. पण या चारही ठिकाणची धंद्याची खरी वेळ संध्याकाळी सहा ते रात्री नऊ-साडेनऊ...फारतर दहा अशी. यापूर्वी तिन्ही ठिकाणची चित्रं पूर्ण करून त्याला समर्थ मंदिरातलं चित्र काढावं लागायचं. फार विचार करायला वेळच नसायचा. एकच चित्र तो चारही ठिकाणी काढायचा, पण एका चित्राला तास-दीड तास तर खरा? आणि पुन्हा अर्धा तास मधला प्रवासाचा वेळ. म्हणजे प्रत्येक चित्राचे दोन तास धरले, तर झाले आठ तास. वेळ होता त्याच्याजवळ. या कार्यासाठीच सध्या संकेतनं स्वत:ला वाहून घेतलं होतं. पण संध्याकाळी सहापूर्वी चारही चित्रं पूर्ण करायची असतील, तर पहिलं चित्र किती वाजता काढायला घ्यायचं? दहा? अन् सकाळपासून रात्री दहापर्यंत बसणार कोण तिथे? तोही प्रश्न काहीतरी करून मिटवता आला असता; पण सकाळपासून काढलेलं चित्र दिवसभराच्या रहदारीत टिकून तर राह्यला हवं? कितीही जपलं, तरी किमान धूळ उडून तरी ते ताजेपण गमावून बसणारच! म्हणून संकेतनं नवी युक्ती शोधून काढली.

चित्र चांगल्या भिंतीवर काढायचं. त्याच्यावर पांढराशुभ्र, पातळ असा प्लास्टिकचा तुकडा चिकटवून टाकायचा! चार कॉर्नर्सना चार चिकटपट्ट्या लावल्या की झालं!

पण हे काम इतकं सोपं नसल्याचा लगेचच त्याला प्रत्यय आला. एका घराची भिंत छान गुळगुळीत, चित्र काढायला फार मस्त होती.

ती बाजू अगदी रहदारीच्या बाजूला होती. म्हणून संकेत घरमालकाला भेटला. कोणी जगदीश पाठक म्हणून होता.

आधी त्यानं संकेतला दाराशी उभंच केलं नाही. दोन-चारदा उडवा-उडवी केल्यावर एकदा हा मुलगा काय म्हणतो ते ऐकू तरी, अशा आगाऊ चेहऱ्यानं त्यानं दाराशीच त्याला 'काय रे?' म्हणून अडवलं. संकेतनं त्याला सगळं समजावून सांगताना पाठकांची बायकोही मागे उभं राहून ऐकत होती. ती म्हणाली,

"अहो, नसतं लफडं गळ्यात घेऊ नका हं काहीतरी! या पोरांचा काही भरोसा नसतो. अशी काहीतरी निमित्तं काढून ही पोरं घरावर पाळत

ठेवतात. उद्या कोणी नाही असं पाहून हा घरात शिरला अन् नेलं चोरून काही, तर कपाळाला हात लावून बसावं लागेल!''

जगदीशच्या डोक्यात काही वेगळी गणितं तयार होत असावीत. म्हणून त्यानं बायकोच्या म्हणण्याकडे लक्ष दिलं नाही. तशी ती खवळली. आपल्या सुपीक मेंदूतून तिनं नवा मुद्दा काढला.

''आणि किशोरी आणि पद्माकर'' सारखे बागेत खेळत असतात. त्यांना अजून बरं-वाईट कळत नाही. ह्याच्या नादानं ती पोरं बिघडली तर कोण जबाबदार?

तिचा एक एक मुद्दा संकेतला रक्तबंबाळ करून गेला. आपण स्वाभिमानानं स्वत:च्या पायावर उभे राहण्यासाठी धडपड करतो, नि ही सुरक्षित जगातली माणसं आपलं कशात काही नाही म्हणून आपल्याला किती सहजपणे उचल्या, वाईट चालीचा ठरवतात!

पण पाठक म्हणाला,

''भिंतीवर चित्र काढ तू, पण भिंत रोज स्वच्छ करशील ना?''

''हो-हो. रात्री चित्र पुसत जाईन मी.''

''ठीक आहे आणि भाडं काय देशील? एवढी भिंत वापरणार. त्यावर रोज पैसे मिळणार. आम्हाला काय फायदा त्याचा?''

''हो, फायदा झालाच पाहिजे की! उगाच कोण कोणाला मदत करेल?''

नाही-हो करता करता दरमहा साठ रुपये भाड्यावर सौदा पक्का झाला, पण त्यासाठी संकेतला दातांच्या कण्या कराव्या लागल्या. रोज किती पैसे मिळतात, इतर मुलांचे रोजचे पगार, रंगसामान यांवरील खर्च... सगळा हिशेब द्यावा लागला.

तिसरं चित्र एक्स्टेन्शनला होतं, तिथे काही प्रॉब्लेम आला नाही. रोज समर्थ मंदिरात आरतीला येणाऱ्या एका माणसानं त्याला आपल्या दुकानाबाहेरचा एका बाजूचा ओटा चित्रासाठी वापरायला परवानगी दिली होती. संकेतची परिस्थिती माहीत असल्यानं त्यानं भाड्यापोटी काही घ्यायलाही नकार दिला होता.

सकाळी अकरा-साडे अकरापर्यंत संकेत आईपाशी असायचा. तिथून खांद्याला पिशवी लटकवून निघाला की, बाहेरच उसळ-पाव, पाव-मिसळ, नाहीतर स्वस्तातली राईस प्लेट खाऊन एक्स्टेन्शनला जायचा. आधी त्याला ही सगळी वणवण पायीच करावी लागायची, पण त्याचे होणारे हाल पाहून दत्तानं कुठूनतरी त्याला सत्तर रुपयांत एक जुनी सायकल घेऊन दिली होती. दरमहा दहा रुपयांच्या हप्त्यात संकेतने हे सत्तर फेडायचे होते. सायकल दिसायला अगदी जुनाट, पण रोलिंगला फार चांगली होती. दोन-चार वेळा पायडल मारत वेग घेतला, की भन्नाट पळू लागायची. पुन्हा दिसायला अशी, त्यामुळे कोणी पळवून नेण्याची भीती नाही!

एक्स्टेन्शनला श्रीकृष्ण स्टोअर्सच्या ओट्यावर चित्र काढून तो गावात यायचा. तिथे बसणारा शाम येईपर्यंत दुकानदारच चित्रावर नि गल्ल्यावर लक्ष ठेवायचा. गावात आधी पाठकांची भिंत घ्यायची. मग टार-रोड मैदान, की लगेच समर्थ. पाठकाची भिंत ही सर्वांत कटकटीची जागा. संकेत चित्र काढत असताना पाठकवहिनी नियमाने दर दहा-पंधरा मिनिटाला डोकावून जायच्या की, हा कुठे भिंत खरवडत नाही ना, खिळा ठोकत नाही ना, खिडकीतून आत हात घालत नाही ना...वगैरे. मध्येच कधीतरी किशोरी तिची चित्रकलेची वही घेऊन येई. अमकं चित्रं काढून दे म्हणे. नाही म्हणता यायचं नाही. तिची आई म्हणायची, 'दे की रे काढून! एवढी चित्रं काढून पैसे मिळवतोस की मेल्या या भिंतीवर!' तिच्या वहीत चित्र काढून देण्यात दहा-पंधरा मिनिटं गेली, तरी तो वेळ भरून काढायला संकेतची त्रेधा-तिरपीट उडे. कधी स्वत: जगदीशराव त्याला आपल्या खोलीत बोलावून घेत. कपाटाच्या दारावर, खिडकीच्या वर, भिंतीवर कुठे ॐ रंगवून द्यायचा असे, कुठे गणपतीचं चित्र काढायचं असे, तर कुठे फुलांनी भरलेली फुलदाणी रेखाटायची असे. भिंत वापरायला दरमहा साठ रुपये भाडं मागताना पाठकांजवळ जो व्यवहारीपणा होता, तो नंतर त्याच्याकडून अशी छोटीमोठी कामं करवून घेताना मात्र टिकला नाही. आत चहा चालला असेल तर एक एक जण जाऊन गुपचूप चहा पिऊन यायचा; पण संकेतला कधी मागितल्या-शिवाय पाणीही मिळायचं नाही.

एकदा संकेतनं चित्र रंगवायला घेतलं. तेवढ्यात वहिनींनी त्याला हाक मारून आत बोलावून घेतलं. काहीतरी काम असणार, हे तेव्हाच त्यानं ओळखलं. निमूटपणे आत गेला, तर एक जुनी लाकडाची पाटी त्याच्या पुढे टाकत वहिनी म्हणाल्या,

"अरे संकेत, आमच्या जुन्या सामानात मिळाली ही. हे म्हणत होते, जाऊ दे! बंबात घालून टाक. पण ह्यांचं बरेच दिवस चाललं आहे, नावाची पाटी लावावी दारावर. मी म्हणाले, हीच स्वच्छ तयार करवून घेऊ. देईल संकेत करून. घरचंच काम तर आहे!"

हो का? आता 'घरचं काम' का अगदी? आणि चहा पिताना नाही वाटत कधी ह्यालाही द्यावा एक कप असं?

"काय करता येईल?"

काय करता येणार? पाटी करता येणार, आणखी काय? पाटीवरची पहिली अक्षरं खरडून काढायची, मग पाटी स्वच्छ करायची. ऑईल पेन्टनं नवं नाव टाकायचं.

"पण माझ्याकडे ऑईल पेन्ट नाही वहिनी."

"एवढ्याशा नावाला असा कितीक लागणार रे?"

"पण असायला हवा ना?"

"आण की आठ-बारा आण्यांचा! हवं तर मी पैसे देते!"

"ऑईल पेन्टच्या ट्युबा, डबे असं असतं. सुट्टा नाही मिळत."

वहिनींनी पाटी त्याच्या हातातून हिसकावून घेतली. म्हणाल्या,

"काम करायचं नाही म्हणून सांग की! तरी ह्यांना मी म्हणत होते, उगाच कोणाला मदत करायच्या फंदात पडू नका. कोणत्याही कंपनीला जाहिरातीसाठी भिंत दिली असती तर महिना दोनशे रुपये मिळाले असते! पण ह्यांना कळायला हवं ना? म्हणे जाऊ दे गं, गरीब आहे बिचारा. मिळाले चार पैसे त्याला, तर काय बिघडतं? अन् हे मोठे गरीब कापल्या करंगळीवर नाही मुतायचे!"

फार वाईट वाटलं त्याला. पाठकवहिनी असं म्हणाल्या म्हणून नाही, हे ऐकून घ्यावं लागलं म्हणून! वहिनींचा स्वार्थी, आपमतलबी स्वभाव

त्याला केव्हाच माहीत झाला होता. ह्याचा आपल्या कामासाठी उपयोग होत नाही म्हटल्यावर, त्यांच्याकडून असल्या तुसड्या वर्तनाचीच अपेक्षा होती. आपण गरजवंत असल्याने, 'वहिनी, उपकार नि दयेची भाषा कशाला करता? तुम्ही मला भिंतीवर चित्र काढायला परवानगी दिली, तर भाडं घ्यायचं नव्हतं! उपकार, तसं पाह्यला गेलं तर मीच तुमच्यावर करतो आहे. माझ्याकडून तुम्ही छोटी-मोठी कामं करवून घेता, त्याचा मी मोबदला घेत नाही!' असं निक्षून सांगायला जीभ रेटत नाही, याचं वैषम्य होतं.

वहिनींना तो एका शब्दानं काही बोलला नाही. पण त्यांनी मात्र सूड उगवण्याचा प्रयत्न केला.

एकदा मुद्दाम खिडकीत नायलॉनची साडी वाळत घातली. नंतर ती हळूच काढून घेतली. संकेतनं साडी वाळत घातलेली पाहिली नव्हती, नि काढून नेतानाही त्याचं लक्ष नव्हतं.

त्याच एकदम बाहेर येऊन विचारू लागल्या.

"का रे, खिडकीवर माझी साडी होती, ती कुठे आहे?"

संकेतनं प्रामाणिकपणे सांगितलं, की मी काही पाहिली नाही. तर वहिनींनी आकाशपाताळ एक केलं. त्याच्यावर चोरीचा आरोप करून ही गर्दी जमवली. लोक सल्ला द्यायला लागले, त्याला पोलिसात द्या! लाथा घालून हाकलून द्या! पुन्हा इथे बसू देऊ नका... वगैरे. दुसऱ्या दिवशी जगदीशरावांनीही त्याला खूप भोसडलं... उलटी तंगडी करतो... खाल्ल्या ताटात हागतो... नाही-नाही ते आरोप केले.

पण गंमत अशी, की त्याला 'यापुढे भिंत वापरू नकोस', म्हणून काही म्हटलं नाही कोणी! आणि चार दिवसांनी तीच निळी साडी वहिनींच्या अंगावर! विचारलं, तर 'ही दुसरी आहे' म्हणाल्या मख्खपणे!

संकेत काही बोलला नाही. सूड घेण्यासाठी माणसं हलकटपणाच्या कोणत्या थरास जाऊ शकतात, याचा नमुना म्हणून तो प्रसंग त्याच्या अनुभवांच्या पोतडीत जमा झाला. समर्थ मंदिराच्या ओसरीवर संकेत बसला होता, त्याची खाकी पिशवी जवळच पडली होती. जागा झाडून साफ करून झाली होती, चित्रासाठी चौकोन आखलेला होता. 'गंगावतरण'चा देखावा

काढायचा होता, म्हणून चित्रं उभं घ्यावं का आडवं, यावर तो विचार करीत होता. हिमालयाच्या मोठ्या बर्फाळ रांगांच्या पार्श्वभूमीवर शंकर चांगले वाटतील, का हिमालयाच्या रांगा दूर दाखवून शंकर मोठे काढले असता चित्र अधिक उठावदार होईल, हे लक्षात येण्यासाठी दोन्ही प्रकारचे देखावे नजरेसमोर आणण्यात तो गढून गेला होता. एवढ्यात दत्ता घाईघाईने आत येताना दिसला. दीपमाळेपासूनच खूण करून त्यानं संकेतला बाहेर बोलावून घेतलं.

"चल, ते चित्र राहू दे!" तो गंभीर स्वरात म्हणाला,

"का रे, काय झालं?" धास्तावून जात संकेतनं विचारलं.

"आईचं जास्त झालंय, तू तिथे असणं आवश्यक आहे!" ऐकून हातपाय गळाले संकेतचे. आईच्या ढासळल्या तब्येतीचा विचार करता, संकेतनं हा क्षण कोणत्याही दिवशी गृहीत धरला होता; पण आता तो आला म्हटल्यावर प्रसंगाला तोंड देण्याच्या धैर्यानं धोका दिला होता. हात-पाय कापू लागले होते. मस्तक सुन्न होऊन मेंदूत मुंग्या फिरू लागल्या होत्या.

"दत्ता!"

"चल, उशीर करू नकोस. नंतर पश्चात्ताप होईल!"

संकेतनं सगळं सामान तिथेच सोडलं. बुवांना निरोप सांगितला. चालता-चालता समर्थांना नमस्कार करून तो दत्तापाठोपाठ बाहेर पडला. प्रसंगावधान राखून दत्तानं रिक्षा आणली होती. संकेतची सायकल आत टाकून ते दोघं रिक्षानं निघाले. रिक्षात दत्तानं माहिती पुरवली– आज सकाळपासूनच आईच्या तब्येतीत फरक होता. संकेत अडकून पडू नये, म्हणून ती काही म्हणाली नव्हती, इतकंच. पण तो गेल्यानंतर अर्ध्याच तासात तिला रक्ताची एक मोठी उलटी झाली होती. डॉक्टरांनी तपासणी करून निष्कर्ष काढला होता, की तिच्या आतड्याला तडा गेला आहे आणि ऑपरेशन वगैरेच्या नादी लागण्यात काही अर्थ नाही. पेशंट लास्ट स्टेजला आहे.

म्हणून त्यांनी करंदीकरांना फोन करून पेशंटच्या तब्येतीची माहिती दिली होती. त्यांनी माणूस पाठवून दत्ताला बोलावून घेतलं होतं.

"तुला केव्हा समजलं दत्ता हे?"

"चारला. मंजुळ डॉक्टरांनी केस हातातून गेल्याचं लक्षात आल्यावर

दुपारी अडीचला नाना करंदीकरांना फोन लावला. नंतर त्यांचा माणूस माझ्याकडे आला, म्हणून मी धावत हॉस्पिटलात गेलो. तिथून मग तुझ्याकडे आलो.''

हृदयात कालवाकालव व्हायला लागली. डोळे सारखे भरून यायला लागले. एक आईच काय ती आपली, नि आता तीही चालली होती!

शेवटची भेट तरी होते का नाही, कोणास ठाऊक?

''दत्ता, पण जिवंत तरी असेल ना रे ती? तू निघालास तेव्हा होती का?'' विचारतानाच त्याचा आवाज दाटला गेला. दोन्ही हातांच्या ओंजळीत चेहरा झाकून तो रडायला लागला.

''असं नाही करायचं. वेडा आहेस का तू?'' त्याला जवळ घेत दत्ता म्हणाला. पण त्याचेही डोळे भरून आले होते.

''अरे...'' संकेत कळवळून म्हणाला, ''मला फक्त आईच होती रे! आता कोणासाठी ही धडपड? सायकलीवरून वणवणत इथे चित्र काढ... तिथे चित्र काढ... जागेसाठी पोलिसांशी हातमिळवणी कर... पाठकांची घालूनपाडून बोलणी ऐकून घे... तिच्यासाठीच तर होतं हे सगळं! आता मी कोणासाठी पैसा मिळवू? बुवा म्हणतात, प्रत्येक गोष्टीमागे काही परमेश्वरी संकेत असतो. घडते ती गोष्ट चांगल्याकरता घडते! कोणाची आई मरण्यामागे काय चांगला परमेश्वरी संकेत असेल? एवढ्या मोठ्या... माणसांनी भरलेल्या जगात एकही रक्ताचं नातं नसलेल्या माझ्यासारख्या लहान मुलाला जगायला लावण्यात काय चांगलं असेल?''

या प्रश्नांची उत्तरं जवळ असण्याइतका दत्ताही मोठा नव्हता. तो गप्प राहिला. संकेतच्या पाठीवरून हात फिरवत त्याला गप्प करण्याचे त्याचे केविलवाणे प्रयत्न चालू राहिले.

रिक्षा हॉस्पिटलच्या दाराशी थांबताच संकेत धडपडून धावला. रिक्षावाल्याचे पैसे देऊन त्याला गाठताना दत्ताच्या तोंडाला फेस आला.

वॉर्डमध्ये आईच्या पलंगाभोवती डॉ. करंदीकर, मंजुळ, वझेसर अशी चार -पाच माणसं होती. संकेत येताच वझेसरांनी मागे सरून त्याला जागा दिली.

''आई-!''

त्याची पांढऱ्याफट्ट चेहऱ्याची आई शांतपणे पलंगावर पडली होती. पांघरुणात झाकलेला तिचा देह गादीतच लपून गेला होता.

अनिश्चितपणे धुगधुगणाऱ्या तिच्या मातृहृदयापर्यंत पोराची हाक पोचली. याच क्षणासाठी सारी इच्छाशक्ती एकवटून ठेवल्याप्रमाणे तिनं डोळे उघडले. ती म्लानपणे हसली. एक अशक्त हात पांघरुणाचं बंधन झुगारून, मोठ्या कष्टानं बाहेर आला. त्याच्या झुकल्या चेहऱ्यावरून प्रेमानं फिरला.

हे शेवटचं! आणखी काही वेळानं हे डोळे मिटतील, वा उघडे राहतील; पण त्यांत प्राण नसतील! हे क्षीण हालचाली करणारं जर्जर शरीर निमालेलं असेल. अन् हे हात पुन्हा आपल्या शरीरावरून मायेची मोरपिसं फिरवायला असमर्थ असतील!

हे शेवटचं. सगळंच शेवटचं!

''आई... चाललीस?''

त्याच्या त्या दोन शब्दांच्या प्रश्नात साऱ्या जगाची अगतिकता होती. डोळ्यांदेखत आई चालली होती. त्याच्या वा तिच्या इच्छेला अर्थच नव्हता. त्या नगण्य होत्या. बोलावणं आलं होतं. असं काही तिला म्हणता येत नव्हतं... 'बाबा रे, थांब! माझं कोकरू अजून लहान आहे. त्याला माझ्याशिवाय या जगात कोणी नाही. बाप नसून मी त्याला सनाथ केला, पण आता माझ्याविना तो अनाथ होईल. पोरका होईल. उघड्या जगात एकटा पडेल.'

''आलास संकेत?...ये, असा जवळ ये. जाताना तुझे स्पर्श सोबत घेऊन जाते!''

ती त्याच्या चेहऱ्यावरून, केसांतून आपला अशक्त हात फिरवू लागली.

तो भडभडून रडू लागला.

''नको जाऊस... आई, नको जाऊस!''

दत्ता ओक्साबोक्शी रडत बाहेर पळाला. वझेसरांनी तोंड फिरवून घेतलं. करंदीकर थिजल्या नजरेनं ते दृश्य पाहत राहिले.

''संकेत, मोठा चित्रकार होण्याचं तुझ्या बाबांचं स्वप्न, ते तू पूर्ण कर. मोठा हो. नाव कमाव. यश, पैसा तुझ्या पायाशी लोळू दे. हीच माझी

शेवटची इच्छा समज. स्वत:ला जप. तुझं या जगात आता कोणी नाही. मी चालले, पण माझा आत्मा तुझ्याभोवती घोटाळत राहील. संकेत, तू स्वत:चे हाल करून घेतलेस, तर माझा आत्मा तडफडेल.''

"घोटाळू नकोस आई! शांतपणे जा निदान. मी तुझ्या सगळ्या इच्छा पूर्ण करीन. नेत्रदीपक काहीतरी करून दाखवीन. मोठा चित्रकार म्हणून नाव कमवीन.''

आई हसली. तिच्या डोळ्यांत समाधानाची एक पुसटशी छटा तरळली. चेहरा कुरवाळणारा हात हळूऽच खाली आला. पलंगावरून लोंबकळत राहिला.

"आई...''

आईच्या चेहऱ्यावर तेच क्षीण हास्य. डोळ्यांत त्याच छटा. शरीर तेच. प्राण तेवढे नव्हते!

"आई... आई... आई गंऽ...''

गर्दीत चुकलेल्या दोन-अडीच वर्षाच्या लहान मुलाप्रमाणं त्यानं कळवळून हाका मारल्या.

मग वझेसरांनी त्याला उठवून जवळ घेतलं.

"ओ गॉड!'' म्हणत करंदीकरांनी थरथरत्या हातानं तिचे डोळे मिटले.

पंधरा वर्षांचं अवघं आयुष्य त्याचं. त्यानं तरी किती सहन करायचं? किरकोळ आघात तर खूपच होते. रणसंग्रामात झुंजणारा वीर शरीरावरच्या थिल्लर जखमा मोजत बसत नाही, तसंच त्यानं त्या आघातांकडे दुर्लक्ष करायला शिकून घेतलं होतं. ज्या जगात आपण पूर्ण निराधार होऊन वावरणार आहोत, तिथले लोक स्वार्थी, आपमतलबी, क्रूर... चांगले सोडून सर्व काही आहेत, हे सत्य त्यानं अनुभवांती पचवलं होतं. या पथावर दत्ता, वझेसर, करंदीकर डॉक्टर... अशी माणसं मैलोन् मैल पसरलेल्या अंधाऱ्या रस्त्यावरल्या काजवी दिव्यांइतकीच दुर्मीळ होती. इथे जाधवफौजदार नि पाठककुटुंबीयच जास्त भेटणार होते.

पण त्याच्या वर्मी बसलेला हा दुसरा घाव. त्यानं पाहिलेला दुसरा मृत्यू. तोही स्वत:च्या आईचा!

तिला शववाहिनीतून न्यावं असं वाटत होतं. संकेत तेव्हा काही मत देण्याच्या मन:स्थितीतच नव्हता. आई गेली होती, हे सत्य होतं. आता तिला तिरडीवरून नेली काय, शववाहिनीतून नेली काय, नि पलंगावरच दहन केली काय... काही फरक पडत नव्हता. पण दत्ता सांगत आला– बाहेर समर्थ मंदिराचे बुवा आले आहेत. त्यांच्याबरोबर पन्नास-साठ माणसं आहेत. म्हणून शववाहिनीचं रद्द करून व्यवस्थित प्रेतयात्राच निघेल. कोण... कोण नि कुठून, कसे सामील झाले काही सांगता नसतं आलं; पण आश्चर्य म्हणजे जाधवच्या चौकीचे सगळे पोलीस नि पाठक स्वत:ही होते.

नंतरचे चार-पाच दिवस तो बोलण्याच्याही मन:स्थितीत नव्हता. डोळ्यांसमोर सारखी भगभगणारी चिता दिसायची, आईचं अंतिम दर्शन नि तिचा शेवटचा वत्सल स्पर्श आठवून जीव गलबलून जायचा. दत्ता या दिवसांत सावलीसारखा त्याच्याबरोबर होता. तोच बळेबळे त्याला काहीतरी खायला लावायचा; पण शरीरधर्म म्हणूनही चार घास सरळपणे पोटात जाणं त्या पोराच्या नशिबी नव्हतं. प्रत्येक गोष्टीला त्याला जळक्या खापराचा धुरकट, जळकट वास यायचा. पोटातलं अन्न घशाशी यायचं.

आश्चर्य वाटावं, एवढी माणसं खोलीवर समाचाराला येऊन गेली. वझेसर, बुवा...ही मंडळी तर तास-तास, दोन-दोन तास बसून जायची. घाबरू नकोस, आम्ही आहोत... तुला सावरलं पाहिजे... वगैरे धीराच्या चार गोष्टी सांगून जायची.

संकेतला आभाळ फाटल्यासारखंच दु:ख झालं होतं. त्याला कधी कधी वाटायचं, आपण आता या धक्क्यातून सावरत नाही. आईची हाय खाऊन आपणही मरणार!

पण तसं झालं नाही. एक प्रचंड आघाताची खूण हृदयावर ठेवून, घटनेची तीव्रता हळूहळू कमी होत गेली. आई गेली, तिचं आयुष्य संपलं, आपलं आयुष्य आपल्यासमोर अनंत पसरलं आहे, याची त्याला जाणीव होऊ लागली. पंधरा-वीस दिवसांनी तो माणसांत आला. पुन्हा उभारी धरण्याची भाषा करू लागला.

त्याचं त्यालाच नवल वाटलं.

नाडकर्णीसर आपल्या रक्ताचे ना नात्याचे. ते गेले, तर आपण कित्येक महिने विस्कळीत झालो होतो आणि आज सख्खी आई गेली, तर तिचं जाणं मान्य करून आपण पुन्हा पंधरा दिवसांत आपलं जीवन जगायला तयार झालो!

दिवसेंदिवस माणसाचं मन निर्ढावत जातं, त्याचं स्वतःच्या आयुष्यावरचं प्रेम, जीवन जगण्याची लालसा वाढत जाते म्हणतात... ती अशी! कदाचित म्हातारपणी आपण आपल्या कोणाही नातेवाइकाची प्रेतयात्रा निर्विकार मनानं सहन करू!

तब्बल तीन आठवड्यांनी तो धंद्याची पिशवी सायकलीला अडकवून बाहेर पडला. खुल्या जगातला पहिलाच वाईट अनुभव त्याच दिवशी त्याच्या पदरी पडला!

काय व्हायचं, पाठकांच्या भिंतीवर चित्र काढून, त्यावर पारदर्शक जिलेटीन पेपर लावून, संकेत टार-रोड मैदानाकडे रवाना व्हायचा. त्यानंतर जवळ-जवळ दोन तासांनी चंदू तिथे पोचून धंद्याकडे लक्ष द्यायला लागायचा. तोपर्यंत चित्र बेवारशीच असायचं. तर संकेतच्या कानावर आलं होतं, की बलबीर नावाचं एक दांडगट पोरगं चंदू येण्यापूर्वी तिथे उभं राहून आपलाच धंदा असल्याचा भास निर्माण करून धंदा करतं! पण करता येण्यासारखं काहीच नव्हतं ना! म्हणून संकेतनं विचार केला होता... चंदू येण्याआधी तो निघून जातो ना... मग चालू दे. कमाव बाबा तू पण माझ्या चित्रावर. शेवटी, कपाळावर लिहिलेलं तर काही तू स्वतःकडे खेचू शकत नाहीस. तुला मिळायचं असेल ते तुला मिळेल, मला मिळणार असेल ते मला राहील!

एक्स्टेन्शनला श्रीकृष्ण स्टोअर्सला जरा वेळ गेला. मालकानं जातीनं चौकशी केली. आई गेली हे फार वाईट झालं, म्हणून मनापासून हळहळ व्यक्त केली. मग, चित्र काढून गावात पाठकांकडे आला.

टाळकंच सणकलं.

पाठकांच्या भिंतीवर राजेश खन्ना-शर्मिला टागोरचं बागेत नाचतानाचं चित्र. चित्राखाली टायटल... 'गुनगुना रहे हैं भँवरे...!' कोपऱ्यात चित्रकाराची लफ्फेदार सही - एस्. बलबीर.

एक बदमाष चेहऱ्याचा, उग्र तरुण चित्राशेजारी गल्ल्यावर नजर ठेवून. चित्राभोवती मुलांची बरीच गर्दी.

"हा बलबीर कोण रे?'' गर्दीत घुसत संकेतनं विचारलं.

"मीच!'' आपले थंड, मवाली डोळे संकेतवर रोखत तोच तरुण म्हणाला,

"का?''

"तू इथे का चित्र काढलंस?''

"का, तू कोण विचारणारा?''

"ही जागा माझी आहे.''

"पाठक तुझा बाप का?''

"हे बघ, कोण कोणाचा बाप ते आपण नंतर पाहू. ही जागा माझी आहे. गेले चार महिने मी इथे चित्र काढतो आहे!''

"तू चित्र काढत होतास तेव्हा तुझी असेल., आता मी चित्र काढतो आहे. जागा माझी आहे.''

"मी जागेचं भाडं भरलं आहे.''

"मग, आम्ही काय पाठकासमोर पाठ करून चड्डी सोडतो का? मी पण भाडं भरतोय!''

"अं? तू भाडं देतोस?''

"हो.''

"कोणाला?''

"पाठकाला! पंचाहत्तर प्रमाणे तीन महिन्यांचे सव्वादोनशे ॲडव्हान्स दिले आहेत!''

संकेत एकदम गार! त्यानं भाडं आगाऊ भरलेलं असेल तर तो रुबाब करणारच. हा चावटपणा त्या वहिनींचा असणार!

अरेरे! वहिनी... माझी आई गेली म्हणून तीन आठवडे येत नव्हतो मी आणि त्याचा फायदा घेऊन तुम्ही या असल्या चित्रांसाठी बलबीरला जागा दिली? बरं, भाडं बुडण्याचाही प्रश्न नव्हता. माझं चालू महिन्याचं भाडं तर तुमच्याकडे जमा आहे. निदान भाड्याचा महिना पूर्ण होईपर्यंत तरी

ही जागा माझी होती की नाही?

तावातावानं तो पाठकांच्या बागेत शिरला. दारावरची बेल दाबली. दार वहिनींनी उघडलं. त्याला पाहताच त्या थोड्या चमकल्या. पण लगेच मानभावीपणे म्हणाल्या,

"अरे... तू? ये ना, आत ये."

संकेत आत गेला. शांतपणे वहिनींची गडबड पाहत राहिला. त्यानं चित्रांचा विषय काढू नये म्हणून त्यांनी खूप शाब्दिक कसरती केल्या. त्यात संकेतची 'आई' हाही विषय त्यांनी गहिवरत हाताळला.

त्यांची केविलवाणी धडपड पाहून संकेतला वहिनींची कीव आली. वाटलं, जाऊ दे, हा विषय त्यांना नको असेल तर आपणही काढू नये. अरे, माणसं का ही? दरमहा जास्त मिळणाऱ्या पंधरा रुपयांसाठी एका दुःखी जिवाला फसवतात ही! ह्यांच्याशी भांडायचं म्हणजेसुद्धा हाड बळकवण्याची भीती निर्माण झालेल्या कुत्र्याच्या त्वेषाने गुरगरत भांडायला पाहिजे!

त्यानं विषय नाही काढला, पण तो कशासाठी आला आहे हे माहीत असल्यामुळे नि मनात डाचत असल्याने, पाठकवहिनींनीच विषय काढला. म्हणाल्या,

"अरे, तू आईच्या उपचारासाठी पैसे उभे करण्यासाठी ही चित्रं काढत होतास म्हणे! तुझी आई गेली. आम्हाला वाटलं...वाटलं, तू आता धंदा बंद केलास. बऱ्याच दिवसांत फिरकलाही नाहीस तो! म्हणून ह्यांनी-"

"वहिनी, विषय तुम्ही काढलाच आहे, म्हणून बोलतो. हाच माझ्या उपजीविकेचा व्यवसाय म्हटल्यावर, आई गेल्याने त्यात काय फरक पडणार होता? मी परत येणार होतो. या महिन्याचे साठ रुपये तुमच्याकडे आगाऊ दिले होते मी. महिना संपेपर्यंत तरी जागा प्रामाणिकपणे मोकळी राहू द्यायची. नंतर तुम्हाला हवंतर त्याला देता आली असती की!"

"तेही खरंच म्हणा. पण लक्षातच नाही आलं बघ. डोक्यात हेच ना, की आता तू धंदा बंद केलास!"

"जाऊ द्या वहिनी. खरं काय ते तुम्हालाही माहितीये अन् मलाही!"

तो कडवटपणे म्हणाला.

''काय रे, काय माहिती आहे?'' लगेच संरक्षणाचा पवित्रा घेत वहिनींनी विचारलं.

''त्या बलबीरनं साठाऐवजी पंचाहत्तर देणं मान्य केलं. तीन महिन्यांचे सव्वादोनशे आगाऊ दिले. पंधरं बारं एकशे ऐंशीचा हिशेब करून मोकळे झालात तुम्ही लोक! त्यासाठी बलबीरची नटनट्यांची चित्रं मान्य केलीत! असो. आता बोलून काही उपयोग नाही. जातो मी.''

तो जायला निघाला, तेव्हा वहिनी त्याच्याकडे खाऊ का गिळू, अशा विषारी नजरेनं पाहत होत्या. जाताना मागे वळून तो म्हणाला,

''पण चांगलं नाही केलंत. पश्चात्ताप होईल तुम्हाला!''

''अरे, जा! मोठा आलाय शापवाणीवाला! कावळ्याच्या शापानं गाय मरत नाही. समजलास? स्वत:चंच वाटोळं होतंय, ते सावर आधी! जलमला तर बापाला जाळून बसला, आता आईला सरणावर पोचवून आला आणि आम्हाला शाप देतोय! चल, चालता हो! पुन्हा इथे यायचं काम नाही, सांगून ठेवते.''

''परमेश्वराची इच्छा असेल, तर पुन्हा तुमच्या दारी नाही यावं लागायचं मला.''

चिडून तो बाहेर पडला. सायकलीपाशी आला, तर बलबीर हसून म्हणाला,

''क्यो उस्ताद, तोते उड गये?''

काही न बोलता त्यानं सायकलीवर टांग मारली. टार-रोड मैदानाच्या दिशेनं मोहरा वळवला.

आई गेल्यानंतर आता तो सर्वार्थानं बराच सावरला होता. येणारा पैसा औषधं-इंजेक्शन्सवर खर्च होत नव्हता आणि 'आई गेलेलं पोर' म्हणून लोक सहानुभूतीनं चार आण्यांच्या जागी आठ आणे टाकीत होते. एक चित्र कमी होऊनही मिळणारा पैसा थोडा वाढलाच होता. बुवा म्हणाले ते खरं होतं. मिळायचं तेवढं कसंही मिळणारच होतं. मग दोन चित्रं काढली काय, नि दहा काढली काय!

पण एवढा पैसा मिळून स्वास्थ्य नव्हतं. गाव सोडण्याचे विचार वारंवार मनात येऊ लागले होते. कक्षा विस्तारू लागल्या होत्या. नेत्रांत यशाची पहाट तरळू लागली होती.

आईची शेवटची इच्छा पूर्ण करायची असेल, तर या गावात अशी चित्रं काढून ती कशी पूर्ण होणार? इथे महिना सात-आठशे रुपये सहज मिळतात. चार-पाचशे शिल्लक टाकणं, स्थिर होणं, हेच आपल्या आयुष्याचं ध्येय असावं का? आपल्याला आणखी प्रगती करायची आहे. खूप नावलौकिक कमवायचा आहे. नशिबात असेल ते होईल, हे ठीक आहे; पण म्हणून आपण काही प्रयत्नच करायचा नाही का? काहीतरी नेत्रदीपक करायचं असेल, तर या गावात राहून काय करता येणार आहे? डबकं सोडून आपल्याला विशाल सागरातच सूर मारला पाहिजे! त्याशिवाय यशाचे, कीर्तीचे मोती हाती लागायचे नाहीत. पुणं किंवा मुंबई!

म्हणायला सोपं होतं. स्वप्नात पुण्या-मुंबईला स्थायिक होणं सहज शक्य होतं. पण व्यावहारिकपणे विचार करू लागला म्हणजे त्यातला कठीणपणा लक्षात येऊन त्याचा जीव दडपायचा.

तिथे ना कोणी ओळखीचं ना पाळखीचं. मोठाली शहरं ही. धंद्यातही स्पर्धा खूप. विचारतो कोण आपल्या कलेला तिथे? आणि आहेच काय आपल्या जवळ असं? धड शिक्षण नाही, का चित्रकलेचा विस्तारित अभ्यास नाही. आपल्यासारखे कामचलाऊ चित्रकार तिथे गल्लोगल्ली पडलेले असतील!

अशा उलटसुलट विचारांनी त्याच्या मनाचा गोंधळ उडायचा. असमाधान, अस्वस्थपणा तेवढा वाढीस लागायचा. काय करावं, याचा निर्णय घेता यायचा नाही.

शेवटी त्यानं मोठ्यांचा सल्ला घेण्याचं ठरवलं.

आता, त्याच्या संबंधातले मोठे कोण? तर बुवा, वझेसर, डॉ. करंदीकर-नि जाधवसाहेब. दत्ता, आणखी एक.

या सगळ्यांना त्यानं एकदा चहाला घरी बोलावलं. बुवा येतील की नाही शंका होती. कारण, परान्न त्यांना वर्ज्य होतं. पण भीत-भीत आमंत्रण दिलं, तर ते म्हणाले,

"येईन हो, जरूर येईन. मुलगाच मानलंय तुला. तुझ्याकडे काही घेतलं, तर ते परान्न समजत नाही मी!"

सगळे आले. जाधवसाहेब ड्यूटीवर होते, पण त्यांनाही आता या मुलाबद्दल विशेष काही वाटू लागलं होतं. म्हणून ड्यूटीवर असतानाच आले होते ते. फार बरं वाटलं.

ही आपल्या चांगुलपणाची कमाई! नाही तर वझेसर, करंदीकर डॉक्टर... असल्या मोठ्या लोकांनी आपल्यासारख्या नगण्य मुलाच्या शब्दाला मान देऊन, इथपर्यंत येण्याची काय आवश्यकता होती?

घरात काही नव्हतं आणि हातानं करण्याची त्याला सवय नव्हती. वेळ होताच कुठे स्वत:करता काही करत बसायला?

पलीकडच्या सान्यांना विचारून पोहे, मिरची, कोथिंबीर वगैरे सामान आणून दिलं. त्यांच्याकडून पोहे करवून घेतले. पोहे, वेफर्स, बर्फी, केळं आणि दूध असा बेत केला.

बशा पाहूनच सगळे चाट!

"अरे! लग्नबिग्न केलंस की काय न सांगता?" वझेसर हसून म्हणाले.

"काय रे हा वेडेपणा!" डॉक्टर कौतुकानं उद्‌गारले.

"लेका, तुलाही कोणी हप्ता द्यायला लागलं की काय!" जाधवांनी दिलखुलास हसत विचारलं.

"लक्षात ठेवा जाधवसाहेब," दत्ता मिस्कीलपणे म्हणाला, "आवळा देऊन कोहळा काढण्याची पोलिसी ट्रिक त्यालाही तुमच्या संगतीत राहून जमली असेल, तर गणित मांडा - आवळ्याला कोहळा, तर पोहे-वेफर्स-बर्फीला काय?'

"बापरे! कोथळ्याच मग!" जाधव दचकून म्हणाले.

हास्यविनोदात खाणं पार पाडलं. मग दुधाचे ग्लास आले.

"श्रीऽराम!" बुवा म्हणाले, "हे तर जेवणाच्या वर झालं की रे!"

"घ्या बुवा." संकेत नम्रपणे म्हणाला, "मोठ्या मुश्किलीनं घाट जमवून आणला सगळा. नाहीतर तुम्हा लोकांचे पाय कशाला माझ्या घराला लागतायत?"

दूध पिताना दत्तानं विषय काढला. संकेतनं ते काम त्याच्यावर सोपवलं होतं.

"नाना, संकेतचं इथे आता व्यवस्थित चाललं आहे; पण मला वाटतं, त्याला काही विशेष प्रगती करायची असेल, तर त्यानं पुणं किंवा मुंबईसारखं शहर गाठायला हवं. सर, तुमचं काय मत आहे?"

"माझं मत आहे, की तू आणि हा संकेत - दोघंही लबाड आहात!"

"लबाड? का?"

"या विषयावर आधीच तुमच्यात काहीतरी चर्चा झाली आहे. काही निर्णय पक्का झाला आहे आणि तो चुकीचा ठरला तर पोरासोरी कारभार ठरू नये, म्हणून तुम्ही तो आम्हा मोठ्यांच्या तोंडून वदवून घेण्यासाठी हा कारभार केला आहे!"

"तसं नाही सर-" हसू दाबत संकेत म्हणाला. पण दत्ताला हसू आवरता आलं नाही. तो खुदुखुदु हसायला लागला. त्यामुळे त्यांचं भांडं फुटलं.

"अरेच्या! आणि आता नानाला विचारता होय रे?"

"नाना, आमच्यात चर्चा झाली, हे खरं आहे." दत्ता म्हणाला, 'पण आम्ही कसलाही निर्णय घेतला नाही. तो घेता आला नाही, म्हणून तर तुम्हा सर्वांना एकत्रित आणण्याचा खटाटोप!"

'संकेत, काय म्हणणं आहे तुझं?"

"काही नाही... इथे गावात मला स्वास्थ्य, सुरक्षितपणा सगळं आहे; पण या स्वास्थ्यापायीच माझी प्रगती खुंटेल, अशी भीती वाटते! आईची अंतिम इच्छा होती, आपल्या मुलानं महान बनावं. यश, कीर्ती, पैसा... सारं काही त्याच्या पायाशी असावं. तिची ही इच्छा मला इथे, या गावात राहून पूर्ण करता येणार नाही."

"खरं आहे ते एक प्रकारे. मग...? पुण्याला जायचं म्हणतोस?"

"पुणंच असं नाही. खूप काही शिकता येईल, काही नवं करता येईल, असं कोणतंही ठिकाण."

"मुंबई!"

"पण, मुंबईत राहणं इतकं सोपं नाही. जागेची फार मोठी समस्या निर्माण झाली आहे तिथे. लहानमोठ्या गावा-शहरांतले हजारो तरुण नशीब काढण्यासाठी रोज मुंबईत येऊन थडकतात. सगळ्यांना जागा कशी मिळावी?"

"हो. अशी परिस्थिती आहे, की लोकं खिशात पैसे घेऊन जागांसाठी वणवण भटकतायत, पण जागाच मिळत नाही! दहा बाय दहाची खोली मिळाली, तरी स्वर्ग हाती आल्यासारखं वाटू लागतं लोकांना. त्यासाठी पंधरा-वीस हजार मोजण्याची तयारी असते!"

"मी एकटा जाणार सर. बरोबर काही सामानसुद्धा नसणार. फूटपाथवर झोपण्याची तयारी ठेवली, तर कशाला जागेची अडचण येईल?"

"फूटपाथवर झोपणंसुद्धा इतकं सोपं राहिलेलं नाही संकेत तिथं!" जाधवांनी माहिती दिली. "हे फूटपाथ महानगरपालिकेचे आहेत, पण रात्री तिथे गुंडांची मालकी असते! एरियाच्या एखाद्या खतरनाक दादाची हुकमत चालते फूटपाथवर. कोणा त्रयस्थानं त्या फूटपाथवर झोपायचं का नाही, हे त्याच्या मर्जीवर अवलंबून असतं."

"संकेत, तू जाणार असलासच तर जा." बुवा गंभीरपणे म्हणाले, "मी तुला विरोध करणार नाही. समर्थांनी नव्हतं का भारतभ्रमण केलं? पण तुझं जाणं आवश्यक आहे का, ते आधी नक्की कर. श्रीकृपेनं तुला इथे राह्यला जागा आहे. महिना सात-आठशे मिळतायत. रक्तानात्याची नसली, तरी जिव्हाळ्याची चार माणसं आज तुझ्या पाठीशी आहेत. हे सगळं स्थापित सोडून तू निर्वासित बनणार. शून्यातून पुन्हा सगळं निर्माण करणार. माणसं जोडणार. हेच तुला इथे नाही का करता येत? मुंबईसारख्या ठिकाणी आजच्यासारखी मान्यता मिळायला तुला जितकी वर्षं लागतील, त्याच काळात तू या गावात प्रतिष्ठित माणूस म्हणून जगू शकतील. बघ... पटलं तर घे, नाहीतर वेड्या मायेचं बोलणं म्हणून सोडून दे!"

बुवांच्या बोलण्यात बरंच तथ्य होतं. संकेतच्या मनाचा निश्चय डळमळू लागला होता, पण तेवढ्यात दत्ता म्हणाला,

"बुवा, तुम्ही म्हणता ते खरं आहे. पण मी काय म्हणतो, संधी म्हणून एक प्रयोग करून पाहायला काय हरकत आहे? संकेत तू जा रे! दोन-तीन

महिने बघ, काय होतं. काही जमत नाही असं वाटलं तर, ये परत. तुला काही कोणी हद्दपार करीत नाहीये. आलास तर इथून पुढे सुरुवात कर.''

"हां. दत्ता म्हणतो तेही काही चुकीचं नाही.'' जाधव मान डोलावत म्हणाले, "मुंबईला जाणार असलास तर मी तुझ्या झोपण्याच्या जागेचा प्रश्न सोडवतो!''

"कसा काय?'' संकेतनं अधीरपणे विचारलं.

"जेकब सर्कलला एक दादा माझ्या ओळखीचा आहे. सगळे त्याला पुरशा म्हणतात. तो तुझी काहीतरी सोय करेल.''

"या पुरशाचा पत्ता तुमच्याकडे आहे जाधवसाहेब?''

"पत्ता कसला? जेकब सर्कलपर्यंत कसं जायचं, ते मी तुला सांगतो. तिथे एखादा पान-सिगरेटवालाही तुला पुरशापर्यंत नेऊन सोडेल! त्याला नुसतं सांग, तुझ्या गावच्या तुका जाधवनं मला पाठवलं आहे. सगळी सोय होईल तुझी!''

"जागेचा प्रश्न मिटत असेल, तर जायला हरकत नाही.'' वझेसर म्हणाले.

"मात्र, काही नाही जमलं तर संकोच न करता ये हो परत. समर्थ मंदिरात तुला भरपूर जागा आहे. रहा. चित्रं काढ. समर्थांची सेवा कर.''

हा कौल मिळताच संकेतचा जीव आभाळाएवढा झाला. आनंदाच्या भरात या लोकांच्या चेहऱ्यावरची खिन्न नाराजी त्याला जाणवलीच नाही. बुवांनी डोळे टिपल्याचंही लक्षात आलं नाही.

त्याच्या नजरेसमोर अथांग मुंबई तरळत होती.

♦♦♦

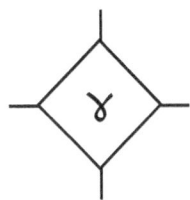

४

मुंबई!

कोणत्याही नवीन माणसासाठी एक कुतूहल, आश्चर्य नि अविश्वास वाटणारी महानगरी!

त्याला गोंधळून टाकणारी. चुका करायला लावून बावळट ठरविणारी. इतरांपासून त्याचं वेगळेपण, नावीन्य स्पष्टपणे वेगळं दाखविणारी!

अन् या अफाट, बेफाम मुंबईत संकेत जोशी नावाच्या एका क्षुद्र जंतूची कोणीही दखल न घेणारी एक सामान्य भर. बॉम्बे सेंट्रलला तो उतरला तेव्हा त्याच्याजवळ एक ट्रंक, एक वळकटी. अंगावर भारी म्हणून घातलेली एक निळी पॅन्ट, पिवळा शर्ट. आता इथल्या समुदायात बावळं नि गबाळं वाटणारा! ट्रंकेत रोख बावीसशे रुपये!

आपण उतरलो तो स्टेशनचा प्लॅटफॉर्म आहे, हे कळायलाच त्याला कितीतरी वेळ लागला. रुंद नि लांबलचक रस्त्यांसारखे प्लॅटफॉर्म्स. दणकट लोखंडी खांबांवर पेललेलं लोखंडी शिगांचं एक जाळं. त्यावर पत्र्याचं, का सिमेंटचं छप्पर. अन् असे किती आहेत तरी किती? हा, तो पलीकडला... त्यापलीकडला... बाप रे! असं असतं होय स्टेशन? माणसंच्या माणसं गिळणारं? टी. सी. च्या हातात मुद्दाम तिकीट देऊन तो स्टेशनातून बाहेर आला, तेव्हाच त्याच्या मनावर थोडं दडपण आलं होतं; पण ट्रंकेतले बावीसशे रुपये सोडले, तर लुटलं जाण्यासारखं त्याच्या अंगावर काही नव्हतं, म्हणून बरं होतं. आपल्याकडे कोणाचं लक्ष वेधलं जाणार नाही, ही

जी जाणीव सुखद होती, धीर देणारी होती.

जाधवसाहेबांनी त्याला मुंबईचे बरेच किस्से सांगितले होते. कसं वागायचं, याबद्दल सूचना दिल्या होत्या. धोके दाखवून ठेवले होते. त्यांची मनाशी उजळणी करीत, तो समोरच्या टॅक्सी स्टँण्डला आला. पुढल्या टॅक्सीवाल्याला म्हणाला -

"जेकब सर्कल चलो!"

टॅक्सी ड्रायव्हरनं एकदा त्याच्याकडे पाहिलं. मग त्याच्यासाठी डाव्या हातचं मागचं दार उघडलं. तो ट्रंक, वळकटी पायांपाशी घेऊन आत बसला. दरवाजा ओढून घेतला.

कर्र्र...रिंग करून मीटर टाकत ड्रायव्हरनं पुन्हा त्याच्याकडे पाहत मागचं दार उघडलं. जरा जोरात आत ओढलं. आवाजातलं निराळेपण संकेतलाही जाणवलं. दार कसं लावून घेतात, याची त्याच्या मनानं नोंद करून घेतली.

भुर्रकन टॅक्सी निघाली. एका प्रशस्त रोडच्या रहदारीत मिसळून गेली. या रस्त्यावर दुकानं व इमारतींची दोन्ही बाजूंना एकसंध रांग होती; पण मुंबईच्या वर्णनाशी तंतोतंत जुळणाऱ्या विशाल इमारती इथे फार नव्हत्या. गावाच्या मानानं होतं, तेही अवाढव्यच होतं; पण निदान डोळे फिरत नव्हते. एक्स्टेन्शनची मोठी आकृती वाटत होती हा भाग म्हणजे!

जेमतेम पाच-सात मिनिटं टॅक्सी पळाली असेल नसेल; टॅक्सीवाल्यानं विचारलं - "जेकब सर्कल कहां लेना साब?"

क्षणभर तो त्या प्रश्नानं गांगरला की, जेकब-सर्कल हा प्रकार उचलून कुठे घेऊन जाण्यासारखा आहे की काय? पण तसं नसणार, हे वेळीच त्याच्या लक्षात आलं. या महानगरीत इतके बदमाष वावरतात की, असा हालणारा भाग त्या जागी राहणारच नाही!

"जेकब सर्कलकोच जाने का है।"

त्यानं असं म्हणताच टॅक्सी वेग कमी करत एका मोठ्या चौकात साइडला उभी राहिली.

आलं वाटतं!

विचारून त्यानं टॅक्सीचं बिल देऊन टाकलं. ट्रंक, वळकटी घेऊन तो खाली उतरला.

अरे बाप रे! चौक आहे का भुलभुलैय्या?

इकडून एक रस्ता, तिकडून एक रस्ता. एक तिरपा आहेच...

अन् हे समोरचं गोल म्हणजे जेकब सर्कल!

निळ्या पाटीवर पांढऱ्या अक्षरांत चौकाचं नाव लिहिलेलं असणार.

खात्री करून घेण्यासाठी जवळ जाऊन त्यानं नाव वाचलं–

संत गाडगेमहाराज चौक!

अं? संत गाडगेमहाराज चौक?

अन् मग...ते-ते जेकब सर्कल?

टॅक्सीवाल्यानं फसवलं साल्यानं! दिलं सोडून कुठेतरी!

इतका वेळ वाटत नव्हतं, पण हे जेकब सर्कल नाही म्हणताच त्या भागात एकदम परकं नि एकटं वाटायला लागलं. तो अस्वस्थ झाला. आता कोणाला तरी विचारणं योग्य.

पान-सुपारीचं एक दुकान गाठलं. विचारलं, तर त्या गोलाकडे हात उडवून दुकानदार म्हणाला-

''ये क्या, इसकोच जेकब-सर्कल बोलते है!''

''आँ? और गाडगेमहाराज चौक भी यहीच?''

''हां. ये नया नाम है. कहाँ जाने का है?''

''पुरशा के पास.''

''पुरशा! और पूरा नाम, पता...कुछ नहीं?''

त्याला तेच खात होतं, की आपण नुसतं टोपणनाव घेऊन चाललो आहोत. नाव-पत्ता हवा. पण जाधवांनी अशा थाटात सांगितलं होतं, की जणू या महात्म्याला सारी मुंबई ओळखते!

तो ओशाळ हसला.

''बाहरगाँव के हो क्या?''

''हो- हां.''

''पुरशा का पता नहीं लाये?''

"मैं तो लाया था... जेब से पड गया लगता है।'' त्यानं ठोकून दिली.''

इस तरह नाम पे कैसे पता मिलेगा? सीधे गाँव वापस लौट जाव।''

दुकानदाराचा सल्ला अतिशय मोलाचा होता. पण तो मानवण्यासारखा नव्हता. आज सकाळीच निरोप द्यायला त्याला सगळी मंडळी स्टेशनवर आली होती. गाडी सुटेपर्यंत थांबली होती. सर्वांनी त्याला भरभरून यश कमावण्याचे आशीर्वाद दिले होते. आणि काय, तर उद्या सकाळी पुन्हा गावात हजर व्हायचं होय?

त्यानं आसपासच्या आणखी चार-दोन दुकानदारांना विचारून पाहिलं. पण जाधवांचा हा भरोशाचा पत्ता कोणालाच माहीत नव्हता. प्रत्येक ठिकाणी निराशा पदरी पडली.

मग त्याच्या मेंदूत एक भारी कल्पना चमकली.

जाधवसाहेब म्हणतात तसा हा पुरशा फूटपाथचा दादा असेल, तर पोलिसांपैकी कोणीतरी त्याला ओळखत असणारच की!

आणि आश्चर्य म्हणजे, या कल्पनेनं त्याला यश मिळवून दिलं!

पुरशा तिथे सगळ्यांनाच माहीत! पण त्याच्याबद्दल मिळालेली माहिती फार निराशाजनक होती.

मागच्या आठवड्यात पुरशानं पुरुषार्थ गाजवला होता. मारामारीत एका सिंध्याच्या पोटावर चाकूचे वार टाकून त्याची रवानगी हॉस्पिटलमध्ये केली होती नि स्वत: सहा महिन्यांसाठी गजाआड जाऊन बसला होता.

सगळीच आशा संपली!

आता? परत तर नाही जायचं!काय वाटेल ते होओ! गावी गेलोच तर मानसन्मान, प्रतिष्ठा मिळवूनच; नाहीतर कधीच नाही! भले, मग इथे फूटपाथवर राहावं लागलं तरी बेहत्तर!

इतकी ज्याच्या मनाची तयारी असेल, त्याला मुंबई झटकन आपल्या विशालात सामावून घेते. तांदळानं गच्च भरलेल्या डब्यात पसाभर तांदूळ घातले तर ते खाली सांडण्याचा धोका; एका तांदळाचा दाणा डब्यात मावत नाही असं कधी झालं आहे?

ट्रंकेत बावीसशे रुपये होते. ते कोणा चोराच्या उपयोगी पडावेत, अशी संकेतची मुळीच इच्छा नव्हती. म्हणून त्यानं त्या रात्रीपुरतं एक बऱ्यापैकी लॉज निवडलं. खूप विचारही करायला सवड मिळाली. बरोबर कार्ड-पाकिटं होती. सगळ्यांना मुंबईत सुखरूप पोचल्याची पत्रं टाकून दिली. जाधवांच्या पत्रात पुरशाकडे चांगली सोय झाल्याचाही उल्लेख करून टाकला.

हो. मुंबईला जातो म्हटल्यावर या सर्वांनी कळकळीनं त्याला एक हजार रुपये उभे करून दिले होते. नि त्यांना उगाच काळजी का लावायची?

सकाळी पहिल्यांदा तो जेकब-सर्कलच्या महाराष्ट्र बँकेच्या शाखेत गेला. 'आपली बँक' वगैरे पाट्या पाहून त्याला खूप बरं वाटलं. पण नंतर आश्चर्यानं तोंडात बोटं घालायची पाळी आली. त्याला स्वत:चं खातं उघडून त्यात स्वत:चे दोन हजार रुपये ठेवायचे होते. आाणि मख्खपणे त्याला सांगण्यात आलं, कोणा खातेदारानं सही दिली, तरच तुम्हाला खातं उघडता येईल! त्यानं सांगून पाहिलं, की "बाबांनो, मी मुंबईत नवीन आहे. मला इथे कोणी कुत्रंसुद्धा ओळखीत नाही. पण या एकाच कारणासाठी मी माझ्याजवळचे दोन हजार रुपये घालवून बसू का?" पण कोणीच त्याचं बोलणं मनावर घ्यायला तयार नाही. सगळे आपले 'त्याला आम्ही काय करणार? नियम म्हणजे नियम!' अशा कोरडेपणानं मख्ख राहिले.

संतापला, धुसफुसला. दुसरी बँक पाहू म्हणून जायला निघाला.

करन्टच्या काउन्टरपासला एक माणूस त्याचे हे हाल पाहत होता. त्याला दया आली. संकेतला गाठून तो म्हणाला,

"तुम्हाला इथं खातं उघडायचं आहे का?"

"हो ना! पण इथे आपले पैसे भरून खातं उघडायलाही ओळख लागते!"

"इथेच असं नाही, कोणत्याही बँकेत हेच नियम असतात. काही अफरातफर, भानगडी होऊ नयेत, म्हणून सावध राहावं लागतं. आणा तुमचा फॉर्म. मी सही देतो."

संकेतच्या जिवात जीव आला. फॉर्म भरताना पुन्हा त्याची पंचाईत

आली. इथला पत्ताच देता येईना त्याला! काही ठावठिकाणाच नाही, तर कोणाचा पत्ता देणार?

त्या माणसाला फार नवल वाटलं.

"कुठे राहता तुम्ही?"

"कुठेच नाही! कालच मुंबईत आलो आहे. ही पहा वळकटी नि ट्रंक घेऊनच हिंडतोय सगळीकडे!"

"असे कसे आलात मुंबईत?"

"एक पत्ता घेऊन निघालो होतो. पण तोच माणूस सहा महिन्यांसाठी जेलमध्ये गेल्याचं कळलं. म्हणून तर विचार करीत होतो, की जवळचे पैसे बँकेत ठेवून मग हिंडावं."

"आपण असं करू– आता तुम्ही केअर ऑफ म्हणून माझा पत्ता द्या. नाहीतर परत तुमचं खातं ह्यांना संशयास्पद वाटेल."

"फार उपकार होतील साहेब. काय करावं तेच मला कळेनासं झालं आहे!"

"आणा, तुमचा फॉर्म भरू आपण."

त्या माणसानं फॉर्म भरला. स्लिप भरली. संकेतनं फक्त सह्या केल्या.

"हीच सही परत करायला जमेल ना नक्की?"

"हो, जमेल की! का?"

"नाही जमली तर पैसे काढता येणार नाहीत हं!"

"नाही.. तसं होणार नाही. जमेल."

त्यानं संकेतला बरोबर घेऊन बचतखातं उघडून दिलं. पासबुक वगैरे ताब्यात घेऊनच ते बाहेर पडले.

"जोशी, आता आपण असं करू..."

"वनपालसाहेब, माझी तुमच्याशी ओळख नाही. मी कोण तेही तुम्हाला माहीत नाही. अशा परिस्थितीत तुम्ही मला मदत केली. मी विनंती करतो, मला तुम्ही अहो-जाहो करू नका. माझं नाव संकेत आहे."

"ठीक आहे. नाही अहो-जाहो करत. तू आता माझ्या घरी चल. तिथे मी तुला ठेवून घेऊ शकत नाही. कारण, दोन खोल्यांत आम्ही सात माणसं

राहतो! पण निदान, आपण जो पत्ता दिला, ते घर कुठे आहे हे तरी तुला माहीत असू दे.''

''चला.''

संकेतनं मनोमन देवाचे आभार मानले, की काय होणार ते कळत नसताना नेमका चांगला माणूस भेटला! आणि ते खरं होतं. मुंबईत कोणाशी गाठ पडेल, याचा काही भरोसा असतो का? समजा, कोणी बदमाष माणूस भेटला असता, नि मदत करण्याच्या बहाण्यानं त्यानं संकेतला टांग मारली असती, तर अशक्य नव्हतं! 'आण, मी पैसे भरतो!' म्हटलं असतं, तर त्यानं नक्की विश्वासानं पैसे सुपूर्द केले असते! दोन हजार घेऊन पळून जायला काय वेळ लागतो? पण या बाबतीत संकेतवर समर्थांचा पूर्ण वरदहस्त होता. त्याला आत्तापर्यंत तरी माणसं फार चांगली भेटत गेली होती. जगण्यासाठी देव माणसाला काही ना काही आशेचे किरण दाखवत राहतो, हेच खरं. सगळ्याच बाबतीत दुर्दैवी ठरून, आत्महत्या करण्याचा मोह व्हावा, असे महाभाग अगदी क्वचित असतात.

जेकब-सर्कलपासून दहा मिनिटांच्या अंतरावर 'हीरा मॅन्शन' नावाची एक जुनी पण अजून दणकट असलेली इमारत होती. या इमारतीत दुसऱ्या माळ्यावर वनपालांच्या दोन खोल्या होत्या. ते म्हणाले ते मुळीच खोटं नव्हतं. खोल्या मध्यम आकाराच्या होत्या नि सात माणसांसाठी निश्चित अपुऱ्या होत्या. एवढ्या जागेत स्वत: वनपाल, त्यांची बायको, तीन मुलं, बायकोची आई नि त्यांचा भाऊ एवढी माणसं राहतात, हे ऐकल्यावरच तो गार झाला. वनपालांनी आग्रह केला असता, तरी तोच राहायला तयार झाला नसता.

वनपालांकडे बऱ्याच माणसांचं येणंजाणं असावं. कोणी नवीन मुलगा आलेला पाहून कोणाला कुतूहल वाटल्याचं दिसलं नाही. एक मुलगी कॉटवर बसून अभ्यास करीत होती. तिनं फक्त त्याची दखल घेतली. मग ती पुन्हा अभ्यासात दंग झाली. न सांगता आतून चहा आला.

''ही माझी बायको.'' वनपाल म्हणाले.

नमस्कार करताना संकेतला फार गंमत वाटली.

वनपाल जाडजूड, काळसर होते आणि त्यांची बायको अगदी दुधिया

गोरी, निळ्या निळ्या डोळ्यांची, भुऱ्या केसांची.

"हा कोण?"

"संकेत जोशी."

"संकेत! अय्याऽ मिने, काय छान नाव आहे नाही?"

अभ्यास करणाऱ्या मुलीनं हसून संकेतकडे पाहिलं. तिलाही ते नाव आवडलं असावं.

"आई, मागे अण्णांबरोबर त्यांच्या मित्राचा भाऊ आला होता. त्याचं नाव आठवतंय? उग्रनारायण! शी! हे काय नाव झालं! म्हणे, उग्रनारायण! आपल्या मुलांची अशी नावं ठेवतातच कसे हे लोक, देव जाणे!"

संकेतही त्या कॉमेंटवर मनापासून हसला.

"हा संकेत कुठे भेटला तुम्हाला?"

अण्णांनी संकेतच्या खातं उघडण्याची हकीकत सांगितली.

"अय्याऽ! म्हणजे हा मुंबईत राहत नाही?"

"नाही. कालच मुंबईत आला आहे."

"का रे, गाव सोडण्याची का दुर्बुद्धी झाली तुला? आणि मुंबईत काय करणार तू?"

"पाहू. काहीतरी केलं तर पाहिजेच." संकेत मंदपणे हसत म्हणाला. "देवानं हातात कला दिली आहे. उपाशी नक्की मरत नाही. पण..."

"काय वाजवतोस तू? तबला?"

"नाही. मी चित्रकार आहे!"

"ए, बघू बरं" मिनू बिनदिक्कत म्हणाली, "घाल या वहीवर नाव!"

त्याला सगळ्यांचीच फार गंमत वाटली. माणसं एकदम मोकळी नि सुस्वभावी होती. आलेल्या परक्या माणसाशी वागण्या-बोलण्यात संकोच नव्हता कुठेच.

"दे पेन. चांगलं दे हं. नीट नाही लिहिलं गेलं तर म्हणशील, ह्याचं अक्षरच भिकार आहे!"

"अण्णा, तुमचं स्केचपेन द्या हो."

"ते नाही मिळणार हां! लाऽडात येऊ नकोस!"

"असं का अण्णा? द्या की पण. इतकं काय अगदी!"

"सॉरी!"

"मग आईचं शेफर्ड घेऊ?"

"मिने, शेफर.' 'शेफर्ड' काय? आणि मी इथे असताना त्यांना कशाला विचारतेस? ते हो म्हणणारच!"

"एक मिनिट." उठत संकेत म्हणाला, "तुमची कोणाचीच पेनं खराब व्हायला नकोत."

त्यानं स्वतःची ट्रंक उघडली. आतून रंगाच्या भुकट्या असलेल्या पुड्या काढल्या. एक धारदार लाकडाची काडी घेतली.

"एका बशीत पाणी तरी देणार का?" मिस्कील स्वरात त्यानं विचारलं.

मीनानं आतून पाणी आणलं. बशी आणली.

"कोणता रंग आवडतो तुला?"

"गुलाबी किंवा निळा."

त्यानं निळ्या रंगाची पुडी काढली. त्यातला थोडा रंग बशीत घेऊन त्यात पाणी घातलं. एका बाजूला थोडी पांढरी भुकटी नि लाल भुकटीचं मिश्रण करून गुलाबी रंगाच्या आसपासचा रंग तयार केला. कोरीव अक्षरांत वहीच्या पुठ्ठ्यावर नाव घातलं. कु. मीना वनपाल. निळ्या अक्षरांना गुलाबी रेघांनी बंदिस्त करून टाकलं.

"अय्याऽ!"

"पावसात भिजू देऊ नकोस हं मात्र. नाहीतर 'कु. मीना वनपाल' अदृश्य होईल!"

"अहो, खरंच किती छान अक्षर आहे ह्याचं पाहा ना!"

"पाहतोय."

"मग ह्याच्याकडून दुकानाची पाटी का नाही रंगवून घेत?"

"घेतो की! तू तर अशा थाटात बोलतीयस, की जणू हा रोज हेलपाटे घालतोय. आणि मी त्याला आज ये, उद्या ये करीत हुलकावण्या देतो आहे!"

"तसं नाही होत सुचवलं आपलं. काय रे, मोठी पाटी रंगवू शकशील का?"

"शकलोच पाहिजे!" संकेत हसून म्हणाला. "माणूस सोडून काहीही रंगवता यायलाच हवं मला."

"पण पाटीवर फडकं का पाऊस आला की?" मीनानं डोळे मिचकावत विचारलं.

"का? पाऊस पडला तर?"

"अक्षरं गायब! पाटी कोरी!"

खदखदून हसत अण्णांनी मीनाच्या पाठीत धपाटा मारला.

"अण्णा, माझ्याजवळ ऑईल पेंट्स नाहीत. तेवढे आणून द्या. दुपारी पाटी रंगवून देतो तुमची."

"किती खर्च येईल?"

"खरं सांगायचं तर मलाही कल्पना नाही."

"अरे, ठीक आहे. मीनाची आई, पाटी रंगवून घ्यायची ना?"

"हो. आलंय लक्षात माझ्या!"

त्या आत गेल्या. शंभराची नोट घेऊन बाहेर आल्या. संकेतच्या हातात देत म्हणाल्या,

"पुरून तुला काही उरतं का नाही बघ; नाहीतर आणखी देईन!"

संकेतनं नोट घेतली. कपाळाला लावली. पाठकवहिनींचं वर्तन आठवून त्याला हसू आलं.

"का रे, हसलास का?"

"नाही, कामाचा तुटवडा भासला, की एखाद्या बँकेत अकाउंट उघडायला जावं म्हणतो!"

त्याच्या विक्षिप्त उत्तरातली खोच त्या सरळ स्वभावाच्या माउलीच्या नाही लक्षात आली. पण अण्णा मात्र जोरजोरात हसायला लागले. आपला नि या मुलाचा खूप जुना परिचय असल्यासारखं मीना म्हणाली, "काय हरामखोर आहेस रेऽ!"

फार दिवसांनी घरगुती वातावरण लाभलेला संकेत तिथला क्षणन् क्षण मनात साठवत राहिला.

सुरुवातीचे दिवस धंद्याच्या दृष्टीने फार कंटाळवाणे. उत्साह अमाप असतो, नि काही करायचं नसतं. आणि उत्साह कमी व्हायला लागतो, तशी कामं वाढू लागतात.

धंदाच बदलू पाहत होता संकेतचा!

जेकब-सर्कलपाशी मेन रोडवर अण्णांचे 'मीनाक्षी कटपीस सेंटर.' काही उद्योग नाही अन् या माणसानं आपल्याला मुंबईत एक पत्ता दिला, या उपकारांची मनात जाणीव म्हणून संकेतनं मन लावून त्यांच्या दुकानाची पाटी तयार केली. वापरलेले रंग आणि त्यांची संगती एकदम नवीन, सुपर्ब! 'मीनाक्षी' ची पाटी एकदम दहा पाट्यांमध्ये उठून दिसायला लागली! पेन्टर म्हणून 'संकेत' अशी सही. जो तो अण्णांना विचारू लागला, हा संकेत कोण? ह्याचं दुकान कुठे आहे? पाटी रंगवायला हा काय घेतो?

राह्यला जागेचा पत्ता नाही, नि कामांची हीऽ रीघ. गंमत म्हणून संकेतनं दहा-बारा पाट्या रंगवून दिल्या. त्यातच पैसा मिळू लागला. प्रगती होऊ लागली. एका मारवाड्याचं 'बालाजी आर्ट वुड' म्हणून फर्निचरचं दुकान होतं. कितीही खर्च झाला तरी त्याला अशी पाटी तयार करून हवी होती, जी सर्वांत देखणी असेल; धंद्याचा लाकडाशी संबंध आहे हे दर्शवणारी असेल.

संकेतनं आव्हान म्हणून हे काम स्वीकारलं. चार-सहा दिवस निरनिराळ्या कल्पनांचं त्याच्या डोक्यात थैमान उठलं. त्यातून अफलातून पाटीचा जन्म झाला.

सहा इंच जाडीच्या एकसंध फळीवर त्यानं इंग्रजी टाइपांच्या पुस्तकातून निवडलेल्या एका सुंदर वळणात 'बालाजी आर्ट वुड' ही अक्षरं पेन्सिलनं काढून ती कोरून घेतली सुताराकडून. बाकीचा भाग राउटिंग करून अक्षरं वर उचलली. त्यांना छानदार चमकदार रंग दिले अन् फायबर ग्लासचं कोटिंग साऱ्या अक्षरांवर करून टाकलं!

दुकानावर पाटी लागली, तर कुठूनही अक्षरं चमकतायत!

म्हातारा पाटी पाहून बेहद्द हरखून गेला. संकेतला उचलून घेऊन नाचणं तेवढं बाकी राहिलं आणि नवल म्हणजे, संकेतनं मागितले तेवढे पैसे

सेकंदाची खळखळ न करता रोख दिले!

एकतर नवा अनुभव येऊ लागला. तुम्ही थोडं काही नवं करा, मुंबईत त्या कल्पनेचे हजारो फॅन्स तयार होतात! 'बालाजी' स्टाइल पाट्या करण्याची फॅशनच येऊ लागली. संकेतकडे लोक त्याला शोधत येऊ लागले. निरोपांच्या मध्यस्थीचे एक केंद्रच होऊन गेलं अण्णांचं कट-पीस सेंटर. म्हणजे या सगळ्या प्रकारात संकेतला पैसा चांगला मिळून गेला; पण अस्वस्थता वाढत गेली.

आपण हे काहीतरीच करीत बसलो आहोत. पाट्या रंगवणं हे आपलं ध्येय नाही. आपल्याला चित्रकलेल्या जगात काहीतरी करून दाखवायचं आहे. या मुंबईत काहीही चांगलं करून दाखवलं, तर पैसा मिळतोच. आपण आपलं जुनं माध्यम स्वीकारलं, तरी तो आपल्याला मिळेलच. मग, मधेच हे कसलं नसतं लचांड गळ्यात घेऊन बसलो आपण? परिस्थितीशी तडजोडच स्वीकारायची होती, तर गाव सोडण्याची काय आवश्यकता होती?

हाती लागलेलं वनपालकुटुंब अतिशय चांगलं. त्यांना हा घरातलाच एक वाटू लागलेला. दिवसातून ह्याच्या दहा चकरा त्यांच्याकडे. बरं. अण्णांच्या मध्यस्थीनं मिळणारी कामं इतकी, की अथक परिश्रम करून दोन वर्षांत उपनगरात कुठेही ब्लॉक घेणं ह्याला शक्य व्हावं. अन् सगळं सोडून, कोणालाही काही न सांगता एक दिवस हा आपला गुल!

दोन दिवस... चार दिवस...

कुठेतरी काम मिळालं असेल, आज येईल, उद्या येईल, करता करता पंधरा दिवस झाले, महिना झाला; तरी ह्याचा पत्ता कुठे आहे?

आणि एक दिवस अण्णा कटपीसच्या खरेदीकरता म्हणून व्ही. टी. ला आले, तर क्रॉफर्ड मार्केटच्या अलीकडे हा चित्रं काढत बसलेला!

"कोण, संकेतच का रे?" त्यांनी हटकलं.

संकेतनं मान वर केली. अण्णांना पाहून तो अत्यानंदानं उठून उभा राहिला.

"अरे! काय रे, हे काय?" त्यांनी रागावून विचारलं, "तिकडे कित्येक दुकानदार तुझी चौकशी करीत चारचारदा येऊन गेले. नि तू आपला

इथे फूटपाथवर चित्रं काढीत बसलास होय? चालून आलेला धंदा सोडून ही काय अवदसा आठवली तुला?''

त्यानं अण्णांना आपली भूमिका समजावून देण्याचा प्रयत्न केला. पण त्याला तरी नीट समजावून सांगता आलं नाही किंवा त्यांना तरी ते समजलं नाही. लोक मुंबईत आले, की कामधंद्यासाठी त्यांना जिवाचं रान कसं करावं लागतं, पायांना फोड येईपर्यंत जोडे झिजवावे लागतात, चणे खाऊन दिवस काढावे लागतात, आणि त्याच्याकडे कामांची रीघ लागत होती, तर तो माझा व्यवसाय नाही, म्हणून हा फूटपाथवर भीक मागत बसला! कसं पटावं त्यांना?

''संकेत, वेडेपणा करू नकोस. ही मुंबई आहे. मुंबईत माणूस आपला पोटापाण्याचा धंदा ठरवत नसतो. जो धंदा पोटापाण्यापुरता पैसा देईल, तो इथे करायचा असतो. आता माझंच बघ. मी उत्तम पेटी वाजवत होतो एकेकाळी. अजूनही बरी वाजवतो. पण म्हणून, भरभराटीला आलेला कटपीसचा धंदा सोडून मी गळ्यात पेटी अडकवून लोकलमधून हिंडायचं का? चल, परत चल. लोक अजून तुझी चौकशी करतात. त्यांच्या डोक्यात दुसरं नाव येण्याआधीच तुझा धंदा पुन्हा ताब्यात घे. नाहीतर इथे तर काय, रोज एक नवा माणूस प्रत्येक धंद्यात पुढे येत असतोच!''

संकेत अर्थातच गेला नाही. अण्णा खिन्न होऊन निघून गेले.

हे कलाकार लोक असलेच! पैसा ह्यांच्या मागे धावत असला, की ह्यांना माज येतो. ह्यांचा मूड बदलतो. आलेल्या पैशाकडे पाठ फिरवून हे लोक कटोरे पसरून बसतात!

आणि संकेत मनातल्या मनात अण्णांना समजावून सांगण्याच्या मिषानं स्वत:लाच सांगत होता.

फूटपाथवर चित्रं काढणं हा आपला आदर्श व्यवसाय नाही काही, पण जोपर्यंत पुढे सरकण्याचा मार्ग सापडत नाही, तोपर्यंत आपल्याला उमेदवारी म्हणून ते केलंच पाहिजे! ज्या कलेत तुम्हाला काही करून दाखवायचं आहे, त्या कलेतच उमेदवारी केली पाहिजे. बोर्ड पेंटिंगमध्ये पैसा मिळतो म्हणून तिथे उमेदवारी करून चित्रकारीत नाव कसं मिळणार?

अण्णा दुखावून परत गेले, म्हणून त्याला वाईट वाटलं. चित्र काही हातून पूर्ण झालं नाही.

पोलिसांना दोस्तीखात्यात कसं घ्यावं, ते आता संकेतला कळू लागलं होतं. निरनिराळ्या ठिकाणचे दोन-तीन फूटपाथवाले दादाही त्याला मानू लागले होते. त्यामुळे आता मुळापाशी तरी संघर्ष उरला नव्हता. पण सुरुवातीला फूटपाथचे अगदी घसघशीत अनुभव पदरी पडले त्याच्या.

अगदी पहिल्यांदा त्यानं आपल्या चित्रासाठी लक्ष्मी-नारायणाचं हसरं, प्रसन्न चित्र काढलं. त्यात तासभर खपून छान रंग भरले.

त्याचं हे काम चालू असताना दिव्याच्या खांबाला टेकून एक माणूस उभा होता. पायात कोल्हापुरी डिझाइनची रबरी चप्पल, त्यावर इस्त्रीचा, पण आता मळलेला आखूड लेंगा, वर निळा शर्ट, गळ्याला रुमाल, असा त्याचा वेष होता. सिगारेटमागून सिगारेट ओढत तो शांतपणे संकेतच्या चित्राची प्रगती पाहत होता. संकेतनं त्याला केव्हाच पाहिलं होतं. पण त्याला वाटलं, आपण चित्र कसं काढतो आहोत, हे तो पाहतोय. म्हणून त्यानं त्याच्याकडे फारसं लक्ष दिलं नव्हतं.

चित्र काढून पूर्ण झालं. संकेतनं जवळच्या फडक्याला रंगाचे हात पुसले. थोडं लांब उभं राहून चित्राचं निरीक्षण केलं. पुन्हा दोन-तीन किरकोळ दुरुस्त्या केल्या आणि समाधानानं मान डोलावली.

"ए, इधर आ!" खांबापाशीच उकिडवं बसत त्या माणसानं खरखरीत आवाजात संकेतला आज्ञा केली.

"मैं?"

"हां, इधर आ!"

त्याच्या आवाजातला उर्मटपणा, त्याच्या चेहऱ्यावरचे दुसऱ्याला तुच्छ लेखणारे भाव, ही सारी लक्षणं पाहून संकेतला जरा संशय आला. त्याच्या काळजाचा ठोका चुकला. पण तो गेला. जायला तर हवंच होतं. मुंबईत कोणाबद्दलही माहिती नसताना काही समज करून घेणं खरं नसतं. समोरचा माणूस चित्रपटनिर्माताही असू शकतो, नि सपासप चाकू चालवणारा

दादाही! दिसण्यावरून काही कळत नाही.

"क्या नाम है तेरा?" तो जवळ येताच संकेतचं आपादमस्तक निरीक्षण करीत त्यानं उर्मट स्वरात प्रश्न केला.

"संकेत."

"इधर नया है क्या?"

"हां साब."

"ये पिक्चर अभी तूने निकाला?"

"जी... जी साब."

"किसको पूछ के निकाला?"

अगंगंगं ! म्हणजे हा या एरियाचा दादा आहे!

"मैं इधर नया हूँ साब. मुझे मालूम नहीं था."

"सुन, अपना नाम बिहारी है. ये सारा इलाका आपुनका है. क्या समझा? अगर पोलीस भी इधर खडा रहना मांगता, तो आपुनकोच पुछता! तू नया है करके छोड देता. फिर यहाँ मत आना. जा. दफा हो जा!"

"दफा..?"

"हाँ, भाग जा यहाँसे!"

"लेकिन ये चित्र..."

"वो मैं देखूंगा. तू चल. भागता बन!"

चित्र सोडून जाताना संकेतचा जीव तडफडला. पण तडफडण्यासाठी तरी शरीरात जीव राहणं आवश्यक असेल, तर त्याला निघून जाणं क्रमप्राप्त होतं. आपण जागा निवडली. झाडून साफ केली. चौकोन आखून घेतला. अगदी पहिल्यापासून हा हलकट माणूस हे सगळं पाहत होता; पण बोलला नाही काही आधी. म्हणाला असता, तर कष्ट वाया गेले नसते. त्याचं कमिशन ठरवता आलं असतं. पण ह्यानं अंड्यांची वाट न पाहत कोंबडीच ताब्यात घेतली. पाहा ना! लक्ष्मी-नारायणाचं मंदिर. त्यासमोर त्याचीच प्रतिकृती. येणारी माणसं सगळी कारवाली. पंचवीस-तीस रुपयांनी चांदी झाली असती. पुढे सरकायला संधी मिळाली असती.

सगळंच वाया गेलं!

या अनुभवापासून त्यानं धडा घेतला. आधी नीट चौकशी करायची. एरियाच्या माणसाशी बोलून कमिशनचं, पोलिसांचं सगळं निस्तरून मगच सुरुवात करायची.

साईबाबा मंदिराचा भाग एक असाच चांगला गर्दीचा होता. गुरुवारी मोठ्या लोकांची ये-जा असायची दर्शनाला. पण पाहिलं, तर आधीच त्या एरियात दोन पोरं धंदा करीत होती. त्यात आणखी एकाची भर टाकण्यात काही राम नव्हता. स्पर्धेला तो घाबरत नव्हता. पण त्यांची चित्रं खूपच बाल्यावस्थेतली होती. संकेतनं त्यांच्या पोटावरच पाय आणल्यासारखं झालं असतं. त्यातून मग भांडणं- मारामाऱ्या, म्हणून त्यानं तो नाद सोडून दिला.

क्रॉफर्ड मार्केटपाशी तर फारच गंमत झाली. येणारे-जाणारे क्षणभर थबकत होते. फार घाईतली माणसं नव्हती थांबत. त्यांना घरी नेणारी लोकल व्ही. टी. ला त्यांची वाट पाहत होती. पण थबकणाऱ्याचा हात हटकून खिशात जात होता. एखादं नाणं चित्रावर पडत होतं.

संध्याकाळी रहदारी फॉर्ममध्ये. ह्याच्या चित्रासमोर पैशांचा गल्ला जमलेला. आणि गर्दी पांगवत एक पोलीस थेट त्याच्यापर्यंत आला. फाडकन त्याच्या मुस्काटात मारीत म्हणाला,

"भडव्या, तुला धंदा करायला नेमकी कमिशनर ऑफिससमोरच जागा सापडली होय रे? म्हणजे, वरतून आमच्यात सारतायत आपले दांडू! चल, पळ इथून!"

संकेतनं अर्थात ती जागा गर्दीची, नि एका साइडची म्हणून निवडली होती. माहीत असतं तर खुन्नस म्हणून त्यानं ही जागा कशाला निवडली असती? दुसऱ्या दिवशी त्यानं आझाद मैदानावरचा व्ही. टी. कडचा कॉर्नर निवडला. स्टॉल्स होते. त्यांच्या पलीकडे, दिव्याखालची जागा निवडून त्यानं स्टॉल्सवर चौकशी केली. तर इथे कोणाची तशी दादागिरी नाही, असं समजलं. त्याला हायसं वाटलं.

पण, इथे धंदा करणं सोपं नव्हतं, नि त्याच्या जीवनाचा एक नवा, सुधारित टप्पा या वळणाला वाट पाहत होता!

दिवस अगदी ओसाड नि बेकार चालले होते. दिवसभर मुंबईत हिंडावं, भूक लागेल तेव्हा दिसेल त्या हॉटेलात काही खावं-प्यावं, वाटल्यास एखादा सिनेमा पाहावा. चर्चगेट-विरार, व्ही.टी.-कर्जत असे तिमाही पासच काढून ठेवले होते त्यानं.

दुपारी आझाद मैदान.

रात्री विमल शेट्टीच्या झोपडीचा कट्टा.

मुंबई पालथी घातल्यामुळे त्याचे तसे बरेच फायदे झाले होते. कुठेही, कोणत्याही रस्त्याला, वस्तीत तो सराईतपणे वावरू शकत होता. कोणाला किती महत्त्व द्यायचं, ते त्याला बरोबर कळू लागलं होतं. आणि बऱ्याच ठिकाणी चांगल्या ओळखी झाल्या होत्या.

त्यातल्या या दोन.

विमल शेट्टी. आणि वसंत तेंडुलकर.

एकाच एरियात राहणारी, वावरणारी नि धंदा करणारी भिन्न व्यक्तिमत्त्वं..

विमल दादर चौपाटीच्या झोपडपट्टीचा दादा. तिथल्या हातभट्टीचा अनभिषिक्त सम्राट. वसंताचं कबुतरखान्याजवळ पुस्तकांचं दुकान.

'पुस्तक' या प्रकाराशी आलेला हा दुसरा संबंध. तो संकेतला मानवला. कुठेतरी चकाट्या पिटण्यापेक्षा वसंतरावांच्या दुकानात बसून वाचणं त्याला अधिक आवडू लागलं. ज्ञानाचं एक नवं दालन मोहकपणे त्याच्यासमोर खुलं झालं. वसंतराव माणूस मोठा गंमतीदार. एक लेंगा-नेहरू शर्ट यापलीकडे दुसरा पोषाखच माहीत नाही या गृहस्थाला! सामाजिक कार्यकर्ता ते फळांचा व्यापारी यापर्यंत काहीही वाटायचा तो; पण पुस्तक दुकानदार काही वाटायचा नाही! पंधरा मिनिटं सतत बोलत राहिला की शेवटी, आपण कोणत्या विषयावर बोलत होतो, काय नि का, याचं त्यालाच विस्मरण व्हायचं! मग शून्यात कुठेतरी पाहत आपलं बोलणं तो फेड-अप करीत संपवून टाकी.

आणि दुकान म्हणजे काय, एक छोटी टपरी. आत उभं राहून एका माणसानं दोन्ही हात पसरले तर दुसरा माणूस बाहेर! त्यातच त्याचं सारं विश्व. काउन्टर, पुस्तकांचे गठ्ठे. गेंगाणत वारा नावाचे वाफारे सोडणारा पंखा. दोन स्टुलं. बहुतेक रिकामाच असणारा पाण्याचा माठ.

पण माणूस एकदम दिलदार. मनमोकळा.

संकेत येऊन वाचत बसला, की तो घरी जाऊन जेवून यायचा. बाहेरची कामं उरकायचा. म्हणायचा, ''तू दुकान सांभाळतोस, हेच खूप झालं. त्या बदल्यात कितीही वाच! मी पुस्तकं विकतो. वाचत नाही. मला तेवढा वेळच नसतो. तू वाचून त्यातलं चांगलं काही मला सांगत जा!'' सुरुवातीला काय वाचावं, ते संकेतला कळत नसे. सगळं चांगलंच वाटे. नंतर मग हळूहळू त्याला 'शबरी-मेथड' कळू लागली. पुस्तक चाळायचं. चांगलं वाटलं, वाचलं. नाहीतर दुसरं! कव्हरचा नि आतल्या कथानकाचा संबंध नसतो, हे एक नवीन. कव्हरवर मुळीच विश्वास ठेवायचा नाही. असं करीत तो नेमकं चांगलं तेवढं वाचायला शिकला.

एखादं पुस्तक घेऊन जायचा. आझाद-मैदानावर ते वाचून व्हायचं. राहिलं तर विमलच्या कट्ट्यावर, दिव्याखाली.

एकदा एक ठोकळा कादंबरी हाती लागली. पण मस्त होती. सतत, 'पुढे काय?' ही उत्सुकता.

मैदानावर चित्र पसरलं.

वाचत बसला.

थोड्या वेळानं पुस्तकातून मान वर केली, तर दिवस कलू लागलेला. चित्रासमोर आठ-दहा रुपयांचा खुर्दा.

वा! हे बरं आहे. धंदा आपोआप होतोय. तुम्ही तिकडे काहीही करा! बसून बसून पायाला रग लागली होती. लघवीला लागली होती. आणि चहाची जाम तल्लफ आली होती. नेहमी बबन चायवाल्याची चक्कर व्हायची, तो काही आला नव्हता.

एक निरुद्योगी पोरगं केव्हाच चित्रापाशी गरीब चेहऱ्यानं उभं होतं. त्याला संकेतनं जरा लक्ष ठेवायला सांगितलं. पाच मिनिटांत येण्याचं मान्य करून तो निघून गेला.

मैदानापाशी चहाची गाडी होती. तिथं चहा प्यायला. मागच्या अंधारात दुसरं कार्य उरकलं. आला परत.

पाहतो तर पोरगंही गायब, नि गल्लाही गायब!

चाटच पडला तो! साला, या मुंबईत शहाण्या माणसानं आपल्या सावलीवरही विश्वास ठेवू नये वगैरे वैतागाचे दार्शनिक विचार मनात यायला लागले. आता पुन्हा एक-दोन पासून धंदा सुरू!

नशीब, त्या पोरानं पुस्तक नेलं नव्हतं. नाहीतर चाळीस रुपयांना बांबू होता! पुन्हा पुस्तक वाचू लागला. पण पुस्तकात लक्ष लागेना. फसवणूक झाल्यामुळे मनाचं स्वास्थ्य हरवलं होतं. सुन्नपणे बसून राहिला. तर तासाभरानं रस्त्यावर एक टॅक्सी थांबली. दोन गुंड दिसणारी माणसं थेट रप-रप चालत त्याच्या दिशेनंच आली.

आता कोणत्या संकटाला तोंड द्यायचं आहे बाबा?

''ए!'' एकाने भसाभसा सिगारेटचा धूर सोडत विचारलं, ''किसके ग्रुप का लडका है तू?''

''ग्रुप?... मैं अकेला ही हूँ?''

''अकेला काम करता है?''

''हां. क्या बात है साब?''

''कल से तू इधर बैठेगा नहीं!''

''क- क्यों?''

''हम बोलते हैं इसलिए.''

''फिर कहाँ धंदा करू साब?''

''तू किधर को भी जा, हम तुझे धंदा नहीं करने देंगे!''

आयला! ही नस्ती पीडा झाली.

''साब, विमल शेट्टीने यहाँ बैठनेको कहा, तो मैं-''

''कौन विमल शेट्टी? शेट्टी करे टट्टी? हम किसी विमल को नहीं जानते!''

''क्या करेगा रे तेरा विमल? आँ? क्या करेगा?''

दुसऱ्यानं एकदम दादागिरीच्या स्वरात विचारलं. अंगात माज आल्यासारखं मागे वळून तो त्याच्या चित्रावरच पचकन थुंकला.

''बुलाव भैंचोद, तेरे विमल को!''

दुसराही त्याच्या मदतीला धावला. दोघांनी अर्ध्या मिनिटात चित्राचा

पार धुराळा करून टाकला. संकेतला वाटलं, सामर्थ्य हवं होतं. ह्यांचे हे उन्मत्त पाय जांघेतून उखडून टाकले असते! इतक्या सुंदर चित्रावर थुंकणाऱ्या त्या हलकटाची जीभ हिसडून तोडली असती!

प्रत्यक्षात तो जळजळीत नजरेनं दोघांचा विध्वंस पाहत राहिला.

चित्राचा मागमूसही राहिला नाही, तसे ते दोघं पुन्हा त्याच्याकडे वळले.

"याद रख हरामी. चार दिन हम तेरा पीछा करते थे. तू कहाँ जाता है, कहाँ सोता है, सब मालूम है. कल से जहाँ जाएगा, हम तेरे साथ हैं. धंदा बंद तेरा. भूखा मरेगा देख!"

संकेतचं मन निराशेच्या खाईत बुडू लागलं.

विमलला सांगितलं तर तो काहीतरी बंदोबस्त करेल, संरक्षण देईल; पण किती दिवस?

त्याच्या माणसांनाही इतर कामं आहेतच की! आपापले काम-धंदे सोडून रोज चार-दोन माणसं कशी आपल्याबरोबर राहतील? आणि राहिली, आपल्याला त्यांचं चहा-पाणी, नाष्टा हे सगळं परवडायला हवं ना? पंचवीस मिळायचे- वीस घालवायचे!

अंऽहं! आपलं आपणच निस्तरलं पाहिजे हे.

"उस्ताद, तुम लोग क्या चाहते हो?"

दोघं एकमेकांना टाळ्या देत जोरजोरात हसायला लागले. एकाची धूर आत घेण्याची नि हसण्याची क्रिया एकाच वेळी झाल्यानं त्याचा एकूण प्रकार फारच मजेशीर झाला. आदर राखावा हे भान असूनदेखील संकेतला हसू आवरलं नाही.

"देखो, हम कहते हैं वैसा करना- उसी में तेरा भला है. क्या समझा?"

त्यानं मान डोलावली.

"चल, उठा तेरा सामान!"

"और?"

"चल, अपने साथ!"

"लेकिन?"

''अबे चल! तेरा कल्याण होगा.''

संकेतला रात्रीच्या मुंबईची भीती वाटत नव्हती. तेवढा आता तो निर्ढावला होता. बरं, जोपर्यंत तो त्यांचं ऐकत होता, तोपर्यंत त्यांच्यापासून भीती नव्हती आणि अगदीच अंगाशी येणारं काही असेल, तर त्यालाही मुंबईचे गल्ली-बोळ माहीत होते. त्यांच्यापेक्षा तो जोरात पळू शकत होता.

''अच्छा, आता हूँ. लेकिन कहाँ जाना, ये तो बताओगे की नहीं साब?''

''चल बे, वो टॅक्सी में बैठ.''

चित्र त्यांनी पुसून टाकलंच होतं. काय थोडाफार गल्ला जमला असेल, तो उधळला गेला होता. त्यामुळे, पिशवीत पुस्तक टाकून त्यांच्या पाठोपाठच तो टॅक्सीत जाऊन बसला. टॅक्सी पळू लागली.

मुंबईत पाऊल ठेवून दीड वर्ष झालं होतं. अवघं दुसऱ्यांदा टॅक्सीत बसत होता तो!

पहिल्यांदा बसला होता तेव्हा कुठे जायचं ते माहीत होतं, रस्ता माहीत नव्हता.

आता रस्ते तोंडपाठ झाले होते, तर कुठे जायचं माहीत नव्हतं!

शंकरशेठ रोड.. मणिभवनवरून क्रांती मार्ग...

आणि आता टॅक्सीनं किनारा पकडला होता. हाजी अली पार्क ओलांडून ती लाला लजपतराय मार्गानं धावत होती.

कोण माणसं असावीत ही? टॅक्सीनं एवढं लांब येणं ह्यांना कसं परवडत असेल?

संकेतनं त्या दोन्ही माणसांशी बोलण्याचा किंवा कसली माहिती काढण्याचा प्रयत्न केला नव्हता. वेळ आली की कळणार होतंच सगळं. वरळी डेअरी मागे टाकून टॅक्सी समुद्राकडे जाणाऱ्या एका छोट्या रोडला वळली तशा मात्र संकेतच्या भुवया आश्चर्यानं विस्फारल्या. हे आपल्याला नक्की कुठे नेणार आहेत?

'शांतिनगर हौसिंग सोसायटी', का समुद्र किनारा?

समुद्रकिनाऱ्यावर नेऊन धुलाईच करण्याचा इरादा असेल, तर एवढ्या

लांब टॅक्सीनं आणण्याची आवश्यकता काय?

आणि 'शांतिनगर' सारख्या श्रीमंत सोसायटीत आपल्याला नेण्यात येत असेल तर...

काय, पण तिथे आपलं काय काम?

तो असा विचार करीत असतानाच टॅक्सी 'शांतिनगर'च्या मेन गेटपाशी थांबली. दोघांबरोबर तो खाली उतरताच ड्रायव्हरनं बिल वगैरे काहीही न घेता टर्न मारून टॅक्सी वळवली. निघून गेला.

सोसायटीची हद्द दाखवण्यासाठी इमारतीभोवती पाच फूट उंचीच्या भिंतीचं कुंपण बांधण्यात आलं होतं. त्यावर मराठी आठाच्या आकड्यासारखे दिसणारे लोखंडी बांबू होते. त्यांच्या आधाराने दोन फूट उंचीचं तारांचंही कुंपण होतं. जा-ये करण्यासाठी मोठं गेट नि पादचारी मार्ग होता.

गेटपाशी रेंगाळणाऱ्या नेपाळी रखवालदाराचा सलाम स्वीकारीत नागमोडी लोखंडी दांड्यांमधून ते आत गेले. पहिल्या रांगेतल्या समुद्राकडच्या शेवटच्या इमारतीपाशी आले.

''सनबीम तो खडी है जावेद.'' ग्राउंडच्या पार्किंग-लॉटमधल्या एका लाल रंगाच्या रेस कारकडे कटाक्ष टाकत एक म्हणाला.

''हां. वसुली करके मॅडम आ गयी शायद.''

लिफ्टने तिघं वर निघाले. कोणत्या माळ्याचं बटण दाबलं होतं, ते संकेतनं पाहिलं नव्हतं. पण एक-एक माळा खाली दाबत लिफ्ट वर चालली होती. बहुतेक टॉप फ्लोअरला त्याला नेण्यात येत असावं, असा त्यानं अंदाज केला. लिफ्ट थांबली. दार उघडून तिघं बाहेर आले. समुद्राचा खारा गारवा एकदम संकेतला जाणवला. वर मोकळं आकाश तरंगलं.

टेरेस!

चमकून इकडे-तिकडे पाहिल्यावर आपली भीती निरर्थक असल्याचं त्याच्या लक्षात आलं.

मधला भाग मोकळा होता आणि दोन टोकांना दोन फ्लॅट्स होते.

त्यांतल्या समुद्राकडच्या फ्लॅटच्या दिशेनं त्याला नेण्यात येत होतं. दारावर चकचकीत पितळी नेम-प्लेट होती. त्यावर काळ्या अक्षरांत इंग्रजीत

नाव होतं–

मिस्टर इंद्रजित मोजींदरा

एम. कॉम., एफ. सी. ए.

मॅनेजिंग डायरेक्टर,

इंद्रजित फायनान्स कार्पोरेशन प्रा. लि. बॉम्बे

नाव नि त्याखालची पदवी, हुद्दा, हे सगळं वाचतानाच संकेतला गरगरलं. अं? या इंद्रजित मोजींदरासाहेबांना आपली इतकी काय गरज भासावी, की त्यांनी इतक्या कडेकोट बंदोबस्तात आपल्याला इथपर्यंत आणावं?

बेलचा आवाज किणकिणला. कोणीतरी दार अर्धवट उघडलं. पुन्हा दार लावलं गेलं. दोन-तीन मिनिटांनी आत मोठा दिवा लागला. पुन्हा दार उघडलं गेलं. दारात एक पस्तिशीची बाई उभी होती. ती संकेतकडे पाहून हसली. दोघांकडे वळून म्हणाली,

"तुम जा सकते हो! इसे मैं पहुँचा दूँगी।"

दोघांनी सलाम ठोकले. मागच्या पावली ते निघून गेले.

संकेतनं एकदा त्यांच्या पाठमोऱ्या आकृत्यांकडे पाहिलं. मग तो त्या बाईकडे वळला. ती मिस्कील नजरेनं आपलंच निरीक्षण करते आहे, हे लक्षात येताच त्यालाच लाजल्यासारखं झालं. त्याची नजर आपोआप खाली झुकली.

"ये संकेत, आत ये."

तिनं आपल्याला एकदम नावानं हाक मारलेली ऐकून तो चांगलाच दचकला.

"तुम्ही, तुम्ही मला ओळखता?"आश्चर्यानं तिच्याकडे पाहत त्यानं विचारलं.

"अर्थात! परक्या तरुणाला कोणी आत ये म्हणेल का?"

तो निमूटपणे बाईंच्या मागोमाग हॉलमध्ये आला. हॉलची श्रीमंती पाहून आणखीनच मंत्रमुग्ध व्हायला झालं.

"बैस. त्या कोचात बैस."

त्याला फार अवघडल्यासारखं झालं. कोच इतके पॉश नि गुबगुबीत होते, की त्यांना आपल्या मळक्या पार्श्वभागाचा स्पर्श होण्याची कल्पनाही त्याला सहन होईना.

''नको, मी उभाच राहतो!''

''वेडेपणा करू नकोस.'' त्याच्याजवळ येऊन त्याचे खांदे दाबून कोचात बसवत ती बाई म्हणाली,

''अर्धा - पाऊण तास बोलेपर्यंत उभा कसा राहणार तू? बैस आरामात.''

''काय काम होतं? तुमचं चित्र वगैरे काढायचं आहे का?'' अस्वस्थ होऊन त्यानं विचारलं.

''कोण, तू माझं पोर्ट्रेट काढणार?''

बाई खदखदून हसू लागली. तो खुळावल्यासारखा तिचं हसणं पाहतच राहिला. मग निरीक्षण करताना त्याच्या लक्षात आलं–

हॉलच्या भिंतीवर निरनिराळ्या पोझमधली, पण तिचीच अप्रतिम चित्रं होती! त्यांची बरोबरी करण्यासाठी त्याला दहा वर्षं मेहनत घेणं आवश्यक होतं!

एखाद्या निष्णात फेस-रीडरसमोर आपण बसलेलं असावं नि कसलीही पूर्वकल्पना न देता त्यानं धडाधडा आपलंच पूर्वायुष्य, त्यातल्या अशा घटनांसह, ज्या केवळ आपल्यालाच माहीत आहेत, सगळं आपल्याला सांगावं, अशा वेळी माणूस जसा अवाक होईल, हादरून समोरच्या माणसाकडे पाहत राहील, तशीच अवस्था संकेतची झाली होती.

समोरच्या बाईचं नाव मिसेस रतन मोजींदरा आहे. तिलाच सगळे 'मॅडम' म्हणतात, नि ती दिसायला अतिशय आकर्षक, मोहक आहे, यापलीकडे त्याला तिची माहिती नव्हती. आणि ती मात्र संकेतला जन्मापासून ओळखत असल्याप्रमाणे त्याच्याबद्दल बोलत होती.

आश्चर्याचा पहिला धक्का ओसरल्यावर त्याच्यातला मिस्कीलपणा जागा झाला. तोपर्यंत तिनं समोर ठेवलेल्या सरबताचा एक राऊंड पूर्ण झाला

होता. मंदपणे हसत तो म्हणाला,

"मॅडम, माझ्याबद्दलची ही माहिती मलाही आहे. आता आपण मला अशी माहिती देऊ शकाल का, जी मलाही नवी वाटेल?"

"देऊ शकेन!"

तो पुन्हा उडाला.

"आणि ती देताना हेही ज्ञान मला प्राप्त व्हावं, की ही माहिती मिळवण्यासाठी आपण आपला अमूल्य वेळ का खर्च केला? ती कशी मिळवली?"

मॅडम दिलखुलासपणे हसू लागली. संकेतला त्याच वेळी बऱ्याच गोष्टींचा शोध लागला. उदाहरणार्थ, ही बाई आपल्याहून खूप मोठी असूनही तिच्या हसण्यानं आपल्या हृदयात गुदगुल्या होतात. आपण वाचलेल्या कादंबऱ्यांमधल्या वेगवेगळ्या नायिकांशी आपण तिची तुलना करून तिलाच उजवं ठरवतो.. आणि आपल्या चमकदार काळ्याशार डोळ्यांच्या जादूनं ही आपल्याला सहज ताटाखालचं मांजर करू शकते!

"संकेत, मी तुला माझ्या व्यवसायाची माहिती सांगते. म्हणजे तुला तुझ्या बऱ्याच प्रश्नांची उत्तरं मिळतील. बरं, हे सांग, सरबत आवडलं का तुला?"

"आवडलं. पण मला अजून वाटतंय, तुम्ही कितीही नाही म्हणालात तरी त्यात..."

"नाही रे! दारू नाही ती. विश्वास ठेव. हवंय का अजून!"

"हं."

तिनं स्वत: त्याचा ग्लास उचलला. ग्लासवर टिचकी मारली. त्याबरोबर एक नोकराणी आत आली. ग्लास घेऊन गेली. भरलेला ग्लास तिनं ट्रेमध्ये आणून ठेवला.

"संकेत, माझ्या मिस्टरांचं फायनान्स कार्पोरेशन आहे. ते जरी स्वत:ला मॅनेजिंग डायरेक्टर म्हणवून घेत असले, तरी मालकीही त्यांचीच आहे. पैसा भरपूर मिळतो. त्यासाठी काहीही करणं मला आवश्यक नाही. पण नुसतं बसून राहिलं तर जाडी वाढते. फिगर बेढब होते. महिला मंडळ

वगैरे मला आवडत नाही. म्हणून मी हा उद्योग सुरू केला आहे. मुंबईत फूटपाथवर धंदा करणारे तुझ्यासारखे कलाकार शेकड्यांनी आहेत. त्यांना मी एकत्र आणते. त्यांना निरनिराळे विभाग नेमून देऊन त्या-त्या भागासाठी त्यांना संरक्षण देते. त्यांच्या राहण्याजेवण्याची व्यवस्था करते. तुझ्यासारखे आज एकशेदोन कलाकार माझ्या या छत्राखाली आनंदाने नांदतायत.''

''वा! सामाजिक कार्य!''

''नाही. गैरसमज करून घेऊ नकोस. हे सामाजिक कार्य नाही. यातून तुम्हाला सुरक्षितपणा मिळतो, निश्चिती मिळते; तसा मलाही भरपूर पैसा मिळतो! उदाहरणार्थ, तू माझ्या ग्रुपमध्ये सामील झालास, तर मी तुझी सगळी व्यवस्था करीन. तुला मोठ्या प्रमाणावर, तुझ्या लायकीप्रमाणे धंदा निवडता येईल. कलेनुसार तुला योग्य मार्केट मी मिळवून देईन. त्या बदल्यात तू तुझ्या मिळकतीचा एकपंचमांश भाग, ट्वेंटी परसेंट रोज माझ्या कलेक्टरला द्यावयाचा. भले, मग तुझी त्या दिवशीची मिळकत पाच रुपये असो, वा पाच हजार असो!''

''आणि पाच हजार मिळून मी तीन हजार दाखवले तर?''

मॅडमचा चेहरा कठोर झाला. तिच्या चेहऱ्यावर पाषाणी हास्य तरळलं. डोळे मात्र गंभीर झाले.

''प्रश्न तुझ्या बुद्धीची ग्वाही देणारा आहे; पण हाच माझ्याही डोक्यात धंदा सुरू करतानाच आला होता! तेव्हा, तू तसं करू नये असा मी मोलाचा सल्ला देते. संघटना म्हटली की तिथे प्रामाणिकपणा, विश्वास या गोष्टींना महत्त्व असतं; फसवणुकीला जबरदस्त शिक्षा असते; फसवणारा या भ्रमात असतो, की आपली ही चालबाजी कोणाला समजलेली नाही. पण ते खरं नसतं. एखादा अवयव गमावून तो असाहाय्य होऊन भीक मागण्यासाठी फूटपाथवर फेकला जातो. तेव्हा हे शहाणपण येऊन काय उपयोग?''

आयला! म्हणजे असंही आहे का? ही बाई फार पोचलेली दिसते!

''आमच्यात यायचं की नाही, ते तू नीट विचार करून ठरव संकेत. पण आलास तर प्रामाणिकपणे सगळे नियम पाळावे लागतील. दोन्ही बाबतीत काय घडेल, तेही मी तुला सांगते. समज, तू आला नाहीस, तर

माझी माणसं तुला कुठेही सुखानं धंदा करू देणार नाहीत. तुझी चित्रं उधळली जातील. पैसे पळवले जातील. तुला मारहाण होईल! हे वाईट आहे, असं करणं चांगलं नाही, हे मलाही कळतं. पण एक संघटना चालवायची, साऱ्या मुंबईभर तिचं जाळं पसरायचं, म्हणजे मला हे सगळं करायलाच हवं.'' ती जराही अस्वस्थ न होता म्हणाली, ''आणि हेही.. नंतर तू परत आलास तर आम्ही तुला सामील करून घेऊ; पण शिक्षा म्हणून पहिलं वर्ष तुला फोर्टी परसेंट नि नंतर कायम थर्टीथ्री परसेंट कमिशन मान्य करावं लागेल!''

''आणि आत्ता मी ही ऑफर स्वीकारली तर?''

''तर तू खूप शहाणा आहेस, असं समजेन मी! तुझी निरनिराळ्या ठिकाणची चित्रं मी स्वत: पाहिली आहेत. तू चित्रं काढीत असताना आमच्या पॅनलनं तुझ्या रंगसंगतीचा अभ्यास केला आहे. त्यांच्या हाताखाली शिक्षण घेतलंस, तर तीन महिन्यांत मी तुला पेडर रोड, जुहूसारख्या श्रीमंत विभागात नेऊन टाकीन. तिथे कोणत्या प्रकारची चित्रं पैसा मिळवून देतात हे कळायला लागलं, तर रोज शंभरदोनशे रुपये सहज कमावशील तू!''

''मला शिक्षण मिळेल?''

''पद्धतशीर!''

''तर मग, या अटीवर मी 'शहाणा' ठरायला तयार आहे! तीन महिने... गरज भासल्यास अधिक, मला निरनिराळ्या प्रकारांचं शिक्षण देण्यात यावं. त्यांतला मला आवडेल तो प्रकार मी डेव्हलप करीन. पण या तीन महिन्यांत मी कुठेही चित्र काढणार नाही! मला अभ्यासासाठी चोवीस तास वेळ मोकळा हवा आणि हा खर्च संघटनेनं सहन करायला हवा.'' मॅडम प्रसन्नपणे हसली. म्हणाली,

''संकेत, इतर चित्रकारांच्यात नि तुझ्यात खूपच फरक आहे! मान्य करायलाच हवं मला. इतर चित्रकार खरोखरच 'फुटपाथ' च्याच लायकीचे आहेत. त्यांना काही न शिकता, प्रगती न करता, मिळेल तेवढा पैसा हवा आहे. तुझं तसं नाहीये. तुला काहीतरी करून दाखवण्याची जिद्द आहे. आत्ता सांगते मी, या सर्वांत तू उजवा ठरशील. पैसा तुझ्या पायाशी लोळण घेत

येईल!''

''आपल्या आशीर्वादाबद्दल आभारी आहे मॅडम!'' संकेत मंदपणे हसला म्हणाला, ''आता मला एकच सांगा, मी तुमच्या संघटनेत आलो, तर जन्मभर मला तुमच्या आधिपत्याखालीच राहायला हवं का?''

''हो, जोपर्यंत तू 'फूटपाथ कले' चा उपासक राहशील, तोपर्यंत तरी! जर तू स्वतंत्र झालास. दुकान थाटलंस.. ऑफिस टाकलंस... तर तू स्वतंत्र झालास! 'फूटपाथ' शी संबंध ठेवता येणार नाही मग तुला!''

''ठीक आहे. मी 'खूपच शहाणा' व्हावं म्हणतो!''

''गुड!'' त्याच्यासमोर आपला गोरापान, गुबगुबीत हात पसरीत मॅडम म्हणाली, ''वेलकम टू 'फूटपाथ आर्टिस्ट कॉर्पोरेशन अनलिमिटेड!' ''

त्यानं तिचा हात आपल्या हातात घेतला. हस्तांदोलन करताना त्याला एकदा जमीन सुटल्यासारखं वाटलं.

मदिरा नि मदिराक्षी... दोन्हींचा त्याच्याशी आलेला पहिला संबंध होता तो! हे कॉकटेल त्याच्यासारख्या अननुभवी मुलाला पचवणं फार कठीण होतं!

◆◆◆

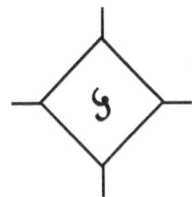

६

चार-पाच वर्षांपूर्वी आपोआप बंद झालेलं त्याचं विद्यार्थिजीवन या कारणानं पुन्हा सुरू झालं!

बांद्रा स्टेशनपासून वीस मिनिटं चालीच्या अंतरावर एक सिंधी मुलांचं होस्टेल होतं. मॅडमचा त्या होस्टेलशी वा मॅनेजमेंटशी काय संबंध होता, हे ती जाणे नि मॅनेजमेंट जाणे! पण तिची बरीच मुलं या होस्टेलमध्ये राहत. संकेतचीही राह्यची सोय या होस्टेलमध्ये करण्यात आली. आणि एका आठवड्यात त्याच्या मनात पहिली भावना काय निर्माण झाली असेल तर ही की, "आम्ही सारे हिंदू बांधव आहोत!" हे सांघिकरीत्या म्हणायला ठीक आहे; पण सिंधी मुलांशी आपलं कधीच जमणं शक्य नाही! ते एकमेकांना सावरून घेतात, उचलून धरतात; पण बाहेरच्या मुलाला ते परकाच मानतात. दुसरी कोणती गोष्ट खटकली असेल, तर या मुलांना कसलेही आचार-विचार नव्हते. संस्कारांशी त्यांचा दूरान्वयानेही संबंध आलेला नव्हता. स्वार्थापलीकडे कोणतीच भाषा त्यांच्या खिजगणतीत नव्हती. प्रत्येकाच्या चेहऱ्यावर एकाच मुशीतून काढल्यासारखे थंड, निर्विकार, बनेल भाव दिसायचे. त्यांचे कपडे नेहमी चमकदार नि झकपक, भडक असायचे; पण स्वच्छतेशी त्यांचा काडीमात्र संबंध नसायचा. चार-चार दिवसांत आतलं बनियनसुद्धा ही पोरं बदलायची नाहीत! होस्टेलला किमान तीनशेतरी मुलं होती; पण बाथरूम केव्हाही शांतपणे अॅव्हेलेबल असायचं. उशीर झाला तर संडासला जाणं मात्र त्याच्या जिवावर यायचं. कारण सगळीकडे बिड्या-सिगारेटची

थोटकं, जळक्या काड्या नि उग्र वास कोंदटलेला असायचा. आठ संडास असले तरी त्यातल्या त्यात स्वच्छ कोणता, हे पाहण्यासाठी नरकाचं दर्शन घ्यावं लागायचं. पाणी न टाकल्यानं गच्च भरले तरी ही पोरं बिनधास्तपणे आपल्या बसण्याची पोझिशन बदलून वर कुठेही घाण करायची. मुंबईच्या सार्वजनिक जीवनाची संकेतला भरपूर सवय झाली होती. पण तरीही इथे राहणं असह्य होतं. संडासातलं वाङ्मय नि चित्रकला हा तर भल्याभल्यांना लाजवणारा प्रकार होता. आपल्या हिडीस, किळसवाण्या कामवासनेला विकृत स्वरूपात भिंतीवर चितारणं, हा या पोराचा हातखंडा प्रयोग होता. अर्थात, संकेतचा होस्टेलशी फार कमी संबंध यायचा. सकाळी पाचच्या सुमाराला भैय्या त्याला उठवायचा. सगळं आवरून संकेत सहा-दहाची चर्चगेट लोकल गाठून माटुंग्याला यायचा. मॅडमच्या सांगण्यानुसार त्यानं माटुंग्याच्या एका व्यायामशाळेत नाव दाखल केलं होतं. निरनिराळ्या शिक्षकांच्या देखरेखीखाली तासाभरात तिथे इतका व्यायाम व्हायचा, की माटुंग्याला चालत येणं मुश्कील व्हायचं. माटुंग्याला नाथानीकडे हातपाय धुवायचे. नाष्टा करायचा. नऊ वाजता इंग्लिशच्या क्लासला जायचं. तिथे दीड तास मेंदूचा भुगा पडायचा. इंग्रजी भाषा ही साऱ्या भारताची शत्रू आहे, हे रोज शंभर टक्के पटायचं. साडेदहाला क्लास सुटला, की होस्टेलला परत यायचं. जेवायचं. दुपारी दोनला दादरच्या गुरुनाणीकडे यायचं. संध्याकाळी आठ-साडेआठपर्यंत तिथे चित्रकलेची प्रॅक्टिस चालायची. होस्टेलवर येऊन जेवलं, की झोप!

बऱ्याचदा या गुरुनाणींकडेच मॅडमची गाठ पडायची. त्याची प्रगती पाहण्यासाठी ती आठवड्यातून दोनतीनदा तरी इथे यायची. त्याची प्रॅक्टिकल्स पाहायची. गुरुनाणींशी त्याच्याबद्दल चर्चा करायची. उशिरा आली असेल तर संकेतबरोबरच बाहेर पडायची. तो दिवस सोन्याचा ठरायचा. मॅडम त्याला कुठल्यातरी पॉश रेस्टॉरन्टमध्ये न्यायची. नॉनव्हेज खाण्याचे धडे द्यायची. आग्रह करून बिअर प्यायला लावायची.

एकदा मॅडम अशीच आठच्या सुमाराला आली. ती वर येत असतानाच संकेत खाली उतरत होता. त्याला पाहून ती जिन्यातच थबकली.

''अरे! यू आर फिनिश्ड वुइथ द वर्क?''

"येस मॅम! यू वॉन्ट टु सी मि. गुरुनाणी?"

त्याच्या प्रश्नाला उत्तर द्यायचं विसरून मॅडम आश्चर्यानं त्याच्या तोंडाकडे पाहत राहिली.

"ओह! वंडरफुल!"

"थँक्यू मॅम!"

तशीच मागे वळली. त्याच्याबरोबर खाली आली.

"तुम्हाला गुरुनाणींना भेटायचं नव्हतं?"

"गुरुनाणी को मार गोली! तुला इंग्लिशमध्ये बोलताना पाहून मला आज फार आनंद झालाय. कम ऑन, लेट अस सेलिब्रेट!"

खाली तिची सनबीम उभी होती. ड्रायव्हिंग सीटवर बसत तिनं त्याला आपल्या शेजारी बसवून घेतलं. त्याच्या कडक व्हायला लागलेल्या दंडाच्या मसल्सकडे कौतुकानं पाहत, त्याच्या मांडीवर थाप मारीत म्हणाली,

"नाऊ, यू आर ग्रोनअप!"

तिचं तसं म्हणणं त्याला फार आवडलं. पण लाजल्यामुळे त्याला थँक्स वगैरे म्हणता येईना. तो नुसता ऐटबाज कोंबड्याप्रमाणे मान तिरपी करून हसला.

"ओऽह... कम ऑन!" म्हणत तिनं कारला वेग दिला.

कार कुठे चालली आहे, इकडे त्याचं लक्ष नव्हतं. आपण आता मोठे झालो, या रम्य कल्पनेपाशीच त्याचं मन रुंजी घालत होतं. मधूनच नजरेच्या कोपऱ्यातून त्याला मॅडमचा कार ड्राइव्ह करणारा गोरापान लुसलुशीत हात दिसायचा. नजर आणखी थोडी तिरपी व्हायची. स्लीव्हलेसपर्यंत सरकत दंडापासल्या पोकळीतून दिसणाऱ्या गोऱ्यापान मांसल भागावर खिळून राहायची. कधी जांभळ्या पारदर्शी ब्लाउजच्या आत जाणवणाऱ्या ब्राच्या पांढऱ्या कपवर अडकायची, तर कधी खाली घसरून गोऱ्यापान उघड्या पोटावर स्थिर व्हायची. असं काही झालं, की शरीरभर एक सळसळ व्हायची. साऱ्या स्नायूंना आतून करकचून पीळ पडायचा. पुन्हा अस्वस्थपणे तो समोर शून्यात पाहत राह्यचा.

आपलं हे पाहणं, हे अस्वस्थ होणं, मॅडमच्या लक्षात आलेलं नाही,

अशी त्याची वेडी समजूत होती. म्हणजे, मॅडम इतकी पोचलेली बाई म्हटल्यावर तिच्या ते लक्षात येणार, हे अगदी सरळ होतं. पण ते मान्य करून, चोरट्या सुखाला वंचित होण्याची त्याची इच्छा नव्हती. ती लक्षात आल्याचं दर्शवत नव्हती किंवा काही म्हणत नव्हती, तोपर्यंत हे सुख लुटायला हरकत नव्हती.

आणि मॅडम गालातल्या गालात हसत, मुद्दाम त्याच्याकडे दुर्लक्ष करीत रहदारीवर लक्ष केंद्रित करून होती. पक्षी जाळ्यात गुंतत चालला आहे, हे तेव्हाच तिच्या लक्षात आलं होतं. तिला तेच हवं होतं. रीतसर ती त्याच्यावर आपल्या सौंदर्याची जादू विखरत होती.

एका डिपार्टमेंटल स्टोअरपाशी येताच तिनं कार उभी केली. ती खाली उतरली. तो उतरला. त्याच्या उतरण्यातला, उभं राहण्यातला रुबाब आज असा होता, की जणू तो बायकोला शॉपिंगला घेऊन आला आहे.

दुकान बंद व्हायची वेळ झाली होती. पण अजून बंद झालेलं नव्हतं. आणि दुकान उघडं असूनही तोंडभर हसून 'बंद हो गया, कल आना!' म्हणण्याची पुणेरी वृत्ती मुंबईच्या रक्तात नव्हती. सेल्समननं लगेच पुढे येऊन विचारलं,

"येस, मॅडम?"

"ये लडके के लिये जीन्स और टी शर्ट्स बताओ।"

संकेत चमकला. मॅडमकडे पाहत म्हणाला,

"ओह मॅडम! व्हाय आर यू वेस्टिंग युवर मनी?"

"आय नेव्हर वेस्ट अ सिंगल कॉइन! आय ऑलवेज इन्व्हेस्ट इट."

आणि ते खरं होतं. आपला पैसा, आपलं रूप, आपली सामाजिक पत... सगळंच कोणाकरता, कसं नि किती प्रमाणात गुंतवायचं, याचं तिचं गणित पक्कं होतं. आजपर्यंत ती कधी लॉसमध्ये आली नव्हती, येण्याची शक्यता नव्हती!

आपण काय आहोत नि काय होऊ शकतो, याची संकेतला कल्पना नसली, तरी तिला होती. म्हणून तर इतरांप्रमाणे त्याला धंद्याला न लावता तिनं त्याचा सर्व खर्च मान्य करून त्याच्या सर्वांगीण विकासाची जबाबदारी

स्वीकारली होती. उद्या हे सगळे पाचपटीत वसूल होतील याबद्दल खात्री नसती, तर तिनं कशाला त्याला इतकं जवळ केलं असतं? एका मुलाची जिंदगी उगाच सुधारून द्यायला तिचा पैसा वर आला होता का?

सेल्समननं जेन्ट्स डिपार्टमेंटच्या जीन्स-टी शर्ट्स विभागातले लाइट्स ऑन केले. मॅडमच्या पोझिशनचा नि पर्सच्या उबदारपणाचा अचूक अंदाज घेऊन सिलेक्टेड जीन्स नि टी शर्ट्स काउन्टरवर घेतले.

"संकेत, तू कलरमास्टर आहेस..."

"मॅडम, आज काय तुम्ही स्तुतीनं मला गुदमरून टाकायचं ठरवलं आहे काय?"

"मी खोटी स्तुती करीत नाही. कलर सेन्सच्या बाबतीत तू ग्रेटच आहेस. पण माझा चॉइस बरा आहे का पहा. मी कपडे निवडते."

तो जरा बाजूला सरकला. एखाद्या विद्यार्थिनीची परीक्षा घेत असल्याच्या थाटात काउंटरवर कोपर टेकवून, मिस्कील हसत पाहत राहिला.

तिनं त्याच्याकडे टक लावून पाहिलं.

ही इज मॅनली अँड ग्रेसफुल! अजून वर्षभरात तो आपल्याला दोन्ही हातांत उचलून सहज बेडवर टाकण्याइतका मोठा दिसायला लागेल! मंदपणे हसत तिनं सेरीन ब्लू रंगाची जीन बाजूला काढली. बिस्किट कलरचा एक स्टायलिश टी शर्ट निवडला.

"नाइस!" सेल्समन म्हणाला, "ही जीन्स रेमंडची आहे मॅडम. एकदम बेस्ट कलर. गॅरन्टीड. यांना फार शोभून दिसेल."

"संकेत..."

"अॅट युवर चॉइस!"

"सांग की पण..."

"एकदम परफेक्ट कॉम्बिनेशन. मॅडम माझी नजर कुठे आहे ते पाहत होता का तुम्ही?"

"ए, हलकटपणा किती करावा माणसानं? दे की क्रेडिट जरा!"

तो जोरजोरात हसायला लागला.

"जा, कपडे बदलूनच ये."

सेल्समनने त्याला फिटिंग रूम दाखवली. तो परत आला.

''आता प्लीज, हरी अप. त्याच्या मापाचे चांगले बूट दाखवा. नि सॉक्स.''

''पंप शू चालतील का मॅडम? लेटेस्ट डिझाइन आलं आहे.''

''चालेल.''

त्यांचं बोलणं चाललं असतानाच शूज डिपार्टमेंटच्या मुलानं भराभर पंप शू काढायला सुरुवात केली होती.

''मॅडम!''

संकेतचा आवाज ऐकून ती मागे वळली. अनिमिष नेत्रांनी पाहत राहिली. तो रुबाबात नडगीवर पोटरी टाकून, खिशात बोटं अडकवून उभा होता. नि या क्षणी जगातलं सारं मर्दानीपण त्याच्या स्टाइलमध्ये एकवटलं होतं.

''ओ के?''

''ओह! व्हाइट मस्टांग!'' ती त्याच रुबाब पाहून स्वतःशीच उदगारली.

''पहा कोणता साइज बरोबर बसतो.'' सेल्समननं एक पंप शू त्याच्या समोर ठेवत म्हटलं.

मॅडमकडे पाहत त्यानं साइज ट्राय केला.

दुकानातून बाहेर पडताना त्याचा कायापालटच झाला होता. एखादा पोलीस पाळतीवर वगैरे असता, तर त्याचीही दिशाभूल झाली असती. जुन्या कपड्यांचं पॅकेट दुकानाच्या नोकरानं कारच्या मागच्या भागात टाकलं. मॅडमनं कारला वेग दिला.

''मॅडम, हे सगळं कशासाठी, ते मला कळेल का?'' संकेतनं खुशीत येत विचारलं.

''एका सुरवंटाचं फुलपाखरात रूपांतर झाल्याच्या खुशीत!''

''पण याच पैशात फुलपाखरंच आली असती की कितीतरी!''

''खरं आहे. पण आपला आनंद हा आपला असतो. दुसऱ्याला फटाके उडवताना पाहून फटाके उडवण्याच्या आनंदाची कल्पना नाही करता येत!''

"पण... तीन-चारशे तरी खर्च झाले असतील!"

"आणखी दोनशे होणार आहेत. तुला मी मागत नाही ना? मग तू कशाला फिकीर करतोस?"

"मला हे आवडत नाही मॅडम!"

"काय?" भुवई उंचावून त्याच्याकडे पाहत तिनं विचारलं.

बोलून टाकण्याची हीच संधी होती. पहिल्यांदाच तो तिच्या उपकारां-खाली दबला गेला असता, तर पुन्हा त्याला कधीच बोलता आलं नसतं.

"तुम्ही गैरसमज करून घेऊ नका मॅडम. पण... आपल्या 'फूटपाथ आर्टिस्ट्स अनलिमिटेड' मधे शंभराहून अधिक कलाकार असताना, ही सारी चैन माझ्याच वाट्याला का येत असावी, या प्रश्नाचं उत्तर मला शोधूनही सापडले नाही. तुम्ही सगळ्या आर्टिस्टबरोबर त्यांच्या उमेदवारीच्या काळात असंच वागत असाल, असं मला वाटत नाही. मी व्यायाम करतो, मला नाथानींकडे हेवी ब्रेकफास्ट मिळतो, मला स्पेशल अटेन्डन्स देऊन इंग्रजी बोलायला शिकवण्यात येतं. मी तुमच्या कारमधून निरनिराळ्या हॉटेलमध्ये जातो. इंग्लिश चित्रपट पाहतो. गुरुनाणी मला स्पेशल ट्यूशन्सला घेतात. असं का?"

"संकेत, तू विचारलंस त्या अर्थी तुला हे फील झालेलं आहे. बरोबर आहे?" गंभीर होत मॅडमने विचारले.

"हं."

"हाच तुझ्यात नि इतर कलाकारांमध्ये फरक आहे! सलीम, युनुस, मोती, दीपक यांपैकी कोणालाही ही व्ही. आय. पी. ट्रीटमेंट मिळाली असती, तर 'असं का?' हा प्रश्नही त्यांच्या डोक्यात आला नसता. इमानी कुत्र्यासारखं त्यांनी स्वतःला धन्य मानलं असतं. आपण इतरांहून वेगळे आहोत, या कल्पनेनं पछाडून ते वाया गेले असते. पण तुला नेमकी ती जाणीव आहे. तू बुद्धी, विचार, संस्कार अशा सर्वच बाबतीत त्यांच्याहून वेगळा आहेस. हे तुझं वेगळेपण मला सतत जाणवत राहिलं. म्हणूनच तू आज माझ्या मांडीला लावून माझ्याशेजारी बसू शकतोस. तुला 'त्यांच्यांतला' म्हणण्यापेक्षा मी 'आमच्यातला' म्हणते, मानते."

“थँक यू व्हेरी मच मॅडम.”

“आणि आभार मानू नकोस. माझी तुझ्या बाबतीत काही कॅल्क्युलेशन्स आहेत. त्यांनुसार तू मला खूप फायदा मिळवून देणार आहेस. त्या फायद्यावर नजर ठेवून मी तुझा फायदा करून देत आहे. त्या वेळी माझे पैसे चक्रवाढ-व्याजाने वसूल होणार आहेत! तेव्हा वाईट वाटून घेऊ नकोस किंवा बुद्धी फिरू देऊ नकोस, म्हणजे झालं!”

मॅडमचं सगळं बोलणं व्यवहारी, रोखठोक पण प्रामाणिक वाटलं त्याला. आवडलं. भारावून जात त्यानं विचारलं,

“मॅडम, मी खरंच तुम्हाला सगळ्यांहून वेगळा वाटतो?”

“होय, खरं तेच सांगितलं मी.”

“माझी कला इतरांहून उच्च कोटीची आहे?”

“नक्कीच! गुरुनाणींची परवानगी घेऊन तू आर्टिस्ट म्हणून फूटपाथच्या कलाजगात येशील, तेव्हा तुझा हात धरणारा एकही आर्टिस्ट साऱ्या मुंबईत नसेल!”

“तर मग... ज्या दिवशी मी तुम्हाला सर्वांत जास्त पैसे मिळवून देईन, तो दिवस मी भाग्याचा समजेन! दॅट्स माय वर्ड, मॅडम!”

तिनं प्रेमळपणे संकेतकडे पाहिलं. त्या क्षणापुरता तरी तिचा हिशोबी, पोचलेल्या स्त्रीचा मुखवटा गळून पडला. एखाद्या निरतिशय आवडत्या माणसाकडे शुद्ध प्रेमळ नजरेनं पाहावं, तशी ती संकेतला बहाल झाली.

“संकेत, या विषयावर पुन्हा माझ्याशी बोलू नकोस. इतकं भावना-विवश होऊन बोलणं मला आवडत नाही. परवडत तर त्याहून नाही. एकदाच नि शेवटचं सांगते - तुझं स्थान माझ्या लेखी काय आहे, ते तुला कळायचं नाही. पण तू मला आवडतोस! दॅट्स ऑल!”

तो नुसता देहभान हरपून मॅडमकडे पाहत राहिला.

या क्षणी मॅडमबद्दल आपल्याला जे काही वाटतंय, ते चांगलं का वाईट, हे त्याला सांगता आलं नसतं. पण सांगता आलं असतं, तरी मनाला तो त्या विचारांपासून परावृत्त करू शकला नसता, हे मात्र खरं!

गुरुनाणीकडे संकेत शिकायला जाऊ लागला, तेव्हा संकेतला एकदम नाडकर्णीसरांचीच आठवण झाली. त्या दोघांच्या पद्धतीत फार साम्य होतं. दहा-पंधरा दिवस गुरुनाणींनी चित्रकलेचं सगळं साहित्य त्याला उपलब्ध ठेवलं. ते त्याला खोली उघडून द्यायचे. "आलोच, तोपर्यंत काहीतरी काढत रहा" असं म्हणून निघून जायचे, ते दोन-तीन तासांनीच परत यायचे! त्याचं काय चाललं आहे वगैरे पाहायचे. कसल्याही कॉमेंट्स न करता पाच-दहा मिनिटं रेंगाळायचे, की पुन्हा अदृश्य व्हायचे!

संकेतला पहिले दोन दिवस जरा विचित्र वाटलं, की हा माणूस स्वत:च्या घरात आपल्याला एका खोलीत एकट्याला सोडून कुठे गुल होतो? घरात ह्याची बायको-पोरं असतात; पण ती इतकी शांत नि अलिप्त असतात, की कोणी आहे हेदेखील कळू नये. उद्या येथून काही गेलंबिलं, आणि ह्यानं आपल्यावर संशय घेतला, तर नसती आफत ओढवायची!

पण हळूहळू रंगांचं साम्राज्य त्याच्यापुढे खुलत गेलं नि त्याला सगळ्याचा विसर पडू लागला. स्टॅन्डला एकदा पेपर टाचला, रंगांचा ट्रे नि ब्रशचा ग्लास जवळ ओढला, की सारी दुनिया गेली जहन्नुममध्ये!

अन् आठ दिवसांनंतर गुरुनाणी त्याला सूचना देऊन चित्रांत सुधारणा करायला सांगू लागले. पंधराव्या दिवशी त्याच्यासमोरच त्यांनी मॅडमला आपला निर्णय सांगितला -

"मॅडम, हे पोरगं अफलातून आहे! ह्याला उपजतच रंग-ज्ञान आहे. हात एकदम मुलायम आहे, नि चित्रातल्या प्रत्येक रेषेला ठळकपणे अर्थ देण्याचं सामर्थ्य ह्याच्या ब्रशिंगमध्ये आहे! पोर्ट्रेट्सपेटिंग नि लॅन्डस्केपमध्ये हा अजोड ठरेल."

"तुम्ही त्याला शिकवायला तयार आहात?"

"आनंदानं! तीन-चार महिन्यांत हा कुठल्या कुठे जाईल. फक्त मेहनत घेण्याची चिकाटी हवी. ती ह्याच्याजवळ भरपूर आहे."

संकेत हरखून गेला. आपण मुक्तपणे चित्र काढायला बसलो की, आपण हमखास एखादं काल्पनिक किंवा मनात ठसलेल्या चेहऱ्याचं पोर्ट्रेट काढतो. त्याच्या भावदर्शनात रंगून जातो; वेगळा मूड असेल तर आपल्याला

निसर्गदृश्यं काढायला आवडतात, हे त्याच्या पूर्वीच लक्षात आलं होतं. पण गुरुनाणींनी स्पष्टपणे दिशा दाखवल्यावर त्याला तेच साक्षात्कारासारखं वाटलं. अचूक दिशा सापडली.

आणि गुरुनाणींच्या कुशल मार्गदर्शनाखाली त्याच्या अथक अभ्यासाला सुरुवात झाली. पावलं झपाझप प्रगतीच्या दिशेनं पडायला लागली. लॅन्डस्केप-साठी त्याला खूप हिंडायला हवं होतं. ते जमू शकत नव्हतं. पण पोर्ट्रेट्सचा अभ्यास मात्र वेगात पुढे चालला होता.

झपाटल्यासारखंच झालं होतं एकप्रकारे. होस्टेल-हॉटेल-रेल्वे स्टेशन-लोकल-बस-कुठेही असो, त्याचं चेहऱ्यांचं निरीक्षण चाललेलं असायचं. काही वैशिष्ट्यं डोळ्यांत भरली, की ती ड्रॉइंगपेपरवर जशीच्या तशी साकार होईपर्यंत त्याला चैन पडायचं नाही.

एकदा तर त्यानं फार धमालच करून टाकली.

संध्याकाळचा सहा-साडेसहाचा सुमार असेल. एक काल्पनिक लॅन्डस्केप पूर्ण करून संकेत आळोखे-पिळोखे देत विश्रांती घेत होता. गुरुनाणीसर त्याच्याशी चेंज म्हणून गप्पा मारीत बसले होते. तेवढ्यात एक तिशीची मुलगी आली. सरांनी हसून तिचं स्वागत केलं. साहजिकच ओळख करून दिली.

"या मिसेस नाहटा. पूर्वी ही माझी विद्यार्थिनी होती बरं का! आता दिल्लीच्या एका आर्ट फॅकल्टीत ही पोर्ट्रेट्स हाच विषय शिकवते."

संकेतनं आदबशीरपणे हात जोडले. तिनं नुसता नाकाचा शेंडा उडवला.

"हा संकेत. हाही सध्या माझ्याकडे पोर्ट्रेट्स आणि लॅन्डस्केपसाठी येतो."

"हं! हल्ली झटपट रंगारीच फार! सर, आम्ही रोज आठ-आठ, दहा-दहा तास पोर्ट्रेटसाठी घासायचो, तेव्हा कुठे गोल्ड मेडल मिळालं अन् ही सर्व्हिस! आता काय, तासभर पोर्ट्रेट-एक तास लॅन्डस्केप-अर्धातास अमकं नि तमकं! कडबोळं झालंय नुसतं सगळं!"

सर काहीतरी बोलणार होते; पण संकेतच्या मिस्कील चेहऱ्याकडे लक्ष जाताच ते गप्प बसले. त्यांची अनुमती लक्षात घेऊन संकेत शांतपणे

म्हणाला,

"नाहटाबाई, तुम्ही मोठ्या आहात. माझ्यापेक्षा तुमचा अनुभव मोठा आहे. तुम्ही म्हणता त्या अर्थी ही वस्तुस्थिती नक्कीच असेल. पण मला एक सांगा, पूर्वी वाहनांची सोय नव्हती, तेव्हा काशीला जायला तीन-तीन, चार-चार महिने लागायचे. आज माणूस दोन दिवसांत काशीला पोचतो. पण म्हणून ही काशीयात्रा नाहीच, असं म्हणणार का आपण? का चार महिने लागले तरच ती यात्रा खरी मानायची? मोटर-सायकल रेसमध्ये पहिला येणारा तरुण सर्वांत जास्त कौशल्यानं नि वेगानं मोटर-सायकल चालवतो, हे निर्विवाद सत्य; पण ह्याचा अर्थ, इतर स्पर्धक पायानं रेटा देऊन मोटर-सायकल चालवतात, त्यांना वेगात मोटर-सायकल चालवताच येत नाही, असं विधान करतो का आपण?" त्याची दोन्ही उदाहरणं नाहटाबाईला चपराकीसारखी झोंबली. त्यातून सर खळाळून हसायला लागले, त्यामुळे तर तिला आणखीच पिसाळायला झालं.

"हं! बोलणंच पाहून घ्या नुसतं! एक पोर्ट्रेट काढायला सांगितलं, तर दहा चुका होतील!" ती फणकाऱ्यानं म्हणाली.

"जाऊ दे. काय म्हणते दिल्ली?" सरांनी विषय बदलण्यासाठी विचारलं. मग संकेतला पूर्णतः वगळून ती सरांशी गप्पा मारायला लागली. तिची आपल्याशी बोलण्याची इच्छा नाही नि आपण तिला मुळीच आवडलेलो नाही, हे लक्षात घेऊन संकेतही त्यांच्या गप्पांमधून निवृत्त झाला. पण तो गप्प बसला नाही. ही बाई साली आपलं एकही काम न पाहता आपल्याला पोर्ट्रेटवरून बोलली ना?

ठीक आहे. हिचं पोर्ट्रेट तर काही इतक्या झटपट करणं शक्य नाही. स्केच जमतं का पाहू!

बसला हा बोर्ड सावरून. लॅन्डस्केपचा कागद बाजूला काढून ठेवला. दुसरा कागद टाचला. पेन्सिलला टोक करून घेतलं.

निरीक्षण सुरू. एकीकडे हात चालू.

तास-दीड तास मनसोक्त गप्पा मारून नाहटाबाई जायला निघाल्या.

"सर.. एक मिनिट."

गुरुनाणी त्याच्या जवळ आले.

"काय रे?"

"तुमच्या परवानगीने मी हे स्केच नाहटाबाईंना प्रेझेन्ट देऊ का?"

सरांनी चमकून बोर्डाकडं नजर टाकली.

शेड अ‍ॅन्ड लाइट्स मेथडनं चितारलेला उत्कृष्ट स्केचचा नमुना होता तो!

"नाहटाबाई, या. इकडे या!" रुंद हसत गुरुनाणी म्हणाले.

नाहटाबाई संशयित नजरेनं पाहत पुढे आली. बोर्डाकडे नजर जाताच आरशात प्रतिबिंब पाहिल्यासारखं वाटलं तिला. चेहरा साफ पडला.

"काय, जमलं का?" संकेतनं हसून विचारलं.

"सर, या मुलाबद्दल माझा गैरसमज झाला होता." ती अपराधी स्वरात म्हणाली, "पहिल्यांदाच पाहिलेल्या माणसाचं इतकं सुंदर अँगल साधून अप्रतिम स्केच करणं सोपं नाही. ही इज ग्रेट. एक दिवस हा मुलगा साऱ्या जगात गाजू शकेल!"

आपल्या स्केचची गुंडाळी घेऊन ती निघून गेली. तेव्हा गुरुनाणींनी संकेतला कडकडून मिठी मारली.

"शाबास पठ्ठे! ह्याला म्हणतात, हातच्या कांकणाला आरसा कशाला?"

त्यांची शाबासकी मिळताच संकेतला मोठं बक्षीस मिळाल्याचा आनंद झाला.

दोन दिवसांनंतर मॅडम गुरुनाणींकडे आली, तेव्हा त्यांनीच तिला तो किस्सा कौतुकानं सांगितला. मॅडमनं त्याचं तोंड भरून कौतुक केलं.

खाली आल्यावर तिनं शांतपणे विचारलं,

"संकेत, त्या स्केचबद्दल नाहटाबाईंनी किती पैसे दिले?"

"पैसे?" तो भांबावून म्हणाला, "कसले पैसे? मीच तिची जिरवण्या-करता तिचं स्केच काढून तिला प्रेझेंट दिलं."

"हो ना? मग यापुढे लक्षात ठेव, कलेची किंमत कमी करायची नसेल, तर कोणालाही भावनेच्या आहारी जाऊन एक रेषही फुकटात देऊ नकोस!"

''मॅडम!''

''तुझी ईर्षा समजू शकते मी. त्याबद्दल मला मनापासून कौतुकही आहे. पण तुझ्या एका रेषेलाही यापुढे महत्त्व येणार आहे, म्हणून सांगते.''

मॅडमचं गुरुनाणींसमोरचं कौतुक खरं मानावं, की तिचा आत्ताचा 'मोलाचा सल्ला' खरा मानावा, हे न समजून तो मूढवत् उभा राहिला.

दिवस जात होते; पण संकेतच्या दृष्टीनं वाया जात नव्हते. दिवसाचा क्षण न् क्षण सार्थकी लागत होता. एक प्रभावी व्यक्तिमत्त्व तयार होत होतं. कलाकाराचा एक सिद्धहस्त हात या कष्टांतून निर्माण होत होता. या कालखंडात जुन्या आठवणींना जागा नव्हती. जुनी माणसं विस्मृतीच्या पडद्याआड गेली होती. फोकसमध्ये तो एकटाच होता. सोबतीला होती त्याची कला! या क्षणी तो गणपतीपुळ्याच्या किनाऱ्यावर होता. एका गार्डन-चेअरमध्ये तो बसला होता. एका हाताला गुरुनाणीसर होते नि दुसऱ्या हाताला मॅडम. निसर्गानं दोन्ही हात पसरल्यासारखा लांबलचक, अर्धगोलाकार समुद्रकिनारा. समोर फेसाळणाऱ्या लाटांचा महासागर. चुबुक-चुबुक करीत लाटा पायाशी लोळण घ्यायला आतुरलेल्या. त्याची नजर भारल्यासारखी समोरच्या मोठ्या लाल गोळ्यावर स्थिर. सूर्यास्ताची वेळ झाली होती. सूर्यबिंब, वय वाढत गेल्यावर माणूस हळवा होत जावा, तसं कोवळं झालं होतं. सोनेरी, पिवळसर प्रकाशानं आसमंत व्यापून टाकला होता.

तो देहभान हरपून सूर्यास्ताचं कौतुक डोळ्यांत साठवत होता. त्याच वेळी, आपलं रूपही कोणाच्या कौतुकाचा, साठवणीचा विषय झाला असेल, याची त्याला पुसटशी जाणीवदेखील नव्हती!

सूर्यबिंबावर खिळलेल्या त्याच्या भावदर्शी नजरेतून सूर्यबिंबाचं तेजच जणू एकत्रित झालं होतं. चेहरा लालसर होऊन चमकत होता. सारा देहच सुवर्णमय होऊन गेला होता.

मॅडमची नजर त्याच्या चेहऱ्यावर खिळून होती.

गुरुनाणीसर कशातच नसल्याप्रमाणे अलिप्तपणे सिगारेट ओढीत किनारा न्याहाळीत होते.

कोणीतरी अलगद हातांनी पाण्यात बर्फाचा गोळा सोडावा, तसा सूर्याचा गोळा काही क्षण क्षितिजरेषेपाशी पाण्याला स्पर्शत राहिला. मग बर्फाचं पाणी होऊन पाण्याचंच तेवढं अस्तित्व उरावं, तसा तो पाण्यात विरघळून गेला. खुणा म्हणून मागे सोनेरी रंग तेवढे रेंगाळत राहिले.

"आहा! सिंपली मार्व्हलस!"

"अं?"

"मॅडम, इतका देखणा सूर्यास्त मी आजपर्यंत पाहिला नव्हता.!"

"तू अजून बऱ्याच देखण्या गोष्टी पाहिलेल्या नाहीस!"

मॅडमचं वाक्य गुरुनाणींनीही ऐकलं; पण ते आपण ऐकण्यासाठी नाही हे लगेच त्यांच्या लक्षात आलं. त्यातला दुसरा अर्थ लक्षात येताच त्यांना संकेतबद्दल थोडंसं वाईटही वाटलं. पण त्यांना त्यांचा पगार मिळत होता. त्या बदल्यात ते त्याला शिकवत होते. यापलीकडे आपल्या शिष्याचं आयुष्य कसं असावं, हे ठरवण्याचा अधिकार त्यांना नव्हता. संकेत मॅडमचा माणूस होता. त्यानं काय व्हावं, कसं जगावं, हे ती ठरवणार होती.

"चला." निराश स्वरात सर म्हणाले, "प्रवासातून आलो, ते सूर्यास्तासाठी किनाऱ्यावरच येऊन बसलो. तुम्हाला बसायचं तर बसा. मी जरा पडतो."

"संकेत, बसूया आपण अंधार पडेपर्यंत?"

"बसू की. रात्रभर म्हणालात तरी तयारी आहे माझी!"

"सर, तुम्ही जाताच आहात तर एक काम करता का?"

"बोला मॅडम."

"कँटीनला आपली जेवणाची ऑर्डर देऊन टाका नि त्या मुलाला म्हणावं, आम्हाला इथेच चहा पाठव. थर्मास भरून पाठवलास तरी चालेल."

मुंबई ते पुळे एवढा प्रचंड प्रवास. ड्रायव्हिंगला मॅडम एकटी. संकेतला सायकलीखेरीज कुठलं वाहन येतच नव्हतं. नि सरांना आता स्टियरिंग सांभाळताना हात थरथरून बॅलन्स जायला होत होतं. त्यामुळे ती प्रचंड थकली होती. पण मनात असीम उत्साह सळसळत होता. संकेतच्या सहवासात पुळ्याचा किनारा तिला यक्षभूमीसारखा सुंदर भासत होता. सर शहाण्यासारखे

निघून गेल्यानं तर दुधात साखरच पडली होती.

"ए, तू सिगारेट ओढतोस का रे?" सर जाताच तिनं एकदम विचारलं.

"छे! खरंच नाही!" तो गडबडून जात म्हणाला.

"का नाही ओढत?"

"म्हणजे?"

"छान दिसशील तू सिगारेट ओढताना! ओढतोस?"

"मॅडम-"

"प्लीज. आणि हे बघ. एक कर—"

"काय?"

"इतर वेळी ठीक आहे; पण आपण दोघंच असताना तू मला 'मॅडम' का म्हणतोस?"

"अं?"

"रतन म्हणत जा! 'मॅडम' म्हटलं की परकं वाटतं, नाही का?"

"रतन! नाही जमायचं, मॅडम."

"का? मी सांगते ना म्हण म्हणून?"

"पण तुम्ही असं का सांगता?"

"मला तू मॅडम म्हटलेलं आवडत नाही म्हणून!"

"छान! आता सवय लावून ठेवाल, नि नंतर कधीतरी चारचौघांत रतन म्हणून गेलो म्हणजे?"

"माफ करून टाकीन. पण म्हणून मुद्दाम करू नकोस मात्र!"

तो खळाळून हसला. तीही हसली.

त्याला मॅडम मनापासून आवडत होती. तिच्याबद्दल सुप्त आकर्षण त्याच्या मनात रेंगाळत होतं. त्यामुळे तिची सूचना त्याला आवडली होती. पण एवढ्या मोठ्या बाईला 'ए रतन' म्हणणंही त्याला विचित्रच वाटत होतं.

"संकेत!"

"येस मॅ..."

"नो मॅडम! से, रतन!"

"अहो रतन, काय चालवलंय काय तुम्ही?"

"अहो रतन?"

ती खदखदून हसायला लागली. मग त्यालाही ते फार विचित्र वाटलं. तोही गुदगुल्या केल्यासारखा हसू लागला.

"रतन, तू मला लाडावून ठेवते आहेस. तुला हे महागात जाईल हं, सांगून ठेवतो!" तो एका दमात म्हणून गेला. मग त्याचं त्यालाच गरगरलं. आपल्यात काही नवीन गूढ नातं निर्माण होत आहे, या जाणिवेनं तो बधिर झाला. या नात्यातल्या सूचित आव्हानानं त्याचा रोम अन् रोम तरारला!

"नाइस! तुझं हे 'रतन' म्हणणं आत्ताच्या सूर्यास्ताइतकंच छान वाटतं बघ!"

तिनं पर्समधून स्टेट-एक्सप्रेसचं पाकीट काढलं. एक सिगारेट शिलगावली. पुढे झुकून त्याच्या ओठांत सारली. तसं करताना तिच्या मांसल उरोजाचा दंडाला झालेला स्पर्श सहेतुक असो वा नसो, त्याच्या शरीरावर त्याचा परिणाम जरूर झाला.

'रतन,' काहीतरी बोलायचं म्हणून तो पोकळ स्वरात म्हणाला, "मला तू दारू प्यायला शिकवलंस. आता हे सिगारेटचं! आणखी कोणकोणत्या व्यसनांत तू मला गुरफटणार आहेस, देव जाणे!"

"व्यसन खोटं संकेत. नि ते कोणामुळे लागणं हे तर साफ खोटं! माणसानं व्यसन कशाचंच लागू देऊ नये, पण उपभोगायला मिळेल– जे उपभोगण्याजोगं असेल– ते व्यसनाच्या भीतीनं कधी टाळू नये. आला क्षण उपभोगत राहणं, याचंच नाव जीवन!"

त्यानं भीत-भीत सिगारेटचा धूर आत घेत असतानाच रतनकडे पाहिलं. संधिप्रकाश टळून पडू लागलेल्या अंधाराइतकंच तिचं व्यक्तित्व त्याला गूढ, खोल, अनंत वाटलं. त्याच्या मनात प्रश्न उभा राहिला–

'मॅडम' चीच दुसरी बाजू म्हणजे 'रतन', का 'रतन' ची एक बाजू 'मॅडम'?

का या दोन्ही प्रतिमा भ्रामक आहेत नि तिचं खरं व्यक्तित्व आपल्याला कळलेलंच नाही?

दिवसभराचा प्रवास. समुद्राचा गार वारा असा डायरेक्ट समोरून नि शांत वातावरणात गुंगी आणणारा लाटांचा सततचा आवाज...

कोणालाही या गोष्टी गाढ झोप लागण्यासाठी पुरेशा होतील. पण संकेत मात्र दोन पेग स्कॉच घेऊनही रात्री बराच वेळ आपल्या दिवाणावर जागा होता. इतके दिवस रोपटं म्हणून वाढत राहिलेल्या गुलाबाला पहिली कळी फुटत असताना नवनिर्माणाच्या आनंदाबरोबरच शरीर फुटण्याच्या वेदना सहन कराव्या लागत असतील. याच वेदनांचा हवाहवासा वाटणारा आनंद त्याला बराच काळ अस्वस्थ करीत राहिला होता. त्याच्या शरीरात, मनात, त्याच्या एकूण आयुष्यात काहीतरी जबरदस्त उलथापालथ होत होती. घडणारं चांगलं का वाईट? एवढा एकच प्रश्न विचारात घेण्याचं तो कटाक्षानं टाळत होता. कारण बुद्धी व सदसद्विवेक या प्रश्नाचं उत्तर 'वाईट' असं देणार होता; नि मन व शरीर ते 'चांगलं' असल्याबद्दल हिरिरीने बाजू मांडणार होतं.

काहीही असो; नवं काहीतरी घडत होतं. त्या प्रकाराची बेभान झिंग मनावर पसरू पाहत होती. नि त्याच वेळी या सगळ्याची अनामिक भीतीही वाटत होती.

त्याचा दिवाण समुद्राकडच्या छोट्या व्हरांड्यात होता. एकाच वेळी आकाशातल्या दुधाळ चांदण्या नि काळ्याशार सागराचं भीषण दर्शन घडत होतं.

आतल्या एका खोलीत मॅडम, आपलं, त्याची रतन झोपली होती. एकीत गुरुनाणीसर. त्यानंही आत झोपावं म्हणून त्या दोघांनी आग्रह केला होता. पण त्या वेळी संकेतला निसर्गाच्या सान्निध्याचा मोह झाला होता. नि नंतर एक कल्पना बराच वेळ त्याच्या मनात असूया निर्माण करीत रेंगाळत राहिली होती.

आपल्याला झोप लागल्यानंतर गुरुनाणी रतनच्या खोलीत गेले तर...? स्वत:लाच वेड्यात काढत त्यानं ती झटकूनही टाकली होती. की सर किती म्हातारे? रतन केवढी? असं आपल्या मनात कसं आलं?

पण झोप लागेपर्यंत धुक्याच्या लोचटपणाने तो विचार त्याच्या मनात

डोकावत राहिलाच.

वास्तविक, रतन सरांकडे गेली किंवा सर तिच्याकडे गेले, तरी काय अधिकार होता त्याला विचार करण्याचा? पण आता त्याला तसं अलिप्त राहता येत नव्हतं. 'मॅडम' चं ठीक होतं; 'रतन' म्हटल्यावर त्याचे अधिकार विशाल झाले होते. 'माझी'ही भावना तिनंच त्याच्या मनात संध्याकाळी पूर्णत्वाला आणली होती.

केवळ सवय म्हणून दुसऱ्या दिवशी पहाटे त्याला पाच-साडेपाचला जाग आली. जाग आल्याबरोबर पहिला विचार मनात डोकावला तो रतनचा!

ओह! ही अंधूक अंधारी पहाट... हा सागर... हा एकान्त...

रतनच्या बरोबरीनं किनाऱ्यावरल्या मऊशार वाळूत पाय रुतवत हिंडायला किती मजा वाटेल!

पण तिला हाक मारली, तर गुरुनाणीसरही जागे होतील. कदाचित दमल्यामुळे ती उठणार नाही, सरच फिरायला येतील. म्हणून त्यानं तिला हाक मारणं रद्द केलं. तो एकटाच फिरायला बाहेर पडला. वाळूतून चालताना, पळताना, पायानं वाळू माजोरपणे लाथाडताना त्याच्या मनात प्रचंड उत्साह संचारला. सारं शरीर आनंदमयी होऊन गेलं.

तो दूरपर्यंत फिरून परत आला, तेव्हा सर बाहेर उभे राहून दातांना ब्रशिंग करीत समुद्र पाहत होते.

"मॅडम उठल्या?"

तोंडातला पेस्टचा फेस सांभाळत त्यांनी नकारार्थी हुंकार टाकला. मग पलीकडच्या झुडपात पेस्ट थुंकत म्हणाले,

"तू कधी उठलास?"

"बराच वेळ झाला. एक चक्कर मारून आलो मी."

"लॅन्डस्केप करण्याची इच्छा होतीय का नाही?"

"काय प्रश्न आहे! आज सूर्योदयाचा सीन कॅच करायचा आहे. म्हणून तर परत आलो लगेच."

"आटप मग. दिशा फाकू लागल्या."

"आवरून घेतो दहा मिनिटांत. आधी आवरून मगच बाहेर पडणार

होतो. पण तुम्ही झोपला होता.''

घाईघाईने तो आवरायला आत पळाला. रतनच्या खोलीपाशी त्याची पावलं रेंगाळली. सर आपल्या मागोमाग आत आलेले नाहीत याची खात्री करून घेऊन, मगच त्यानं दार हळूच लोटून पाहिलं.

पण झोपताना तिनं दाराला आतून कडी घालून घेतली होती. त्यामुळे निराशा पदरी पडली.

गाढ झोपेत रतन कशी दिसत असेल?

ती बेडवर उताणी झोपली असेल. एक हात पोटावर दुमडलेला... दुसरा खांद्याला समांतर, कोपरात मुडपून वर नेलेला. एक गुडघा उभा केल्याने नाइटी अस्ताव्यस्त होऊन अर्धी मांडी उघडी पडलेली. श्वासोच्छ्वासांबरोबर छातीचे गुबगुबीत उभार संथपणे वरखाली होत असलेले...

तिनं असंच का झोपलेलं असावं, ते संकेतला सांगता आलं नसतं; पण या पोझपलीकडे दुसऱ्या सुरक्षित पोझची कल्पनाही त्याच्या मनानं धुडकावून लावली असती.

तिच्या तसल्या अर्धावृत दर्शनाच्या कल्पनेनंही त्याचं शरीर ताठरलं. ब्रशला पेस्ट लावून बाहेर आल्यावर चोरी करताना पकडला गेला असल्याप्रमाणे तो सरांची नजर टाळत राहिला. जणू त्याच्या मनात साकार झालेली ती उन्मादक पोझ त्याच्या डोळ्यांत सरांना स्पष्टपणे दिसणार होती!

सगळं आवरून आपली चित्रकलेच्या सामानाची मोठी केस घेऊन तो बाहेर आला, तरी रतन अजून उठली नव्हती. आणि सर गळ्याला मफलर गुंडाळून, स्वेटर घालून बाहेर पडायच्या तयारीत होते.

''हे काय सर? तुम्ही कुठे चाललात?'' त्यानं आश्चर्यानं विचारलं. पण आतून त्याला त्यांचं जाणं आवडत होतं.

''संकेत, सूर्योदय या डोंगरामुळे तुला डायरेक्ट कॅच करता येणार नाही. उद्या हवं तर आपण ठरवून त्या डोंगरावर जाऊ. पण आता तुला समुद्राच्या नि आसपासच्या वातावरणातले रंगाचे बदल मायन्यूट ऑब्झर्व्हेशन करूनच सूर्योदयाची कल्पना कागदावर उतरवता आली पाहिजे.''

''हो, पण तुम्ही कुठे चाललात?''

“मी फिरून येतो. त्या वळणापलीकडे काही ब्युटी-स्पॉट्स असतील तर लॅन्डस्केपसाठी लोकेट करून ठेवतो. मी येईपर्यंत तुझं कलरिंग निम्मं तरी झालेलं असेल. मग पाहीन मी.”

“ओ. के. सर,” म्हणत त्यानं मान डोलावली. तो स्टॅन्ड जोडून त्याचे स्क्रू टाइट करण्याच्या मागे लागला. बोर्डावर गादी पेस्ट करून पेपर ॲडजस्ट करून सगळी तयारी झाली. तेव्हा सर पाऽर वळणाच्या टोकाला एखाद्या डुलणाऱ्या काठीप्रमाणे दिसत होते!

ओऽह! एक सिगारेट हवी होती आता!

आपल्या तल्लफ येण्याचं त्यालाच नवल वाटलं. काल संध्याकाळी त्यानं पहिला झुरका मारला होता, रात्री व्हिस्की पिताना दोन सिगारेट्स ओढल्या होत्या नि तेवढ्या भांडवलावर मन सवयीचा दावा करीत होतं!

छे! रतन म्हणाली, ते आपण लक्षात ठेवलं पाहिजे. उपभोग सगळ्याचा घ्यावा, व्यसन कशाचंही लागू देऊ नये.

सिगारेटची तल्लफ येण्यामागे दुसरं छुपं कारण होतं, ते अधिक महत्त्वाचं होतं. सिगारेटचा स्टॉक रतनच्या ताब्यात होता. त्यासाठी तिला उठवता आलं असतं! म्हणून खरंतर त्याची सारखी चलबिचल चालली होती.

शेवटी मनातले विचार झटकून टाकत त्यानं समोरच्या दृश्यावर चित्त एकाग्र करण्याचा प्रयत्न सुरू केला.

खरोखरीच, सर म्हणाले तसा डोंगरापलीकडे सूर्य उगवला होता. सकाळची कोवळी किरणं समुद्राच्या पृष्ठभागावर, वाळूच्या कणांवर नि झाडांच्या शेंड्यांवर तांबूस सोनेरी रंगाचा आरोप करीत होती. प्रत्यक्षात मात्र सूर्यकिरणं नजरेच्या टप्प्यात नव्हती. आकाशच काय तेजाळलं असेल तेवढं!

एक मिनिट हं-

सर काय म्हणाले? प्रत्यक्ष सूर्योदय न दाखवता पाण्याच्या नि आसमंताच्या रंगांमधून सूर्योदय सूचित करायचा. ठीक आहे. आपण सूर्योदय सूचित करू. पण त्यासाठी सरांच्याच संकेतांची आवश्यकता आहे का? काही वेगळ्या पद्धतीने हेच सूचित करता येणार नाही का? त्याच्या डोक्यात

विचारचक्र सुरू झालं. खास आपल्या स्टाइलनं सूर्योदय प्रत्यक्षात न दाखवता कसा व्यक्त करता येईल, याबद्दल डोक्यात कल्पना उसळू लागल्या. मग क्षणात त्याला विसर पडला, की सरांनी आपल्याला सूचना दिल्या, त्या लॅन्डस्केप-स्टडीसाठी मुद्दाम दिल्या होत्या. लॅन्डस्केप काढायचं असेल, तर तीच पद्धत योग्य आहे.

डोळ्यांसमोर काही साकार होत असल्याप्रमाणे तो शून्यात पाहत राहिला. विचार करता करता त्याच्या चेहऱ्यावर मंद हास्य तरळलं. कागदावर हात फिरला. कलर ट्रेमधल्या रंगांच्या ट्युब्ज उघड्या पडल्या. ब्रशच्या साहाय्यानं रंगांची मिश्रणं तयार होऊ लागली. तो चित्र काढण्यात रंगून गेला.

''वा! संकेत, हे लॅन्डस्केप का?''

सरांचा आवाज कानावर पडला. तेव्हा त्याचं चित्र पूर्ण झालं होतं. आणि त्यानं खाली सही केली होती.

दचकून मागे वळून पाहतो, तर गुरुनाणीसर रागारागाने त्याच्याकडे पाहत होते. त्यांच्या शेजारी उभी असलेली रतन गालातल्या गालात हसत होती.

''सर...''

''यू स्टुपिड! तुला काय वाटलं, माझ्याजवळ अशा कल्पनांना तोटा होता, म्हणून तुला तशा सूचना केल्या होत्या का मी? तू इथे लॅन्डस्केप करायला आलास ना? हे तुला मुंबईतही करता आलं असतं!''

आजपर्यंत त्यानं कधी चूक केली नव्हती, नि गुरुनाणीसरही इतकं रागावून बोलले नव्हते. शिवाय रतनसमोर हा सगळा फायरिंगचा प्रकार झाला होता. त्यामुळे त्याला ते फार अपमानास्पद वाटलं. चेहरा गोरामोरा झाला.

''इट्स ऑल राइट गुरुनाणी.'' मृदू आवाजात रतन म्हणाली, ''प्लीज, रिलॅक्स.''

गुरुनाणी संतापानं जळफळत हॉलिडे कॅम्पच्या दिशेनं निघून गेले.

सगळा आनंद नासल्यासारखा संकेत खिन्न होऊन बसून राहिला. रतन त्याच्याजवळ येऊन उभी राहिली, तरी वर मान करून तिच्याकडे पाहण्याचं त्याला धाडस होईना.

"संकेत, गुरुनाणी रागावले ते त्यांच्या दृष्टीनं योग्यच होतं.'' त्याच्या केसांतून हात फिरवत रतन म्हणाली, ''पण, टु बी फ्रँक.. मला ही कल्पना फार आवडली आहे. तुझं हे चित्र मी दोनशे रुपयांना विकत घेतलं आहे!''

आश्चर्याचा धक्का बसल्याप्रमाणे चमकून त्यानं रतनकडे पाहिलं.

"रतन...!''

"मी चेष्टा करीत नाही. हे चित्र मी खरंच विकत घेतलं आहे.''

"आणि मला ते तुला प्रेझेन्ट द्यायचं असेल तर?''

"नाहटाबाईच्या बाबतीत तू चूक केलीस. तीच...''

"नाहटाबाई आणि रतनमध्ये फरक आहे. 'मॅडम'ला मी हे चित्र प्रेझेन्ट दिलं, तर तू म्हणतेस ती चूक माझ्या हातून होईल. 'रतन' ला मी हे चित्र विकू शकत नाही! हां, हवं तर मी 'मॅडम'ला वचन देतो, की पुन्हा कोणालाही मी चित्र प्रेझेन्ट देणार नाही!''

ती मंदपणे हसली. कृतक् कोपानं म्हणाली,

"ऐकणार नाहीस तसा बोलायला तू!''

तिनं मुद्दाम त्याच्या समोर सिगारेट पाकीट काढलं. एक सिगारेट शिलगावली.

"हां... मलाही एक सिगारेट दे!''

हसत-हसत तिनं आपली सिगारेट त्याच्या हातात दिली. स्वत: नवी शिलगावली.

"रतन, अगदी प्रामाणिकपणे सांग.'' तिच्याशेजारी वाकून बसत त्यानं विचारलं, ''तुला हे चित्र खरंच आवडलं, का मी नाराज होऊ नये म्हणून तू ते मागितलंस?''

तिनं टक लावून त्याच्याकडं पाहिलं. म्हणाली,

"यापूर्वी मी तुला अनेकदा सांगितलं, तेच पुन्हा सांगते. मला खोटी स्तुती करता येत नाही!''

'ओ के! का आवडलं एवढं तुला ते?''

''का म्हणजे? संकेत, तू एकदा नशा उतरल्यानंतर ते चित्र पहा, म्हणजे तुझं तुलाच कळेल!''

अं? असं का बरं म्हणते ही?

त्यानं स्टॅन्डकडे मान वळवून पाहिलं आणि प्रथमच ती गोष्ट त्याच्या लक्षात आली. तोंडाचा आ वासून तो आपल्याच चित्राकडे पाहत राहिला.

चित्रात एक पलंग होता. पलंगावर आकाशी रंगाची पारदर्शक नाइटी घातलेली एक तरुणी झोपलेली होती. डावा हात पोटावर. उजवा डोक्याच्या दिशेनं वर गेलेला. डावा पाय सरळ. उजवा गुडघ्यात उभा केल्याने नाइटी मांडीपर्यंत सरकलेली. उघड्या खिडकीतून बाहेरच्या सोनेरी आकाशाचा तुकडा दिसतोय. दूरवर उडणाऱ्या पक्ष्यांचा भास आणि खिडकीच्या अँगलनं चेहऱ्यावर पिवळसर सोनेरी प्रकाशाच्या छटा. त्यामुळे आलेला व्यत्यय या निद्रिस्त तरुणीच्या चेहऱ्यावर अतिशय सूक्ष्मपणे प्रकटलेला आणि –

चेहरा रतनचा!

''माय गॉड! रतन...''

''आलं लक्षात, मी ते चित्र का मागितलं?''

''आलं! सर का इतके खवळले, तेही कळलं.''

''आता त्यांना खवळायला पुन्हा संधी देऊ नकोस. तुझं लॅन्डस्केपचं प्रॅक्टिस झालं पाहिजे!''

आवंढा गिळत त्यानं मान डोलावली. अस्वस्थपणे सिगारेट ओढत असताना त्याच्या मनात विचार डोकावले.

'कोणाच्या आहारी जाणं, हा आपला स्वभावच नाही. आजपर्यंत आपल्या नशिबानं आपल्याला फार चांगली, मदत करणारी माणसं भेटत गेली. पण आपण कुठेही गुंतणूक होऊ दिली नाही.

'गावी भेटलेली दत्ता, वझेसर, डॉ. करंदीकर, बुवा, जाधव, ही सगळी माणसं प्रेमळ होती. सज्जन होती. पण प्रगतीची दिशा मिळताच आपण त्यांचे पाश झुगारून तिथून बाहेर पडलो. मुंबईत आपल्याला वनपालकुटुंबानं मायेचा ओलावा दिला. आपलं व्यवस्थित लागी लागण्याइतपत मदतीची

तयारी दर्शवली. त्यांच्या मायेत आपण गुरफटलो नाही. नवी संधी समोर दिसताच आपण विमल शेट्टी नि वसंत तेंडुलकरच्या दोस्तीकडे पाठ फिरवली.

'हा आपला स्वभाव. कृतघ्नपणा म्हणून नाही. यातल्या प्रत्येकाचे उपकार आपण स्मरत आहोत. पण प्रगतीच्या दिशेनं नेणारी एकही संधी वाया घालवायची नाही, या जिद्दीपोटी ही मोडतोड. पण.. आणखी चांगली संधी मिळाली तर रतनला धोका देऊन तिचा स्वीकार करू आपण?

'नाही. इथे काही वेगळी भावनिक गुंतवणूक होत आहे. रतन अशी दृश्य-अदृश्य स्वरूपात आपल्या विचारांना व्यापत राहिली, तर यापुढचा टप्पा नाही आपल्या आयुष्यात!

'हे चांगलं नाही. आपण गुंतत चाललो आहोत. बाहेर पडताच येणार नाही. इतकं गुंतण्यापूर्वीच आपण सावध व्हायला पाहिजे!'

अन् संकेतच्या चेहऱ्यावरची वादळं टिपताना रतन शांतपणे विचार करीत होती. या प्रकारातलं नेमकं वाईट... धोकादायक असं ह्याच्या लक्षात आलं आहे. आपल्याही नकळत आपण रतनची एक काल्पनिक निद्रिस्त अवस्था डोळ्यांसमोर आणून तिला मूर्त स्वरूप दिलं आहे, हे ह्याला खटकलं आहे. आता तो सावध व्हायचा प्रयत्न करील. आपल्या सौंदर्याची जादू त्याला बेसावध करू पाहील. सुरुवातीलाच हे द्वंद्व आपण जिंकलं पाहिजे. संकेत आपल्या सौंदर्याच्या प्रभावाखाली इतका गुदमरून गेला पाहिजे, की त्याची विचारशक्ती नष्ट व्हायला पाहिजे. रतन म्हणेल ती पूर्व, या पातळीवर तो आपल्या हाती राहिला पाहिजे! असं झालं तरच त्याच्याबद्दल वर्तवलेली सगळी भविष्यं खरी ठरतील. आपली स्वप्नं साकार होतील!

अन् हेच होईल. 'मॅडम' ला हार माहीत नाही. 'रतन' ला हार माहीत नाही.

दोघी एकजीव होऊन या कोवळ्या मुलाच्या मागे लागल्या, तर तो किती विरोध करेल?

संकेत, द गेम स्टार्ट्स! ॲन्ड फ्रॉम द स्टार्टिंग पॉइन्ट, आय ऑलवेज विन! दुपारी झोपायची संकेतला मुळीच सवय नव्हती. लहानपणापासूनच नव्हती. पण इथे तो वेगळ्या मूडमध्ये होता. दिवस बंदिस्त नव्हता. आणि

रात्री जागरण झालं होतं. म्हणून जेवण झाल्यावर सुस्ती आली. डोळे मिटू लागले. गुरुनाणी आणि रतन कुठल्याशा 'लोलिता' बद्दल चर्चा करीत असतानाच, त्याला झोप लागून गेली.

जागा झाला तेव्हा कोणीतरी हळूच दंड हालवत होतं. डोळे उघडून पाहतो, तर रतन! तिनं ओठांवर बोट ठेवून त्याला आवाज न करण्याबद्दल सावध केलं. बाहेर येण्याची खूण केली.

बाहेर आला. दुपार अजूनही चांगली फॉर्ममध्ये होती. समुद्राच्या काठानं उन्हं चमका मारत होती. भिंती तापलेल्या होत्या.

"काय गं?" त्यानं तिच्या चोरट्या हालचालींशी इमान राखणाऱ्या दबक्या आवाजात विचारलं.

"पोहायला येतोस का?" त्याच्या कानाशी तोंड नेत तिनं लाडिकपणे कुजबुजत प्रश्न केला. गालांना केसांनी गुदगुल्या केल्या. ओठांचा गरम स्पर्श कानाला जाणवला. शब्दस्पर्शाचं अजब कॉकटेल त्याच्या शरीरातून मनात भिनलं.

"अं? पोहायला?"

"हं."

"पण मला कुठे येतं?"

"मला तरी कुठे चांगलं येतंय? किनाऱ्याकिनाऱ्यानं पोहायचं. आत नाही शिरायचं."

"अन् गुरुनाणीसर?"

"त्यांना झोपू दे. आल्यावर चहालाच उठवू. चल!"

त्याच्या शरीरभर अनामिक उत्साह सळसळला. छातीत एकदम धडधडू लागलं.

"चल!"

विशीत येत ती आत पळाली. तिच्या पाठोपाठ तो. ती बाथरूममध्ये जाऊन चेंज करून आली. हा आपल्या कोणत्या पँटवर उतरावं, म्हणून विचार करीत होता. तेवढ्यात रतननं त्याच्या हातात नवा कोरा, इलॅस्टिकचा जांघिया दिला. हसून, त्याला तो घालून येण्याची खूण करीत, ती बाहेर

गेली.

दुपारच्या उन्हाचे चटके अंगाला बसत होते. तिनं झुळझुळीत गाउनवर टर्किशचा मोठा टॉवेल खांद्यावर पांघरून ते कमी केले होते. डोळ्यांना गो-गो लावला होता. तो सरळ उघड्या पाठीवर टॉवेल टाकूनच चालत होता.

''त्या खडकापलीकडे जागा चांगली आहे.'' त्याच्या जोडीनं चालताना रतन म्हणाली.

''चांगली म्हणजे?''

''ऑफ सीझनमुळे टुरिस्टची गर्दी नाही म्हणा; पण तिकडे तर कोणीच फिरकणार नाही.''

''दुपारचं एवढ्या उन्हाचं, कोणाला हौस असेल एवढी! पण रतन, सर मधेच जागे झाले तर?''

''तर ते काहीतरी वाचत बसतील. आपल्याला शोधायला बाहेर पडणार नाहीत!''

''कशावरून?''

''हे बघ.''

तिनं हसत हसत त्याच्यासमोर किल्ली नाचवली.

''कुलूप घातलंस चक्क बाहेरून?''

''हो मग! त्यांना गाढ झोप लागलेली, आपण बाहेर पडलेलो, कोणी आत शिरून चोरी केली तर?''

तिचं कारण योग्य होतं. सरांनाही नाकारता येणार नव्हतं. पण खरं कारण ते नव्हतं. तिच्या चेहऱ्यावरचं मिस्कील हास्य बोलकं होतं.

रतननं निवडलेली खडकापलीकडची जागा अगदी अचूकपणे एकान्तातली होती. पहाटे फिरायला बाहेर पडला असतानाच संकेतच्या ती लक्षात आली होती. वळणाअलीकडे ही खडकांची छोटीशी रांगच सुरू होत होती. आणि वळणानं वळत-वळत बरीच दूरपर्यंत पसरलेली होती. बऱ्याच ठिकाणी लाटांचे मार बसून खडक फुटले होते. गुळगुळीत झाले होते. काही ठिकाणी मोठी बेचकी तयार झालेली होती, तर काही ठिकाणी समुद्र आत घुसला होता.

हॉलिडे कॅम्प बराच मागे पडला, तसं दोघांमधलं अंतर कमी कमी व्हायला लागलं. रतनच्या मांसल दंडाचे स्पर्श वारंवार जाणवू लागले. मधेच काही दाखवण्याच्या निमित्तानं तिनं त्याचा हात आपल्या हातात गुंफला. नंतर तो तसाच राहिला. तिनं सोडला नाही. त्याला सोडवून घ्यावासा वाटला नाही. पण एक मात्र झालं, स्पर्श झाल्यानंतर शब्दमाध्यम निरर्थक झालं. काहीही बोललं तरी त्यात कृत्रिमपणा येऊ लागला.

खडकांमध्ये बरंच आत घुसल्यावर रतन एके ठिकाणी थांबली. खालच्या खडकावर तिनं पाठीवरचा टॉवेल पसरला.

''आणखी पुढे जाण्याची काही आवश्यकता नाही, नाही का?''

''हं. बरेच दूर आलोत आपण.''

त्यानंही पाठीवरला टॉवेल काढून टाकला. ती कौतुकानं त्याच्या उघड्या शरीराकडे पाहू लागली.

चार-पाच महिने चांगलं खाणं मिळालेलं. सोबतीला भरपूर मेहनत, त्यामुळे त्याचं शरीर भरलं होतं. खांदे दणकट होत रुंदावले होते. छातीला चांगला कडकपणा आला होता. एव्हाना कट्स नि मसल्स चांगले नजरेत भरण्याइतके रेखीव झाले होते.

रतन आपल्याकडे पाहते आहे म्हटल्यावर त्याच्या उभे राहण्यात अधिकच मर्दानीपणा आला. नरानं मादीकडं पहावं, तसा तो तिच्या चेहऱ्यावरचे भाव टिपू लागला.

ती हसली. संकेतसारख्या अननुभवी मुलाला नादावणं हा तिच्या डाव्या हाताचा मळ होता. पण ते करताना, आपण हिच्या नादी लागलो असं न वाटता, ही आपल्यावर फिदा झाली, असं त्याला वाटायला लावण्याची दूरदर्शी खबरदारी ती घेणार होती. त्यातच त्याचा पुरुषी अहंकार जोपासला जाणार होता.

''चल. जायचं?'' गाउनच्या बेल्टची गाठ सोडत तिनं विचारलं,

''हंऽ.''

ती हळूहळू गाउनचं रॅपर दूर करू लागली. दोन्ही फ्लॅप्स बाजूला होताच त्याच्या डोळ्यांसमोर तिचं अनावृत, गोरंपान सौंदर्य उघडं पडलं.

क्षणभर त्याला गरगरलं. मेंदूत एक भणण पोकळी निर्माण झाल्यासारखं वाटलं. घसा पार कोरडा पडला. नि शरीराचे स्नायू ताठरू लागले.

मंदपणे हसत तिनं हातांना मागे ताण देत गाउनमधून हात काढून घेतले. गाउन टॉवेलवर टाकला.

एक जांघिया... ब्रेसियर्स..

नि बाकी सगळं नितळ गुबगुबीत.. गोरंपान सौंदर्य!

त्याची नजर तिच्या शरीरावर ठरत नव्हती. पण तिची नजर त्याच्या चेहऱ्यावर स्थिर होती. ते लक्षात येताच तो ओशाळला. आवंढा गिळत म्हणाला, ''आय ॲम सॉरी, रतन. पण म्हणजे, माझा नाइलाज झाला! हे, हे असलं पहायची मला सवय नसल्यानं!''

ती मनस्वीपणे खळाळून हसू लागली. आपल्या निर्लज्ज पाहण्यानं ती दुखावली गेली नाही, हे पाहून त्याला हायसं वाटलं. पण हे सारं आपल्याला दाखवण्यासाठीच तिनं केलं होतं, अशी शंकाही बिचाऱ्याच्या मनाला शिवली नाही.

''संकेत,'' मोहकपणे हसत रतन म्हणाली, ''जे आपलं नाही, आपल्याजवळ नाही, अशा कोणत्याही गोष्टीकडे अभिलाषेनं पाहणं, त्या गोष्टीबद्दल तीव्र मोह होणं, हा माणसाचा स्वभावच आहे. त्यात तुझं काही चुकलं, असं मला नाही वाटत. कारण दोनच मिनिटांपूर्वी तू खांद्यावरचा टॉवेल काढलास, तेव्हा मी नव्हते का याच नजरेनं तुझ्याकडे पाहत? मग, सॉरी कशाबद्दल?''

''रतन!''

तिच्याही मनात आपल्याविषयी अभिलाषा आहे, हे तिनं असं सूचित केल्याने तो हरखून गेला. काहीतरी मोठं आज आयुष्यात कमावल्यासारखा कृतकृत्य झाला. कोणाला तरी त्यातून रतनसारख्या मोठ्या, सुंदर स्त्रीला आपण आवडणं, तिला आपल्याबद्दल मोह निर्माण होणं, या वाटण्यामागची बेहोष करणारी धुंदी त्याला सर्वस्वी नवीन होती.

''चल ना.''

''चल.''

“आणि पॅन्ट?”

तो जरा अडखळला. ती सगळं उघडं टाकून त्याच्यासमोर उभी होती; पण तिच्यासमोर पँट काढणं त्याला अवघड वाटत होतं.

“किती लाजशील संकेत? तुझं नाव संकेत ऐवजी संकोच असायला हवं होतं! अरे, लाजायचं मी का तू?”

“कोणीतरी एकानं तर लाजायला पाहिजे ना!” हसून तो म्हणाला. मग पँट उतरवून जांघियावर तिच्यासमोर उभे राहत त्यानं विचारलं. “झालं समाधान?”

तिनं त्याचा हात आपल्या हातात घेतला. खडक उतरत ती लाटांच्या दिशेने चालू लागली. संकेतला काय वाटलं कुणास ठाऊक, त्यानं हात सोडवून तिच्या पाठीभोवती टाकला. तिनं अविश्वासानं एकदा त्याच्याकडे पाहिलं. आपला हात त्याच्या खांद्याभोवती टाकत ती म्हणाली,

“शाबास! आतापर्यंत मला वाटत होतं, आपण पुरुष आहोत, नि तू स्त्री आहेस! आता तू खरं पुरुषासारखं वागू लागलायस!”

तिच्या प्रोत्साहनानं त्याची भीड आणखी चेपली. शरीरभर उत्साह सळसळू लागला.

“रतन, आता मी तुझी खात्रीच पटवून देतो!” असं म्हणत त्यानं तिच्या मांड्यांखाली हात घातला. ती ‘अरे-अरे’ म्हणत असतानाच तिला दोन्ही हातांवर उचलून तो लाटांमध्ये धावत सुटला.

तिनं त्याच्या गळ्यात हात गुंफले होते. नाजूक आवाजात ती त्याच्या कानाशी लाडं लाडं बोलत होती. गुडघ्यांच्या वर पाणी असतानाच लाटा कमरेच्या वर उसळत होत्या. त्यांच्या आवाजात नि स्त्रीस्पर्शाच्या बेभानीत त्याला तिचं बोलणंही कळत नव्हतं, नि ते कळून घेण्याची त्याची इच्छाही नव्हती.

थोडं पुढे जाताच, एक लाट त्यांना पार डोक्यापर्यंत भिजवून गेली. छोटीशी, लाडिक किंकाळी मारत रतन संकेतला पूर्णपणे बिलगली. ‘रतन’, घोगऱ्या स्वरात तो म्हणाला. दुसऱ्या क्षणी त्याचे ओठ तिच्या लुसलुशीत ओठांवर आवेगाने टेकले. रतन ‘ऊंऽऊंऽ’ करीत त्याला लटकं दूर करू

लागली. योग्य तो परिणाम होऊन त्याचं चुंबन आणखी दृढ झालं. मग त्याच्या पौरुषापुढे हार मानल्याप्रमाणे शरीर लुळावत तिनं त्याच्या चुंबनाला प्रतिसाद द्यायला सुरुवात केली.

हळूहळू त्यानं तिला उभं केलं. धुंद नजरेनं त्याच्याकडे पाहत रतन त्याला सर्वांगानं बिलगली. त्याच्या ओठांवर ओठ टेकवून मादक स्वरात म्हणाली, ''टेक मी संकेत... प्लीऽज, टेक मी!''

म्हणत असतानाच तिनं त्याचा हात आपल्या हाताखालून मागे नेऊन ब्रेसिअरच्या हुकावर ठेवला. अन् मग -

संकेतला ती पूर्णतः आपली झाली याचं समाधान मिळत असतानाच, तो पूर्णतः तिच्या आहारी गेला.

◆◆◆

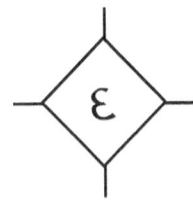

६

गेले तीन महिने रतनशिवाय त्याचं पान हालत नव्हतं! कोणतीही क्षुल्लक बाब असेल, तरी रतनला विचारल्याशिवाय निर्णय घेणं त्याला मान्यच नव्हतं. अर्थात तसा विचार केला, तर त्याची त्यात काही चूक होती, असं म्हणता नसतं आलं. रतनने त्याचं काय वाईट केलं होतं? त्याला काय दिलं नव्हतं? का तिच्याशी बांधीलकी स्वीकारू नये त्यानं? तिची सुरुवातीपासूनची वागणूक कधीच अशी नव्हता, की आपण आश्रित आहोत असं संकेतला वाटावं. पहिल्या भेटीपासून तिनं त्याला इतर मुलांहून वेगळी वागणूक दिली होती.

त्याच्यावर भरपूर पैसा खर्च केला होता. त्याला व्ही. आय. पी. ट्रीटमेंट देऊन, त्याच्यात प्रचंड आत्मविश्वास निर्माण केला होता. प्रत्येक चुकीच्या वेळी ती त्याच्या बाजूनं उभी राहिली होती आणि पुळ्याहून आल्यापासून तर तिचं सर्वस्व त्याचंच झालं होतं!

मग रतन, आपलं सर्वस्व आहे असं संकेतला वाटलं नि त्याप्रमाणे तो वागू लागला, तर त्याचं काय चुकलं?

खरं-खोटं रतन जाणे, पण तिनं त्याचीतरी अशी समजूत करून दिली होती, की तिचा नवरा वगळला तर तिच्या जीवनात आलेला संकेत हाच एकमेव पहिला नि शेवटचा तरुण आहे! एका विवाहित, धनवान नि रूपवती स्त्रीनं असं कबूल केल्यावर, कोणता तरुण स्वतःला धन्य समजणार नाही? एक मात्र खरं होतं. रतन दिवसातून चार-पाच तास तरी त्याच्या

सहवासात असायची. त्याची गाठ पडली नाही, तर तिलाही चुकल्यासारखं व्हायचं. तिच्या बाबतीत शारीरिक आकर्षणाची शक्यता फार थोडी होती. आपल्या पंधरा-वीस वर्षांच्या यौवन यात्रेत तिनं भल्याभल्यांचे अनुभव घेतले होते. आपल्या सौंदर्याचा उपयोग करूनच ती वेळोवेळी यशस्वी होणार म्हटल्यावर, संकेतसारख्या कोवळ्या मुलाकडून इच्छापूर्ती करून घेण्याइतकी भूक शिल्लक उरावी, हे शक्यच नव्हतं. पण त्याला जाळ्यात अडकवता अडकवता जाळंही कुठेतरी थोडंसं का होईना, त्याच्यात अडकलं होतं. संकेतचं दिसणं - असणं - वागणं - बोलणं सगळं तिला मोहक वाटत होतं. प्रत्येक गोष्टीत त्याच्यासाठी जीव अडकून राहत होता. ही जाणीव रतनलाही नवी होती. विचार करताना कधी तिला आपली आपलीच भीती वाटू लागे की, आपण असं या तरुणात गुंतून पडणं मुळीच चांगलं नाही. नाहीतर एक दिवस असा उगवेल, की तो आपल्या ताटाखाली असण्यापेक्षा आपण त्याच्या मुठीत असू!

पण संकेत ही एक व्यक्ती अशी होती, जिथे तिच्या मनाची नि बुद्धीची फारकत होऊ लागली होती. मन बुद्धीवर मात करू पाहत होतं आणि कळत असूनही तिला काही करता येत नव्हतं.

एव्हाना 'फूटपाथ आर्टिस्ट्स अनलिमिटेड' ला संकेतचं महत्त्व कळून चुकलं होतं. कोणतेही अधिकार हाती नसताना तो संस्थेचा निम्मा सूत्रधार झाला होता. दर दिवशी तो या लोकांपासून दूर जात, स्वतःचं महत्त्व वाढवून घेत होता. मात्र हे दूरदर्शीपणानं होत नव्हतं. 'मॅडम' च्या लेखी त्याला असलेल्या महत्त्वाचा नि त्याच्या कलेचा फायदा म्हणून आपोआप हे घडत होतं.

पुळ्यानंतर लॅन्डस्केपसाठी म्हणून संकेत निरनिराळ्या ठिकाणी राहिला होता. कधी गुरुनाणीसर बरोबर असायचे, कधी नसायचे. रतन मात्र प्रत्येक वेळी त्याच्याबरोबर होती. नि प्रत्येक ट्रिपमध्ये पुळ्याच्या किनाऱ्यावरच्या प्रसंगाची पुनरावृत्ती झाली होती. उपलब्ध निसर्गानुसार पद्धतीत तेवढा बदल असायचा. बाकी क्षणांचं अमर होऊन जाणं तेच!

माथेरान, महाबळेश्वर, लोणावळा-खंडाळा, जव्हार, भंडारदरा... पूर्वी कधी नावंही ऐकली नव्हती, अशा ठिकाणांना गेल्या तीन महिन्यांत संकेतनं

भेटी दिल्या होत्या. भरपूर लॅन्डस्केप्स केली होती. त्याची कला सर्वांगानं नवे आविष्कार दाखवत होती. लोकांना मंत्रमुग्ध करीत होती.

रतनच्या कृपाछत्राखाली असल्याने संकेतच्या नशिबाचा फूटपाथ केव्हाच सुटला होता. आझाद मैदानातून तिच्या माणसांनी त्याला उचलून आणलं होतं. ते त्याचं शेवटचं रस्त्यावर बसणं, ते शेवटचं रस्त्यावरलं चित्रं. आता त्यानं काढलेली मोठ्या लोकांची पोर्ट्रेट्स, लॅन्डस्केप्स बाजारात येत होती. हातोहात खपत होती.

'संकेत' या सहीला कलेच्या बाजारात महत्त्व प्राप्त होऊ लागलं होतं.

रतनची स्वप्नं फार मोठी होती. संकेतकडून तिच्या फार वेगळ्या अपेक्षा होत्या. आज त्याची चित्रं फोर्ट, गिरगाव नि उपनगरांतल्या फूटपाथवर नि काही आर्ट सेंटरमधून प्राधान्यानं उचलली जात होती. घासाघीस न करता लोक ती हव्या त्या किंमतीला घेत होतो. पण रतनच्या दृष्टीनं हा एक छोटा टप्पा होता. संकेतची लायकी त्याहून कितीतरी पटींनी अधिक होती. तो पूर्ण प्रकाशात येणार होता एक भारतीय कीर्तीचा... कदाचित, आंतरराष्ट्रीय कीर्तीचा कलावंत म्हणून! तिची पावलं त्या दृष्टीनं पडत होती. दूरदर्शीपणानं तिनं संकेतचं दर्शन सार्वजनिक स्वरूपात दुर्मीळ ठरवून टाकलं होतं. धंद्याच्या दृष्टीनं तिच्या फ्लॅटवर खूप लोकांचा राबता असायचा. म्हणून इच्छा असूनही तिला त्याला दूर ठेवावं लागलं होतं. पस्तीस हजार रुपये पागडी भरून तिनं त्याला सहार रोडवर दोन खोल्यांचा छोटा ब्लॉक दिला होता. तो वेल-फर्निश्ड करून दिला होता. तिथे संकेत राजाच्या रुबाबात राहत होता. त्याच्या साऱ्या कलाविश्वाची निर्मिती या ब्लॉकमध्ये होत होती, नि व्यापार सगळा शांतिनगरमधून होत होता.

संकेतला अंधेरीचं एकान्तातलं वास्तव्य मानवलं होतं. तो हाडाचा कलावंत होता. व्यापार करणं त्याच्या रक्तात नव्हतं. तो भाग त्यानं विश्वासानं रतनकडे सोपवून टाकला होता. तिनंच त्याची चित्रं विकून आपलं कमिशन काढून घ्यावं, उरलेले त्याचे म्हणून सांभाळावेत, अशी मूर्ख कलाकारी वृत्ती त्यानं बाळगली होती.

'रतन काय आणि आपण काय, एकच! उजव्या हातातून डाव्या हातात, डाव्या हातातून उजव्या! काय फरक पडतो? आज आपण जे काही आहोत, जे काही महत्त्व आपल्याला प्राप्त होत आहे, ते रतनमुळे आहे. मग स्वत:चं अस्तित्व वेगळं मानायचं कशाला? आपल्याला शिक्षण देताना, हॉटेल्समध्ये नेताना, दूर प्रवास करताना रतननं कधी हिशोब ठेवले? या ब्लॉकचे पन्नास-साठ हजार तिनं कोणत्या देण्यापोटी खर्च केले? तिनं आपल्याला तिचं सर्वस्व मानून हे केलं, तर आपणही तिला आपलं सर्वस्व मानूनच वागलं पाहिजे!'

असं सगळं अमर्याद चाललं होतं. दोघांनाही फक्त एका गोष्टीचं विस्मरण झालं होतं. दे वेअर नॉट मेड फार इच अदर!

तसं असतं तर संकेत वीस वर्षांपूर्वी जन्माला यायला हवा होता, किंवा ती वीस वर्षं उशिरा!

संध्याकाळ कलू लागली होती. सहारची प्रवाशांची रहदारी वगळली, तर रहदारी बरीच ओसरली होती. संकेत रतनची वाट पाहून बेचैन झाला होता. दुपारी चारला येते, असा निरोप पाठवूनही ती अजून आली नव्हती. ती कोणत्याही क्षणी येईल म्हणून धड बाहेर पडता येत नव्हतं, नि ती येत नव्हती.

शेवटी कंटाळून त्यानं स्टेट एक्सप्रेसचं पाकीट नि लायटर उचलला. एका हातात गार्डन-चेअरची पाठ पकडून बाहेर आला. एकदा पाठीच्या ब्लॉकच्या दिशेनं नजर टाकत त्यानं गार्डन-चेअर व्हरांड्याच्या पायरीपाशी टाकली. बसला. सिगारेट शिलगावून रतनची वाट पाहू लागला.

एकान्तातलं हे ठिकाण एका दृष्टीनं चांगलं होतं, तसं वाईटही होतं. शांतता मिळते, मनाची एकाग्रता साधते, हे ठीक आहे. पण शेजाऱ्यानं कुलूप लावलं, की अक्षरश: कुत्रंही नाही गप्पा मारायला! बरं, हा पाछी फिल्म लाइनमध्ये डिस्ट्रीब्युटर. एकदा गेला की कधी किती दिवसांनी परतेल, याचा नेम नाही! बसा, आपले एकान्तातले भूत होऊन!

अर्थात रतन सोबतीला असली, की याच एकान्ताचे आठवणींचे वृक्ष

होऊन बहरायचे.

चिडून त्यानं हातातलं थोटूक बाहेरच्या अंगणात भिरकावलं नि त्याच वेळी सहारच्या दिशेनं पुढे गेलेली एक कार रिव्हर्समध्ये मागे येत असताना त्याला दिसली. कार अगदी छोटी होती. शेपवरनंच इंडियन नाही, हे ओळखू येत होतं. कोणी फॉरीनर प्रवासी सहार-रोडची खात्री करून घेण्यासाठी परत मागे येत असणार, असं गृहीत धरून तो पायऱ्या उतरून खाली आला. अंगण पार करीत फाटकाशी पोचला.

तोपर्यंत कार फाटकापाशी येऊन थांबली होती. मागचं दार उघडून एक तरुण मुलगी बाहेर आली होती.

"हॅलो, गुड इव्हिनिंग, मॅम."

"गुड इव्हिनिंग, मिस्टर. कॅन यू गाईड मी धिस ॲड्रेस?"

रस्त्यावर अंधार होता. म्हणून तिच्या हातातला पत्त्याचा कागद घेऊन तो कारच्या हेडलाईट्समध्ये आला. पत्ता वाचताना त्याच्या भुवया आश्चर्यानं कपाळावर चढल्या.

"यु वॉन्ट टु सी संकेत जोशी?"

मुलीनं होकारार्थी मान डोलावली.

"आय ॲम द फेलो!"

त्यानं तसं म्हणताच, तिनं खजिना हाती गवसल्याप्रमाणे छातीशी हात जुळवून "ओऽह!" असे आनंदोद्गार काढले. घाईघाईने कारचा दरवाजा उघडून आत पाहत ती म्हणाली,

"डॅडी, यही है वो!"

संकेत चांगलाच बुचकळ्यात पडला. कारण, आजपर्यंतच्या मुंबई-तल्या वास्तव्यात प्रथमच कोणीतरी त्याला भेटायला आलं होतं. रतनच्या ग्रुपमध्ये आल्यापासून तर सगळे संपर्क रतननेच सांभाळले होते.

काहीही असो, कोणीतरी आलं होतं. अशा माणसाला या-बसा म्हणणं, त्याचं आतिथ्य करणं, हे त्याचं कर्तव्य होतं.

"कार आतच आणा." फाटक पूर्णपणे उघडत संकेत म्हणाला. त्या मुलीनं ड्रायव्हरला तशी सूचना केली. उगाचच ती संकेतच्या शेजारी येऊन

उभी राहिली.

"मी बाहेरचा लाईट लावतो हं."

संकेतनं व्हरांड्यातला मोठा लाईट चालू केला. अंगणात बराच प्रकाश पडला. त्या प्रकाशात पार्शियन ब्लू कलरच्या कारवरची 'होंडा' ही अक्षरं चमकली.

"या, आत या."

अंगणात पार्क केलेल्या कारमधून पन्नाशीचा एक माणूस बाहेर आला. त्याचं व्यक्तिमत्त्व डोळ्यांना जाणवण्यापूर्वी ते नाकाला जाणवलं. तो बाहेर येत असतानाच कोणत्यातरी उच्च प्रतीच्या सेन्टनं वातावरण सुगंधित होऊन गेलं. मग तो दिसला. पायात मखमली मोजडी, पांढरीशुभ्र सलवार, पांढरा शुभ्र सिल्कचा झब्बा नि त्यावर लाल रंगाचं जाकीट.

संकेतनं आतून आणखी दोन गार्डन-चेअर्स आणल्या. व्हरांड्यात मांडल्या. पाहुणे त्याचं निरीक्षण करीत खुर्च्यांवर बसले.

"बोला!" संकेत हसून म्हणाला.

"डॅडी, किती कष्ट पडले ह्यांचा पत्ता मिळवताना! पण शेवटी आपण ह्यांना गाठलंच!"

मुलगी त्याच्याकडे पाहून हसली. म्हाताऱ्याच्या चेहऱ्यावरही मंद हास्य पसरलं.

"हार मानणं माझ्या रक्तात नाही, मानकुँवर."

संकेतनं टक लावून दोघांकडे पाहिलं. दोघं बाप-लेक होते. नि लेकीचं नाव मानकुँवर होतं, त्या अर्थी ते बहुतेक पंजाबी असावेत, हे लक्षात येत होतं. पण आपल्यापर्यंत पोचायला ह्यांना इतके कष्ट का पडावेत, आणि त्यांनी ते का घ्यावेत, हे त्याला समजलेलं नव्हतं.

"माझं नाव शैलेंद्रसिंग झा. ही माझी मुलगी मानकुँवर."

त्यानं हसून मान लवली.

"रामपार्ट रो ला माझं 'आर्ट-वर्ल्ड' नावाचं मोठं दुकान आहे आणि..."

"एक मिनिट हं. मागच्या महिन्यात एका पॅरिसच्या चित्रकला विभागाचं प्रदर्शन भरलं होतं."

"ते मीच भरवलं होतं."

"आपल्याला भेटून मला खरोखरीच आनंद झाला."

"संकेतजी..."

"माना", मानकुँवरला दटावून गप्प करीत झा म्हणाले, "तुम्ही मध्यंतरी एक लँडस्केप तयार केलं होतं. त्यात एक नवीन प्रयोग होता. कड्यावरून कोसळणाऱ्या प्रवाहासाठी ब्ल्यू आणि व्हाइट हे फ्लोरोसेंट कलर्स वापरून..."

"हं. आलं लक्षात. त्या चित्राचं काय?"

"ते केवढ्याला विकलं गेलं माहितीये?"

"नाही. मी तिकडे कधीच लक्ष देत नाही. माझ्या वतीनं ते सगळं मिसेस रतन मोजींदरा पाहतात."

म्हातारा खवट हसला. नजरेच्या कोपऱ्यातून त्यानं मुलीकडं पाहिलं.

"ते केवढ्याला विकलं गेलं.. मला माहितीय!"

"केवढ्याला गेलं?"

"चार हजार पाचशे!"

आपलं एक लॅन्डस्केप वा पोर्ट्रेट केवढ्याला विकलं जातं, हे माहीत करून घेण्याची संकेतला एकदाही इच्छा झाली नव्हती. पण आकडा सहज ऐकायला मिळाला. ऐकून त्याला आश्चर्य जरूर वाटलं. एके काळी खडूंच्या साहाय्यानं देव-देवतांची चित्रं रेखाटून आईच्या औषधांची सोय करण्यासाठी धडपडणाऱ्या नि दिवसभरात वीस रुपये मिळाले तर समाधानानं फुलून जाणाऱ्या संकेतचं लँडस्केप आज साडेचार हजारांना विकलं जातं?

"तुम्हाला कसं कळलं हे? तुम्ही मिसेस मोजीन्दरांना ओळखता?"

"मी त्यांना ओळखतो. त्या मला ओळखत नाहीत!"

"असं कसं?"

"त्यांना खूपजण ओळखतात. कारण त्यांच्याजवळ 'संकेत जोशी' नावाचा चित्रकार आहे! आमच्याजवळ तो नाही!" मानकुँवर मंदपणे हसत म्हणाली.

संकेतनं चमकून मानकुँवरकडे पाहिलं. मग त्याला त्यांचा पत्ता शोधत

येण्यामागचा हेतू थोडा जाणवला. पण तो दुर्लक्षित करून संकेत पुन्हा झांकडे वळला.

"तरी हे किंमतीचं तुम्हाला कसं कळलं, ते उरतंच!"

"मीच खरेदी केलं ते!"

च्यायला! हा वेडा माणूस आहे की काय? अशा थाटात संकेत त्यांच्याकडे पाहात राहिला.

"तुमचा विश्वास बसणार नाही संकेतजी," मानकुँवर पुन्हा मधे तोंड घालीत लीन स्वरात म्हणाली, "तुमच्या त्या चित्राला पॅरिसच्या एक हॉटेलची दहा हजारांची ऑफर होती! डॅडी डिनायड इट!"

"अं? दहा हजार?"

काय चाललंय काय? लोकांना वेड लागलं आहे, ही ऑफर न स्वीकारणारे झा चक्रम आहेत, का आपणच काहीतरी भंपक होत चालल्याने कशाचाही काही अर्थ घेतोय आपण?

"मी, मी आलो हं." शर्टाच्या बाहीला कपाळावरला घाम टिपत संकेत म्हणाला, "मला वाटतं, आपण काही थंड घेऊ या का?"

"कशाला कष्ट घेता? काही गरज नाही."

"नाही. मला गरज आहे हो! तुम्ही नाही म्हणालात, तर मला कसं घेता येईल?"

गांगरून गेलेला संकेत अगदी प्रामाणिकपणे म्हणून गेला. त्याचं बोलणं गंमतीचं वाटून झा बाप-लेक हसू लागले.

"ठीक आहे. चालेल काहीही."

संकेत घाईघाईनं आतल्या खोलीत गेला. फ्रीजचं दार उघडून आत पाहिलं. थम्स अपच्या सहा बाटल्या होत्या. दोन बाटल्या ओपन करून टेबलावर ठेवल्या. तिसऱ्या बाटलीतलं थोडं पेय पिऊन त्यात त्यानं बुळुक्कन ओल्ड मंकचा एक-दीड पेग ओतून घेतला. नितान्त आवश्यकताच होती. नाहीतर या बाप-लेकीनं आणखी काय काय माहिती देऊन त्याला बेशुद्धच करून टाकलं असतं. नि मग कदाचित पळवून नेलं असतं!

एका ट्रेमध्ये तिन्ही बाटल्या ठेवून तो लगबगीनं बाहेर आला.

"घ्या."

झांसमोर ट्रे धरताना त्याला ब्रह्मांड आठवलं! कोणत्या बाटलीत रम मिक्स केली आहे, ते त्याला आठवेना. नेमकी ती बाटली...

देवा रे! वाचव आता!

डॅडी आणि मानकुँवरनं एकएक बाटली उचलली. तिसरी त्यानं घेतली. एक घोट घेऊन तो त्या दोघांच्या प्रतिक्रिया पाहू लागला. कारण त्याचं थम्स-अप नॉर्मल लागत होतं!

"नाइस!" मानकुँवर एक घोट सिप करून म्हणाली, "पूर्वी कोका कोला असा हार्ड यायचा. या पेयांमध्ये काही दमच नसतो. पण हे क्लासिक आहे!"

"आहे ना? प्या आता!" भकास होत तो उद्गारला.

झांशी बोलताना त्याचं सगळं लक्ष मानकुँवरवर केंद्रित होतं. जरा रिलॅक्स होऊन तिनं बाटली सोडली, की जमलं तर बदलून टाकू, असा त्याचा विचार होता.

पण तिला बाटली इतकी आवडली होती, की क्षणासाठीही ती आपली पकड ढिली करीत नव्हती!

"मिस्टर शैलेन्द्रसिंग झा..." मानकुँवरच्या बाबतीत निराश होत तो म्हणाला, "आपण आला, आपली ओळख झाली... आनंद वाटला. पण आपल्या येण्यामागचा हेतू कळला नाही."

"आय कॅन टेल यू." मानकुँवर त्याच्या नाकासमोर बोट नाचवत म्हणाली. जणू 'यू' म्हणजे 'यू!' उगाच घोटाळा नको.

तसं करताना तिचा बाटलीवरचा हात सुटला होता. संधी साधता आली तर पहावं, म्हणून संकेतनं मान उंचावून कारकडे पाहिलं. आपोआपच झांची मान मागे वळली. मानकुँवरचंही तिकडे लक्ष गेलं. संकेतनं सफाईनं बाटली बदलली!

"माना, तू मधे बोलू नकोस." डॅडींनी परत तिला दटावलं. मग हसून ते म्हणाले, "संकेत, तुम्हाला खोटं वाटेल; पण इतक्या उच्च दर्जाची कला असणारा हा नवा आर्टिस्ट कोण, ही उत्सुकता मला चैन पडू देईना. म्हटलं, एकदा तरी ह्याची ओळख करून घ्यायचीच! म्हणून पत्ता मिळवून

शोधत आलो मी.''

''दॅट्स ऑलऽ?''

''दॅट्स ऑलऽ!''

''पत्ता मिळवावा का लागला तुम्हाला? म्हणजे... मिसेस मोजीन्दरांना तुम्ही...''

''आपला आर्टिस्ट आपल्या ताब्यात राहावा असं वाटत असणारा कोणताच ओनर आपल्या आर्टिस्टचा पत्ता कोणाला सांगत नाही!'' रूक्ष स्वरात झा म्हणाले, ''अर्थात मिसेस मोजीन्दरांचं चूक आहे, असं मी म्हणत नाही. त्यांच्या जागी असणाऱ्या दुसऱ्या कोणीही हेच केलं असतं!''

''तुम्ही पण..?''

''नाही. माझी पद्धत वेगळी आहे. एखादा माणूस तुमच्याकडे कायम राहावा असं तुम्हाला वाटत असेल, तर त्याला कोंडून ठेवणं, हा मार्ग नसतो! कितीही लपवाछपवी केली, तरी गरजू माणसं त्याचा पत्ता शोधून काढण्यात यश मिळवतातच!''

''खरं आहे.'' संकेत हसून म्हणाला, ''तुमची पद्धत काय आहे मग?''

''आय मेक निगोशिएशन्स ऑलवेज ॲट द हाइयेस्ट बिड! मी कलाकाराला सर्वांत जास्त पैसा देतो. त्याचं चित्र सर्वांत जास्त किंमतीला विकतो! या पद्धतीत कलाकाराला भरपूर पैसा मिळतो, आणि त्याच्या कलेची किंमतही सतत वाढती राहते!''

''संकेतजी!''

''ओह प्लीज.. शट अप!''

''डॅडी, पण मला महत्त्वाचा प्रश्न विचारायचा आहे त्यांना!''

मानकुँवर आज असं का वागते आहे, ते डॅडींच्या लक्षात येईना. पण तिला काहीतरी झालं होतं. तिची नेहमीची चतुराई तिला सोडून गेली होती. हताश होत त्यांनी आपल्या लेकीकडं पाहिलं.

''मिस्टर झा, बोलू द्या की त्यांना! त्या काही लहान नाहीत सारखं दटावून गप्प करायला!'' संकेतनं मानकुँवरची बाजू घेत म्हटलं. तसा त्यांचा नाइलाज झाला.

"थँक यू संकेतजी. पण मला असं विचारायचं होतं, तुम्ही बाटल्यांची अदलाबदल केली का?" त्याच्या डोळ्यांत रोखून पाहत तिनं सरळ प्रश्न विचारला.

"अं? अदलाबदल? का बरं, का करावी?"

"ते मला माहीत नाही. पण हे थम्स-अप भिकार आहे!" बाटली बाजूला सारत ती म्हणाली.

झा चटकन उठून उभे राहिले.

"संकेत, आपला बराच वेळ घेतला आम्ही. पण ओळख झाली. फार बरं वाटलं. आता मुद्दाम या एकदा 'आर्ट वर्ल्ड' ला भेट द्यायला."

"ओह, शुअर! या परत गप्पा मारायला. गुड नाईट!"

तो त्यांना सोडायला गेटपर्यंत गेला आणि सेकंदात त्याची हलकीशी बसलेली किक खाडकन उडाली. सन-बीम बाहेरच पार्क करून रतन आत येत होती. संथपणे चालत रतन त्या दोघांपर्यंत आली. क्षणभर त्यांचं निरीक्षण करीत उभी राहिली. मग संकेतकडे थंड नजरेनं पाहत, आत निघून गेली.

त्या दोघांना गुडबाय करण्याचंही संकेतला भान राहिलं नाही.

आपलं काही चुकलंय, असं संकेतला वाटत नव्हतं. त्यामुळे काय चुकलं आहे, हे लक्षात येण्याचा प्रश्न येतच नव्हता. रतनचा चेहरा पाहून, ती खूप रागावली आहे, एवढंच त्याला कळू शकलं होतं. नि त्यात तिचं ते अस्वस्थ करून टाकणारं पाहणं!

होंडा कारचे टेल-लाइट्स दिसेनासे होईपर्यंत तो स्वतःच्या विचारात हरवून, रस्त्याकडे पाहत उभा होता. मग आत यायला मागे वळला. तर रतन व्हरांड्यात पाषाणवत् उभी होती. तिच्या नजरेतली ठिणगी लांबूनही जाणवत होती.

रतन संतापी होती. निष्ठुर होती. करारी होती. पण हे तिचे स्वभावविशेष इतरांसाठी होते. त्याच्या वाट्याला आलेली आजपर्यंतची रतन फक्त भरपूर प्रेम करणारी होती. त्यामुळे, ती विनाकारण चिडलेली असताना तिच्याशी

कसं वागावं, हे त्याला कळत नव्हतं.

खिन्न होत, संथपणे चालत, तो व्हरांड्याच्या पायऱ्या चढून वर आला. तिच्यासमोर येऊन उभा राहिला.

"रतन..."

"कोण होती ही माणसं?"

"अं? शैलेंद्रसिंग झा आणि त्यांची मुलगी.. मानकुँवर झा."

"आर्ट-वर्ल्डवाले झा?"

"हो!"

"कशासाठी आले होते?"

"त्यांना माझं एक लॅन्डस्केप फार आवडलं होतं. हा आर्टिस्ट कोण, म्हणून पाहायला आले होते."

"अस्सं! काय म्हणत होते आणखी?"

"तसं काहीच म्हणाले नाहीत. नुसतं कौतुक करीत होते."

"काय, ऑफर काय होती त्यांची?"

"काहीच नाही! रतन-"

"संकेत, उडत्या पाखराची पिसं मोजणारी बाई आहे मी! तुमची पार्टी होते, नि महत्त्वाचं बोलणं नसतं, हे तू मला सांगतोस?"

"पार्टी?"

"त्यांच्या तोंडाला रमचा वास होता. तुझ्या तोंडालाही आहे."

"रतन, तू काहीतरी गैरसमज करून घेतला आहेस. अगं, मी त्यांना-"

"शट अप!" ती नागिणीसारखी फुस्कारली. "मला फसवायला तुला दहा जन्म घ्यावे लागतील संकेत! आजपर्यंत मी समजत होते-"

"यू शट-अप!" तिच्या आडमुठ्या पवित्र्यानं खवळून तो म्हणाला, "तुला फसवायला मला दहा जन्म लागतील नि मला ओळखायला तुला वीस जन्म पुरणार नाहीत! एक माणूस एवढ्या दूर अंतरावरून माझं कौतुक करायला इथपर्यंत आला, याचं तुला कौतुक नाही. तुझ्या मनात भीती काय, तर हा आपल्याला फसवेल! रतन, तसं असतं तर मी त्यांना 'मिसेस

मोजीन्दरा माझं सगळं पाहतात', असं सांगितलं नसतं. संकेत इतर काहीही असू शकतो; पण तो नमकहराम असू शकत नाही- लक्षात ठेव!''

आपल्यावर तिनं दाखवलेल्या अविश्वासानं अस्वस्थ होत तो आत गेला. फ्रीजमधली रमची बाटली काढून त्यानं ग्लासात बदाबदा रम ओतून घेतली. त्यात फस्‌दिशी पाणी ओतून घेतलं. एक मोठा घोट उभ्याउभ्याच पोटात रिचवला.

आतल्या खोलीच्या दारापाशी उभी राहून ती एकटक त्याच्या हालचाली पाहत होती.

ती हसली. पुढे झाली. त्याच्या हातातला ग्लास काढून घेत तिनं तो टेबलावर ठेवला. त्याच्यासमोर उभी राहिली. त्याच्या डोळ्यांत पाहत म्हणाली,

''रागावलास? संकेत, स्त्रीचं मन तुला कधीही कळणार नाही! ज्याच्यावर तिचं नितान्त प्रेम असतं, ज्याला स्त्री आपलं सर्वस्व मानते, त्याच्या प्रेमावर तिचा पूर्ण विश्वास असतो. तिच्या मनात नेहमी शंका असते. ती स्वत:च्या भाग्याबद्दल! ती एखाद्याला आपलं सर्वस्व देते, तेव्हा तिला एकाधिकाराची अपेक्षा असते. आपल्या प्रेमात, अधिकारात कोणी वाटेकरी येण्याची नुसती कल्पनाही तिला अशक्य, असह्य असते!''

काही क्षणांपूर्वीच्या तिच्या डोळ्यांतल्या ठिणग्या खिन्न झाल्या होत्या. तिच्या सुंदर चेहऱ्याकडे पाहताना त्यालाही जाणवलं- ही सारी चिडचिड आपण दुरावू, या कल्पनेतून निर्माण झाली आहे.

तिला हातांच्या कवेत घेत तो मृदू स्वरात म्हणाला,

''मॅडम, संकेतच्या आयुष्यात आलेली पहिली नि शेवटची स्त्री 'रतन' आहे! दुसऱ्या स्त्रीचा विचारही त्याच्या मनात येणं शक्य नाही. मी कायम रतनचाच असेन. 'मॅडम', विश्वास ठेवा!''

तिचे डोळे समाधानानं मिटले. ओठांच्या मोहक हालचाली करीत ती पुटपुटली,

''तू मला वेडं करून ठेवलंयस संकेत! तुझ्या प्रेमात मी सगळं जग विसरून गेले आहे. तू दूर होण्याची कल्पनाही मला सहन होत नाही!''

''-आणि माझ्या मनात ती येतही नाही! संकेत तुझाच आहे रतन!''

ती त्याला बिलगली. तर्जनीनं तिची हनुवटी वर उचलत त्यानं तिच्या डोळ्यांत खोलवर बुडी मारली. तिचे डोळे पुन्हा मिटत असतानाच त्याचे ओठ तिच्या ओठांवर विसावले. ती उभ्याउभ्याच त्याच्या कपड्यांशी खेळू लागली.

"रतन..."

त्यानं हलक्या आवाजात तिच्या कानाशी हाक मारून पाहिली. तिच्याकडून प्रत्युत्तर आलं नाही. तसा त्यानं आपला तिच्या अंगाखालचा हात हळूच काढून घेतला. तिचा गळ्यातला हात दूर केला. पाच-दहा मिनिटं अंधारात तसाच पडून राहिला. मग शक्यतो कसलाही आवाज होऊ न देता, तो चोरपावलांनी बाहेरच्या व्हरांड्यात आला. अंधारातच भिंतीला टेकून पायरीवर बसला.

घडून गेलेली घटना क्षुल्लक होती. एक रसिक, कलेचा चाहता आपल्या आवडत्या कलाकाराला भेटून त्याचं कौतुक करून गेला होता. पण रतनच्या वागण्यानं त्याच्या लेखी त्या घटनेला महत्त्व प्राप्त झालं होतं. तिनं त्याला अंतर्मुख करून स्वतःचं परीक्षण करायला भाग पाडलं होतं. 'आर्ट-वर्ल्ड' चे मालक शैलेन्द्रसिंग झा आणि त्यांची मुलगी मानकुँवर संकेतला भेटायला आली होती म्हणताच, रतननं त्याच्यावर अविश्वास दाखवला होता. ती त्याच्याशी कडवटपणे बोलली होती. संकेतच्या मनात काही नाही असं लक्षात येताच, तितक्याच सहजपणे तिनं सगळं विसरून त्याला जवळ केलं होतं. सुखाच्या परमोच्च क्षणी त्याच्याकडून वचन घेतलं होतं– संकेत रतनला कधीही धोका देणार नाही, सोडणार नाही, त्याच्या मनात दुसऱ्या तरुणीचे विचारही डोकावणार नाहीत. मगच ती निर्धास्त झाली होती. शांतपणे त्याच्या मिठीत झोपून गेली होती.

आणि तो मात्र अशांत होता. पहाटेचे तीन वाजले तरी त्याला झोप लागली नव्हती.

खरंच, रतननं आपल्यावर कोणताही मुलाहिजा न ठेवता आरोप ठेवले, अविश्वास दाखवला, म्हणून आपण चिडलो, पण तिचं घाबरणं

अगदीच अनाठायी आहे का?

समजा, झा उद्या नवी ऑफर घेऊन आले, आपल्याला ती स्वीकारण्याचा मोह होणार नाही का?

तिनं आपल्याला घडवलं. आपल्यावर पाण्यासारखा पैसा उधळला. आपलं सर्वस्व आपल्या हाती निर्धास्तपणे सोपवलं. आतातरी ह्याच्यावर आपला हक्क आहे, असं तिला वाटलं तर त्यात तिची काय चूक आहे?

एक छळणारा प्रश्न असा-

सुरुवातीला तिनं ह्याची कला राबवून आपल्याला भरपूर पैसा मिळावा म्हणून त्याला जवळ केलं असणं साहजिक आहे; पण आज इतकं एकरूप झाल्यावरही ती हाच विचार करून आपल्याला सांभाळत असेल का?

या प्रश्नाचं उत्तर 'हो' असं असेल, तर ते क्लेशदायी होतं, नि 'नाही' असं उत्तर ठामपणे मिळत नव्हतं.

म्हणजे... तिचा आपल्यावर प्रेमानं हक्क असणं वेगळं, पण डॅडी झांच्या बोलण्यातून सूचित झाल्याप्रमाणे आपल्याला या आरामदायी खुराड्यात बंदिस्त ठेवून, सतत आपण सोन्याचं अंडं कधी टाकतो म्हणून ती वाट पाहत असेल, तर ते आपल्याला कसं सहन होईल? आहे ते सारं तिचंच आहे की! रतन वगळता आपण उरतोच काय? पण व्यक्ती आणि कला दोन्हींचे स्वतंत्र कप्पे केले पाहिजेत. व्यक्तीला जखडून ठेवा. कलेला नाही.

उद्या शैलेंद्रसिंग झा म्हणाले, ''तू 'आर्ट-वर्ल्ड' मध्ये सामील हो. इंटरनॅशनल लेव्हलवर आपण तुझ्या चित्रांचं प्रदर्शन भरवू! 'आर्ट-वर्ल्ड' ही मोठी संस्था आहे. तिला जगात कुठेही हे करणं शक्य आहे.''

रतन त्या वेळी काय करेल? त्या प्रदर्शनाला मान्यता देईल?

द्यायला पाहिजे वास्तविक. 'संकेत' तिचं सर्वस्व म्हटल्यावर त्याच्या प्रगतीची संधी तिनं डावलता कामा नये. पण यात सगळं श्रेय झा आणि यांच्या 'आर्ट-वर्ल्ड'ला जातं, म्हणून केवळ तिनं नकार दिला तर...? तर ही हुकमत झाली. गुलामगिरी झाली. गुलामाला त्याची किंमत मोजून घरी आणला, त्याला खायला-प्यायला घातला, की त्यानं आजन्म मालकासाठी

आपला देह झिजवायचा, असंच झालं हे. तू फुटपाथवर चित्रं काढीत होतास, मी तुला तिथून उचलला, तुला योग्य शिक्षण देऊन कुठल्या कुठे नेऊन ठेवला. आता तुझ्यावर... तुझ्या कलेवर माझा मालकी हक्क राहील!

काय चूक आहे, का बरोबर आहे हे?

त्याला न्याय-निवाडा करता येईना. एका दृष्टीनं तिचं योग्य आहे, असं मन सांगू लागलो, कोण कोणासाठी उगाच तन-मन-धनाने झिजतं? मग रतनकडून निरपेक्षपणाची अपेक्षा का करावी आपण? तिनं आपल्यासाठी इतकं केलं, त्यामागे तिचाही काही हेतू असणारच ना?

''माझा झालेला खर्च मी दामदुपटीनं वसूल करीन, तेव्हा मात्र वाईट वाटून घेऊ नकोस. बुद्धी फिरू देऊ नकोस!'' असं अगदी सुरुवातीला तिनं आपल्याला बजावलं होतं. आपण ते मान्य केलं होतं. नंतरच तिनं आपल्यावर एवढा पैसा उधळायला सुरुवात केली होती.

मग आता तिच्या दूरदृष्टीला फळं येण्याचे दिवस आले असताना आपण सुटका कशी मागतो? हे फसवणं नाही का? हा कृतघ्नपणा तिनं का सहन करावा? आपल्या प्रगतीची एक भक्कम पायरी एवढंच तिचं स्थान ठरलं, तर तिनं ते निमूटपणे का मान्य करावं?

नाही. तिनं आपल्याला वचनानं बांधून घेतलं आहे. आपण सारी वचनं देऊन तिच्याकडून हवं ते हवं तेव्हा मिळवलं आहे. आता अशी पाठ फिरवणं आपल्याला शक्य नाही. आपला रतनवर प्रेम असल्याचा दावा खरा असेल, तर आपण नि आपली कला निष्ठेनं तिच्यासाठीच राबवली पाहिजे; कोणा परक्या 'आर्ट-वर्ल्ड' करता नाही! आणि या निर्णयाशी पोचत असतानाच या विचारांतला एक नवा पैलू त्याच्या लक्षात आला.

आपण असा विचार करतो हे योग्यच आहे. स्वार्थी जगाच्या पसाऱ्यात आपल्या कलेचं दुकान मांडूनही आपण माणूस राहिलो असल्याचं लक्षण आहे हे! पण त्याचवेळी-

रतननं आपली ही संधी याच कारणासाठी नाकारायला नको आहे! तिनं नि:स्वार्थीपणे 'जा' म्हटलं, तर उलट आपण पूर्वीपेक्षाही अधिक प्रामाणिकपणे तिचेच राहू. या संधीवर लाथ मारू. कारण, तेव्हा तीही आपल्या-

इतकीच माणूस असल्याचं सिद्ध झालेलं असेल!

"रतन..."

ती जागीच होती. एका सेकंदासाठीही तिला झोप लागलेली नव्हती. घडलेली घटना क्षुल्लक होती, पण तिच्यासारख्या बुद्धिमान, चतुर स्त्रीला त्या घटनेचं महत्त्व अचूक समजलं होतं.

वाटलं, त्याला ओ द्यावी; पण आतून प्रतिसाद येईना म्हणून त्यानं पुन्हा हाक मारण्याची वाट पाहत ती तशीच शांतपणे पडून राहिली. त्यानं हाक मारली नाही. उलट, तिच्या अंगाखालचा आपला हात काढून घेतला. तिच्या गळ्यातला हात हळूच काढून तिच्या अंगावर ठेवत तो चोरट्या हालचाली करीत बाहेर निघून गेला.

अंधारातच त्याच्या पाठमोऱ्या आकृतीकडं पाहून ती खिन्नपणे हसली. संकेत, एवढं सगळं केलं आणि आता तू दगा देणार रे?

त्या नुसत्या कल्पनेनं तिचा श्वास गुदमरला. अंगाचा भडका उडाला. अरे, काय होता हा? अं? कोणी कुत्रं तरी विचारीत होतं का? इथे... तिथे फूटपाथवर बसून खडूंनी चित्रं काढायचा. इथून उठवलं की नवी जागा शोध– तिथून हाकललं की आणखी कुठे दुसरीकडे! अशी अवस्था ह्याची. त्यापलीकडे आकडे माहीतसुद्धा नव्हते ह्याला.

ह्याचं कसब ओळखून मी ह्याचा कायापालट केला. व्यायाम करायला लावून त्याच्या देखणेपणाला बलदंड आकार दिला. इंग्लिशची स्पेशल ट्यूशन लावून त्याचा आत्मविश्वास वाढवला. गुरुनाणींकडे पाठवून त्याच्या कलेला योग्य वळण दिलं.

संकेत, अरे कधी तुला मी 'मॅडम' बनून वागवलं? हा कळपातला नाही हे ओळखून नेहमी बरोबरीची वागणूक दिली तुला मी. तुझ्यावर पाण्यासारखा पैसा खर्च केला. तुझ्या वैयक्तिक आवडी-निवडी जोपासल्या. उच्च अभिरुचीशी तुझा परिचय करून दिला आणि आता-

अरे, तू कायम माझा राहावास म्हणून माझं हे कित्येकांना दुर्मीळ असलेलं शरीरही मी तुझ्या ताब्यात दिलं वेळोवेळी. तू म्हणशील तेव्हा

दिलं.

आणि आता तू सगळे उपकार विसरून 'आर्ट-वर्ल्ड' शी संधान बांधू पाहतोस? काय किंमत करतोस माझ्या या त्यागाची तू?

'स्टेपिंग स्टोन?'

बेटा, तू जन्माला आलास तेव्हा माझ्या जवानीच्या जोरावर मोठमोठी माणसं खेळवायला शिकले होते मी! 'रतन' तुझ्याकडून धोका खाऊ शकते. ती भावनाप्रधान आहे. मूर्ख आहे. 'मॅडम' नाही! वेड्या, अरे कोणत्या भ्रमात आहेस तू? एक चुटकी वाजवली, तर तुला कुठून कुठे आणून ठेवलं. पुन्हा एक चुटकी, की तू गेलास बाराच्या भावात!

नको संकेत, तुझ्या भाग्यानं तुला रतन मिळाली आहे. 'मॅडम'शी संबंध नको येऊ देऊस. तुझ्याच भल्याकरता सांगते मी.

अर्थात इतकं निक्षून ती मनोमन त्याला हे सगळं बजावत असली, तरी संकेतला बरबाद करून टाकणं मॅडमला इतकं सोपं राहिलं नव्हतं. रतन संकेतवर जीव जडवून बसली होती. त्याचे सारे गुन्हे माफ करूनही तिचं त्याच्यावर प्रेम राहिलंच असतं. तिनं मॅडमला भरपूर विरोध केला असता. मग मानसिक स्तरावर एकीचं कोणाचं तरी घायाळ होणं अपरिहार्य होऊन बसलं असतं

म्हणताना तरी ती म्हणत होती- अशी वेळ आली तर उसूल म्हणून रतन हारेल. मॅडम क्षणासाठीदेखील पराभव पत्करणार नाही. संघटनेत आज मॅडमचा जो दबदबा आहे, तिचं जे वर्चस्व आहे, ते टिकून राहणं संघटनेच्या दृष्टीनं आवश्यक आहे. त्यासाठी रतनचा नि तिच्या प्रेमाचा बळी गेला, तरी मॅडम शोक करणार नाही! पण.. कठीण होतं सगळं. रतन नि मॅडम या संघर्षात तिची कोंडी होऊ पाहत होती. दुःख, संताप, अगतिकता अशा विविध भावनांचे स्फोट मनात होत होते. नि त्यांना वाट करून देण्याचा मार्ग तिला एकदम सापडला, तसा तिचा सारा संताप त्या दिशेनं एकवटला.

शैलेंद्रसिंग झा!

'आर्ट-वर्ल्ड'चा संबंधच काय माझ्या आर्टिस्टकडे येण्याचा?

या झामुळे सगळ्या सुरळीतपणाला सुरुंग लागू पाहतोय! हलकट

साला... संकेतला आपल्यातून फोडण्यासाठी हा त्या मानकुँवरला हत्यारासारखा वापरतोय! ती तरुण आहे. उमलत्या गुलाबकळीसारखी सुंदर आहे. म्हणून संकेतला तिच्या जाळ्यात ओढून 'आर्ट-वर्ल्ड' मध्ये त्याला खेचण्याचे म्हाताऱ्याचे प्रयत्न आहेत.

मुख्य म्हणजे, ह्याला संकेतचा पत्ता कसा समजला? कोणी सांगितला? संघटनेची चार जबाबदार माणसं सोडली तर, संकेत इथे राहतो हे कोणालाही कळू दिलेलं नाही आपण. आणि असं असून कालच्या संध्याकाळी झा-पितापुत्री थेट संकेतकडे?

कोणी फितुरी केली ही? आय शल किल हिम! संघटनेशी गद्दारी करणारा, मग तो कितीही महत्त्वाचा नि मोठा माणूस असो, जिवंत राहणार नाही!

अं? खरंच इतके कडक नियम आहेत का आपल्या संघटनेचे?

आणि संकेतनंच 'आर्ट-वर्ल्ड'शी संधान म्हणून शैलेंद्रसिंगला इथे बोलावून घेतलं असेल तर...? संघटनेचे नियम सर्वांसाठी सारखेच असायला हवेत. संकेतला हीच शिक्षा का मग?

ठामपणे या प्रश्नाचं उत्तर होकारार्थी मिळायला हवं होतं, ते मिळेना. ती स्वत:वरच चिडली, रागावली, हताश झाली.

ऐक संकेत,

आजपर्यंत मॅडमनं धंद्याचं राजकारण म्हणून अनेक जणांना खेळवलं. तिच्यापायी कित्येक बरबाद झाले. पण ती अडकली नव्हती कुठे.

तो पराक्रम आज तू करून दाखवलास! मान्य केलंच पाहिजे... मॅडम आणि रतन एकाच स्त्रीची ही दोन भिन्न रूपं, आणि आज ती स्त्रीच तुला वश आहे! एखाद्या पुरुषाच्या प्राप्तीसाठी मांत्रिकाकडे वशीकरणाचा ताईत मागायला जावं, नि मांत्रिकच स्त्रीच्या वशीकरणात सापडावा, तसला अगम्य प्रकार हा! पण तो खरा आहे. कितीही म्हणाली तरी मॅडम तुला मारू शकत नाही. तुला हातही लावू शकत नाही. पण लक्षात ठेव, तिला सोडून काही करू म्हणशील, तर ती तुला सुखानं जगू देणार नाही. तुझ्या मार्गात ती संकटांचे पहाड निर्माण करेल. ते ओलांडताना तू दमून जाशील...

झिजशील. बुद्धी पणाला लावून ती अशा काही चाली खेळेल, की तू पुन्हा तिच्याच पायाशी येशील! नको संकेत, विषाची परीक्षा पाहू नकोस!

तिच्या विचारांनी तिची तीच कष्टी झाली. दमली. हळुवार झालेलं मन या विचारांपाशी विश्रांतीसाठी थबकलं...

तसलं काही नसेलच. संकेत खरं बोलत असेल. शैलेन्द्रसिंगचं त्याच्याकडे येणं या घटनेला त्याच्या लेखी काही महत्त्वच नसेल. ते खूप विचार करून आले असतील. संकेतच्या मनात त्याच्या रतनला धोका देण्याचे विचार डोकावलेसुद्धा नसतील!

खरंच, असं असेल तर...

तर मॅडम आज हारली. आयुष्यात पहिली चूक केली तिनं. निष्कारण गैरसमज करून ती संकेतला आततायीपणे वाट्टेल ते बोलली, तिनं त्याला दुखवलं!

ती शांतपणे उठली. पावलांचा आवाज न करता व्हरांड्यात आली. व्हरांडा... पायरीवर भिंतीला टेकून हताश बसलेला संकेत... चिडीचूप अंगण... थबकलेलं गेट... पलीकडला स्तब्ध रस्ता...

सगळं दृश्य अंधारात गोठून गेलं होतं. त्या पार्श्वभूमीवर त्याची आकृती अधिकच करुण, दयनीय, असहाय वाटत होती.

त्याचं निरीक्षण करता करता तिचं काळीज गलबलून आलं. डोळ्यांत पाणी तरारलं. एका बेसावध क्षणी 'रतन' नं 'मॅडम' वर विजय मिळवला.

हळुवार पावलांनी चालत ती त्याच्या शेजारी येऊन उभी राहिली, तरी त्याला पत्ता नाही; म्हणून वाकून पाहिलं, तर बसल्या जागी त्याला झोप लागून गेलेली.

"संकेत!"

हाक मारताना तिच्या गळ्यात आवंढा दाटून आला. संकेतनं डोळे उघडून पाहिलं, तशी ती त्याच्या गळ्यात पडत म्हणाली,

"माफ कर संकेत मला; पण, पण कृपा करून मला सोडून जाण्याचे विचार मनात आणू नकोस. मला इतर काहीही सहन होईल. तुझ्याकडून होणारी फसवणूक नाही! काय करून टाकलंस वेड्या माझं तू? मॅडमला

पार अधू करून ठेवलीस. तुझ्याशिवाय जगणंच तिला मान्य होत नाही रे!''

तिचं गदगदणारं शरीर मिठीत घेत संकेत म्हणाला,

''रतन, काय हा वेडेपणा? मी तुला सोडून जाणार अशी कल्पनाच तुझ्या मनात कशी येते? मी तुझा आहे रतन! तुझाच असेन!''

ती त्याच्या गळ्यात पडून रडत राहिली. तो तिच्या पाठीवरून हात फिरवत तिचं सांत्वन करीत राहिला. तिला इतकं दीन, लाचार झालेलं पाहून त्यालाच भडभडून येत राहिलं.

'आर्ट-वर्ल्ड' हा विषयच त्या दिवसानंतर त्यानं डोक्यातून काढून टाकला. झा आणि मानकुँवरला तो लगेच विसरूनही गेला. पण 'आर्ट-वर्ल्ड' संकेतला मुळीच विसरू शकत नव्हतं. त्याच्या कलेनं बापाला वेडं केलं होतं, नि रूपानं मुलीला!

या घटनेला आठवडाच झाला असेल-नसेल, तोच एक दिवस सकाळी संकेतच्या दारावरची बेल वाजली.

संकेत तेव्हा नुसत्या शॉर्ट्सवर होता. केलेल्या व्यायामानं त्याच्या साऱ्या शरीरातून घाम निथळत होता. सगळे स्नायू ताठरले होते. नि चेहऱ्यावर व्यायामानंतरची प्रसन्नता होती.

''रतन, दार उघडं आहे. आत ये.'' टर्किश टॉवेलला घाम टिपत, तो मोठ्याने म्हणाला. दार उघडलं गेलं... मानकुँवर आत आली.

''ओह यूऽ?''

शरीर कशात नि कसं गुंडाळून घ्यावं, ते न समजल्याने तो गांगरून तसाच उभा राहिला. ती कौतुकानं त्याच्या चमकदार, प्रमाणबद्ध शरीराकडे पाहत म्हणाली,

''व्यायाम चालला होता का? मी थांबते बाहेर.''

ती बाहेर जाताच त्यानं भराभर कपडे चढवले. हसतमुखानं बाहेरच आला.

''गुड मॉर्निंग मानकुँवरजी! कहिये, कैसा आना हुआ?''

''न्यूयॉर्कहून एक व्यापारी आला होता. त्याला सहार एअर पोर्टला

सोडण्याचं काम डॅडींनी माझ्यावर सोपवलं होतं. आता इथूनच परत जाणार म्हटल्यावर आत डोकावल्याशिवाय पुढे जाववेल तरी का?'' मानकुँवर हसून म्हणाली,

''तुमच्या व्यायामात व्यत्यय आणला ना मी?''

''तसं काही नाही. व्यायाम झालाच होता माझा. बसा ना. 'थम्स अप' घेणार?'' त्यानं खट्याळपणे हसत विचारलं.

तीही हसायला लागली.

''नको, तेव्हा डॅडी बरोबर होते. आज मला सावध राहायला हवं!''

''अरे! म्हणजे मी इतका लफंगा दिसतो?''

''खरं ते विचारायचं होतंच. त्या दिवशी थम्स अपमध्ये काही होतं का?''

''हो. रम होती त्यात. पण मी तो ग्लास माझ्यासाठी तयार केला होता. चुकून तुम्हाला आला! मी क्षमा मागतो त्या प्रकाराबद्दल.''

''रमच होती ना? तुमच्यासारख्या कलाकाराच्या हातून विष प्यायला मिळालं, तरी स्वत:ला धन्य समजेन मी!''

तो एकदम सावध झाला. मानकुँवरनं त्याचं बोलणं हवं त्या दिशेनं वळवून घेतलं होतं.

''तुम्ही पण आर्टिस्ट आहात?'' विषय बदलत त्यानं विचारलं.

''ते मानण्यावर आहे. म्हटलं तर मी आर्टिस्ट आहे, म्हटलं तर नाही!''

''म्हणजे काय?''

''त्याचं काय आहे संकेतजी, 'आर्ट-वर्ल्ड' चा बिझिनेस आमच्या घराण्यात पूर्वापार नाही. माझे आजोबा स्पिनिंग मिलचे मालक होते. म्हणजे, त्या पिढीपर्यंत कलेशी कोणा 'झा' चा संबंध नव्हता; पण आजोबांच्या पश्चात डॅडींना मिल सांभाळता आली नाही. त्यांनी ती विकून टाकली. धंदा म्हणून हे 'आर्ट-वर्ल्ड' सुरू केलं. अर्थात, सुरुवातीला धंद्याचं स्वरूप अगदी मर्यादित होतं. छोट्यामोठ्या आर्टिस्टना गाठून त्यांची चित्रं स्वस्तात विकत घ्यायची, नि भरपूर फायदा घेऊन ती विकायची, असं चालायचं. म्हणता म्हणता डॅडींची बऱ्याच चित्रकारांशी ओळख झाली. सहवासाने

त्यांनाही चित्रकलेतलं समजू लागलं. मग हळूहळू त्यांनी 'आर्ट-वर्ल्ड' डेव्हलप करीत नेलं. आज ही एक मोठी अकादमीच आहे. ही अकादमी एखाद्या गरजू जाणकार कलावंताला हवी ती मदत करते. त्याची चित्रं विकून देते. चित्रांची प्रदर्शनं भरवते. चित्रकार नव्या दमाचा नि प्रतिभावान असेल, तर इंटरनॅशनल लेव्हलला त्याच्यासाठी खटपट करते. म्हणजे, डॅडीचं ज्ञान हे अभ्यासानं, कष्टानं मिळवलेलं ज्ञान आहे. ते उपजत नाही. पण मला चित्रकलेची आवड व दृष्टी ही वारसा म्हणून लाभलेली आहे. डॅडींना जे साधण्यासाठी वीस वर्षं घालवावी लागली, ते मला या वयात विनासायास जमतं.''

"काय करता तुम्ही? म्हणजे, 'आर्ट-वर्ल्ड' मधली तुमची नेमकी पोझिशन काय?''

"मी 'आर्ट वर्ल्ड' ची व्हॅल्युअर आहे आणि झासाहेबांची मुलगी म्हणून मला ही पोस्ट देण्यात आलेली नाही. स्वत:चं महत्त्व सिद्ध करून मी ती मिळवली आहे.''

"तुम्ही आर्ट व्हॅल्युअर आहात?'' संकेतनं खऱ्या कौतुकानं विचारलं.

"होय. म्हणूनच मला तुमच्या चित्राची अचूक जागा माहीत आहे संकेतजी!''

"असं? मला तरी सांगा!''

"मी तूर्त इतकंच सांगू शकते, की आत्ता जे तुमचं स्थान आहे, त्यापेक्षा खूप अधिक काहीतरी तुम्ही आहात! पूर्वीच्या लोकांनी अज्ञानामुळे वा दूरदर्शीपणाच्या अभावामुळे म्हणा, ममींबरोबर काही दुर्मीळ रत्नं, सुवर्णालंकार अशा गोष्टी पिरॅमिड्समध्ये बंद करून टाकल्या; पण इजिप्शिअन पिरॅमिड्स हे काही त्यांचं स्थान होत नाही!''

तो तोंडाचा आ वासून मानकुँवरचं बोलणं ऐकत राहिला.

साला, ही पंजाबी छोकरी दिसायला जितकी सुंदर आहे, तितकीच बोलायलाही तेज आहे.

सध्या मी मॅडमकडे आहे, म्हणून मी म्हणजे इजिप्शिअन ममीबरोबर पिरॅमिडमध्ये झाकलं गेलेलं दुर्मीळ रत्न! वा! क्या बात है?

थोडक्यात काय, तर 'आर्ट-वर्ल्ड' मध्ये जाईपर्यंत मला योग्य ती किंमत येणार नाही. मला इंटरनॅशनल लेव्हलला यायचं असेल, तर मला 'झा' शी हातमिळवणी केली पाहिजे.

अन् हे सगळं आडूनआडून. स्पष्टपणे 'तू आमच्यात येतोस का?' असं नाही.

वा! बेटी मानकुँवर, तुझी अन् मॅडमची एकदा गाठ घालून द्यायला हवी. ''अरे हो!'' एकदम आठवल्यासारखं करीत ती म्हणाली, ''तुमचं 'ॲनशन्ट टाइम' हे चित्र डॅडींनी परवाच तीन हजार डॉलर्सना विकलं! जुन्या काळातला नहाणीचा हौदा... आसपास वाहाणारे गार, गरम पाण्याचे चिरेबंदी प्रवाह.. चौथऱ्यावर बसून जलक्रीडा करणारे राजघराण्यातले स्त्री-पुरुष...हे सगळं एका जर्मन व्यापाऱ्याला फार आवडलं.''

तीन हजार डॉलर्स?

''हो. म्हणजे, चोवीस हजार रुपयांपेक्षा अधिक रक्कम होते!''

तिनं त्याला हे मुद्दाम सांगितलं होतं, यात त्यालाही शंका नव्हती; पण कितीही नाही म्हणाला तरी त्या रकमेनं त्याला अस्वस्थ नक्की केलं होतं.

''या ना एकदा आमच्याकडे. अं?''

''येईन ना.''

''केव्हा येता?''

''बघू. एकदा मुद्दाम आलं पाहिजे.''

''अशा लांबणीवर टाकून घटना घडत नसतात. काळ आणि संधी मात्र हातातून निसटत राहते. ते काही नाही. आत्ताच नक्की करून टाकू आपण!''

''आत्ता?''

''का, कोणाकडे जाण्याचा निर्णय घेण्याइतके पण तुम्ही स्वतंत्र नाही?'' त्याला तिचा तो प्रश्न चांगलाच झोंबला. पण वस्तुस्थिती तशीच होती. या विषयावर रतनशी चर्चा केल्याशिवाय त्याला नक्की काही सांगता येत नव्हतं आणि चर्चा करूनही ती परवानगी देईलच, असंही सांगता येत

नव्हतं. झा, मानकुँवर नि त्याचं 'आर्ट-वर्ल्ड' या तीनही गोष्टींबद्दल तिचं मत अतिशय वाईट होतं. विशेषत: मानकुँवरवर तर तिचा अधिक राग होता. तिच्याविषयी बोलताना ती 'साली, रंडी, बदमाष', अशी विशेषणं वापरल्या वाचून पुढे बोलतच नसे.

"मानकुँवर, तुम्ही म्हणता तसं नाहीये. पण.. ॲटलीस्ट, आय'ल हॅव टु इन्फॉर्म हर. मी तिचा खास माणूस आहे म्हटल्यावर मला निदान तेवढं करायला नको का?"

"अच्छा! म्हणजे, मॅडमना सांगून हेडक्वार्टर सोडायला हवं!"

"तसं म्हणा हवंतर!"

"तर मग," ती निराश स्वरात म्हणाली, "तुम्ही आमच्याकडे कधीच येणार नाही!"

"तसं काही नाही. कदाचित मिसेस मोजीन्दराही माझ्याबरोबर येतील!"

"तसं होणार नाही संकेतजी. त्या स्वत: येणार नाहीत आणि तुम्हालाही पाठवणार नाहीत!"

"समजा, हे खरं आहे," संकेत तिची समजूत घालत म्हणाला, "नाही, आलो 'आर्ट वर्ल्ड' ला काही फरक पडतो?"

" 'आर्ट-वर्ल्ड' संस्था आहे संकेतजी. एका माणसाच्या येण्या न येण्याचं संस्थेला काहीच सोयरसूतक नसतं; पण माणसाच्या दृष्टीनं खूप फरक पडतो!"

त्यानं तिच्या चेहऱ्याकडे रोखून पाहिलं. बोलताना नि बोलणं संपल्यावरही ती खालीच पाहत राहिली. तिच्या चेहऱ्याच्या नसा ताणल्या गेल्याप्रमाणे चेहरा लालबुंद झाला. मोहकपणा शतपटीनं वाढला. खालचा ओठ तिनं वरच्या दाताखाली दाबून धरला होता. त्यामुळे तर त्याची नजरबंदीच झाली.

मार्व्हलस!

एका तरुणीच्या कोवळ्या चेहऱ्यावरची इतकी नॅचरल एक्स्प्रेशन्स तो इतक्या जवळून पहिल्या प्रथमच पाहत होता. जबरदस्त जादू होती.

"मानकुँवर..."

"तुम्ही विचाराल संकेतजी, काय फरक पडतो? तर त्याचं उत्तर

माझ्यापाशी नाही; पण माझ्या लेखी खूप फरक पडतो, हे नक्की!''

संकेतच्या डोक्यात एक चक्र गरगर फिरलं. मेंदू बेसावध झाला. तोंडून धाडसी प्रश्न निघून गेला.

''माना, तू माझ्या प्रेमात पडली आहेस का?''

मानकुँवरनं झटकन त्याच्या नजरेला नजर मिळवली. पुन्हा तिची नजर खाली झुकली.

''माना! तुमच्या तोंडून हा शब्द ऐकताना किती छान वाटतं!''

''माझ्या प्रश्नाचं उत्तर नाही दिलंस तू.''

''प्रत्येक अवघड प्रश्नाला उत्तर नसतं!'' ती कुजबुजल्या स्वरात म्हणाली, ''पण मला एक सांगा, रतनइतकी मी भाग्यवान ठरेन का?''

निरुत्तर होत त्यानं एक उसासा सोडला.

काय म्हणावं या मुलीला? अं? आठ दिवसांपूर्वी कोणी मानकुँवर झा नावाची मुलगी आहे, हेपण आपल्याला माहीत नव्हतं. हिनंही तेव्हा आपल्याला पहिल्यांदा पाहिलं, आणि दुसऱ्या भेटीत ही आपल्यावरच्या प्रेमाचा दावा मांडते!

काय समजायचं? प्रेम, का 'आर्ट-वर्ल्ड' साठी होत असलेलं बलिदान?

''तुम्ही माझ्या प्रश्नाचं उत्तर नाही दिलं?''

''प्रत्येक प्रश्नाचं उत्तर समोरच्या माणसाला आपल्या मनासारखंच देता येईल, असं खात्रीपूर्वक सांगता येत नाही मानकुँवर!'' तो कडवट आवाजात म्हणाला.

तिनं वर मान करून त्याच्याकडे पाहिलं. क्षणभर तिच्या डोळ्यांत व्याकूळ भाव दाटले. मग संथपणे हसत ती म्हणाली,

''मला माझ्या प्रश्नाचं उत्तर मिळालं. मलाही याच उत्तराची अपेक्षा होती.''

''तर मग, कशाला विचारलास हा प्रश्न तू?''

''रस्त्यावरचा भिकारीही नशीब आजमावून पाहण्यासाठी लॉटरीचं तिकीट घेतो, नि ते लागणार नाही हे माहीत असूनही पेपरमध्ये नंबर पाहून निराश होतो! त्यातलाच प्रकार हा.'' बळेच चेहऱ्यावरचं हास्य कायम ठेवत

ती म्हणाली. ''लीव्ह इट. मी असं काही विचारलं होतं, हे विसरून जा. संकेतजी, मॅडमना काही सांगण्याचा विचारही मनात येऊ देऊ नका. त्यात तुमचं नुकसान आहे.''

त्याला सारखं वाटू लागलं, आपलं कुठेतरी चुकतं आहे. दुसऱ्याच भेटीत तिनं एकदम प्रेमाची कबुली दिली, म्हणून आपण तिला जे स्थान देत आलोत, ते योग्य नाहीये.

''मानकुँवर...''

ती प्रश्नार्थक मुद्रेने त्याच्याकडे पाहत राहिली.

''तुझ्या मनात माझ्याविषयी अशा काही भावना असतील, याची मला कल्पना नव्हती. कदाचित, हा विषय माझ्या डोक्यात नसताना अनपेक्षितपणे समोर आला, म्हणून निर्णय घेताना माझा घोटाळा झाला असेल. पण समज, माझं तुझ्यावर प्रेम बसलं नि मी तुझ्याशी लग्न केलं; पण मी 'आर्ट-वर्ल्ड' मधे यायला नकार दिला. तुला काय वाटेल?''

''वाईट वाटेल.''

''का? मी तुला हवा आहे, का 'आर्ट-वर्ल्ड' ला?''

''तुमच्या लक्षात येत नाही. 'आर्ट-वर्ल्ड' ही डॅडींची स्वत:च्या मालकीची संस्था आहे. मी डॅडींची एकुलती एक मुलगी आहे. उद्या त्यांच्या पश्चात ही संस्था माझ्या म्हणजे त्या परिस्थितीत तुमच्या नावे होणार आहे! आणि तुम्ही त्याही वेळी मॅडमच्या संघटनेत असाल, तर पर्यायानं एक मोठी संस्था छोट्या संस्थेत विलीन होणार आहे!''

''ओऽह, आय सी!''

''म्हणून डॅडीच तुम्हाला विचारणार होते! त्यांना असा जावई हवा आहे, जो ही संस्था समर्थपणे पुढे चालवू शकेल. तुम्ही चांगले आर्टिस्ट आहात. डॅडींना तुम्ही दिसायला, स्वभावानंही पसंत आहात. पण 'आर्ट-वर्ल्ड' चा सत्यानाश मान्य करून ते आपल्या विवाहाला परवानगी देतील, असं मला नाही वाटत; आणि मीही या गोष्टीला मान्यता देणार नाही!''

''थोडक्यात म्हणजे तुला नवरा हवा, यापेक्षा तुम्हाला 'आर्ट-वर्ल्ड' ला वाली हवा आणि माझ्या रूपाने तुम्हाला दोन्ही मिळणार आहे!''

“कष्ट करून उभारलेली संस्था असेल, तर कोणीही असाच विचार करेल. करायलाच हवा. मिसेस मोजीन्दरांना विचारा, त्याही हेच सांगतील. मिस्टर मोजीन्दरांना घटस्फोट देऊन त्या तुमच्याशी विवाहाला तयार होतील? संस्था बरखास्त करण्याची अट मान्य करून कधीच नाही!”

ती त्याचा निरोप घेऊन निघून गेली. ती गेल्यानंतरही तिचा प्रेमाची कबुली दिल्यानंतरचा लाजरा चेहरा संकेतच्या डोळ्यांसमोर तरळत राहिला. त्या चेहऱ्यात छानसे रंग भरले जाऊ लागले.

च्यायला! हे मोटार-सायकलवाले स्वत:ला कोण समजतात कोणास ठाऊक? दुसऱ्याच्या त्रासाची ह्यांना पर्वाच नसते.

सायलेन्सर काढून मोटर-सायकल कशाला चालवायची?

इकडे विमानांची घरघर. दिसत नाही.. अन् हे शहाणं चाललंय विदाऊट सायलेन्सर!

संकेतनं चिडून खिडकीतून बाहेर पाहिलं. अंधेरीच्या दिशेनं एक बुलेट भरधाव वेगात पळत होती. ती निघून जाईपर्यंत काही काम सुचणंच शक्य नव्हतं. रागारागानं तो बुलेटवाल्याकडे पाहत उभा राहिला. तर शेवटच्या वळणावर अदृश्य होऊन तो पुन्हा दृष्टिपथात आला. संकेतच्या ट्विनपाशी येताच 'हेच ते ठिकाण' असा साक्षात्कार झाल्याप्रमाणे त्यानं गाडी न्यूट्रलला घेतली. कचूकन ब्रेक्स मारले. एका लाथेत बुलेट स्टॅन्डला लावून तो पळत पळत फाटकातून आत आला.

“संकेत जोशी?”

“हां, मीच. काय?”

“मी शैलेन्द्रसिंग झा ह्यांच्याकडून आलो आहे. मानकुँवरदेवींना ॲक्सिडेंट झाला आहे. झा साहेबांनी तुम्हाला लगेच बोलावलं आहे!”

शर्टावर शाईची बाटली अनवधानानं सांडली, तर शाई आत झिरपून कातडीपर्यंत पोचायला वेळ लागतो. शाईचा ओलसर गारवा उशिरानं शरीराला स्पर्श करतो. संकेतच्या बेसावध मनापर्यंत ती बातमी पोचायला असाच वेळ लागला. त्या अनोळखी तरुणाच्या बोलण्याचा अर्थ कळल्यावर मात्र त्यानं चपळ हालचाली केल्या.

"एक मिनिट- मी कपडे घालतो."

त्याची एकदम निर्णय घेण्याची पद्धत पाहून पाहुणाही चाट पडला. त्यानं घाईघाईत माहिती सांगण्याची तयारी ठेवली होती. कारण, ॲक्सिडेंट म्हटलं की माणसाला आधी तो कसा झाला? कुठे झाला? किती लागलं? चुकी कोणाची होती?... असल्या माहितीची उत्सुकता असते. पण या माणसानं एका शब्दानं चौकशी केली नाही.

अक्षरशः मिनिटात बाहेर आला तो. पँट बदललेली. शर्ट तोच. हातांचे रंगही धुतले नव्हते.

"चला."

संकेत येताच त्यानं बुलेटला किक मारली. तो मागे बसताच बुलेट भन्नाट वेगानं धावू लागली.

"मानकुँवर कुठे आहे?"

"आँऽऽ?"

"मानकुँवर कुठे आहे?"

"अंधेरीला- डॉ. बिलिमोरियांच्या हॉस्पिटलला."

विचारण्यासारखे प्रश्न भरपूर होते. पण मनात विचारांचा गदारोळ उठला होता. आणि बुलेटचं फायरिंग मेंदूत मुंग्या निर्माण करीत होतं. डॉ. बिलिमोरियांचं हॉस्पिटल वेस्टमधे होतं. पोचताच संकेतनं दरवाजाकडं धाव घेतली. आत शिरताच उजव्या हाताच्या कॉरिडॉरमध्ये अस्वस्थपणे फिरणारे डॅडी झा त्याला दिसले.

"झा साहेब!"

"आलास? ये. बघ एकदा. मानाला काय होऊन बसलंय!" व्यथित स्वरात ते म्हणाले.

"तिची तब्येत कशी आहे झा साहेब? डॉक्टर काय म्हणतात?"

"ती बेशुद्ध आहे. आणि शुद्धीवर येईपर्यंत डॉक्टर काहीच सांगू शकत नाहीत."

"मला तिला पाहता येईल का?"

"नाही. मलाही परवानगी मिळालेली नाही अजून."

शैलेन्द्रसिंग झा आपल्याहून खूप मोठे आहेत, त्यांचा मानभंग होतो वगैरे गोष्टी विसरून त्यानं स्टेट एक्स्प्रेस शिलगावली. सुन्नपणे तो झुरक्या-पाठोपाठ झुरके मारू लागला. अर्धा-पाऊण तास तरी तो डॉक्टरांनी पेशंटला भेटायला परवानगी देण्याची वाट पाहत तिष्ठत होता. पण अजूनही काही विचारण्याचं त्याला सुचत नव्हतं. डोळ्यांसमोर मानकुँवरचा लाजरा चेहरा तरळत होता. कानात तिचा लाडिक आवाज घुमत होता. या क्षणी तो 'मॅडम' वा 'रतन'लाही विसरून गेला होता.

"मिस्टर झा-"

एका खोलीतून बाहेर येत डॉ. बिलिमोरियांनी हाक मारली. तसे दोघं त्यांच्या दिशेनं धावले.

"डॉक्टर-"

"शी इज ऑल राइट. मी फुल चेकिंग केलं आहे. डोक्याला मुका मार बसला होता, म्हणून भीती वाटत होती. पण तसं काही नाही. ती जस्ट शुद्धीवर आली आहे. फारसं बोलायला लावू नका. डॉ. निंबाळकरांना सूचना देऊन ठेवल्या आहेत. ही विल लुक आफ्टर हर. त्यांना पथ्य-पाणी विचारा."

"ओऽह, डॉक्टर...!" डॅडी झा अत्यानंदानं उद्गारले.

संकेतच्या चेहऱ्यावर हसू फुललं. मग त्याला एक एक प्रश्न आठवू लागले. "झा साहेब, ॲक्सिडेन्ट कसा झाला वगैरे तुम्हाला काही कल्पना आहे का?"

"आता कळेल. तिला सहार रोडवर ॲक्सिडेन्ट झाला नि हॉस्पिटलला हलवणं अत्यावश्यक आहे, एवढंच मला कळलं होतं. सहार-रोड म्हणताच ती तुमच्याकडे यायला निघाली असावी, हे मी तर्कानं ओळखलं."

"ईस्टला चक्रदेवांचं ॲक्सिडन्ट हॉस्पिटलच होतं की पण!"

शैलेन्द्रसिंगांनी शांतपणे संकेतकडे पाहिलं. मग म्हणाले,

"त्यासकट हे सातवं हॉस्पिटल! यू विल वन्डर... मानाला ॲडमिट करून घ्यायला कोणीही तयार झालं नाही! बिलिमोरियांनासुद्धा धमकी मिळाली होती. त्यांनी ती मनावर घेतली नाही इतकंच!"

झा साहेब काय बोलतायत हे कळत नसल्यासारखा संकेत त्यांच्या

तोंडाकडे पाहत राहिला.

धमकी? व्हॉट धमकी?

एक तरुणी ॲक्सिडेन्टमध्ये अत्यवस्थ होते नि तिला कोणी दाखल करून घेऊ नये म्हणून धमकीच्या तंत्राचा वापर केला जातो?

कोणी, नि का असं करावं?

अं? रतन?

त्यानं खाडकन चमकून झांकडे पाहिलं. ते नुसते मंदपणे हसत होते.

"चल संकेत. मानाला भेटू आपण!"

तो निमूटपणे त्यांच्या मागोमाग एका स्पेशल वॉर्डमधे शिरला. आत शिरताना एका विचारानं त्याचं मन चरकलं.

आपण एकदा हॉस्पिटलात गेलो होता. आपल्याला आवडणाऱ्या नाडकर्णी- सरांचा तेव्हा मृत्यू ओढवला होता.

दुसऱ्यांदा आपला अन् हॉस्पिटलचा संबंध आला. आपली आई आपल्याला सोडून गेली.

आणि आता तिसऱ्यांदा आपण हॉस्पिटलात येत आहोत!

मानकुँवरशी तसा काहीच संबंध आला नव्हता. पण ती त्याला आवडली होती. तिच्या अकाली मृत्यूची कल्पनाही त्याला सहन होत नव्हती. त्यामुळे डॉक्टरांचा ग्रीन सिग्नल मिळूनही त्याचा जीव कासावीस झाला.

छे! कोणत्याही परिस्थितीत मानकुँवर अशी मरता कामा नये. या पद्धतीनं तर नाहीच नाही!

रतन, खरंच तुझा हात आहे का या प्रकारात?

शी! काय करून ठेवलंस हे? कोणत्या टोकाला गेलीस तू? एका निष्पाप तरुणीच्या रक्तानं बरबटलेल्या हातांनी का प्रेम करणार तू माझ्यावर? निदान तू माझ्या मनातून पूर्ण उतरू नयेस म्हणून तरी मानकुँवर वाचलीच पाहिजे. दोघं आत येताच मानकुँवरने क्षीणपणे हसून त्यांच्याकडे पाहिलं.

"माना ये क्या हो गया बेटी?" म्हणून झा दोन्ही हात चेहऱ्यावर घेऊन रडू लागले.

संकेत पांढऱ्याफटक चेहऱ्यानं मानकुँवरकडे पाहत राहिला.

दोन तासांत फार हाल झाले असावेत तिचे. कोपराला, मनगटाला ड्रेसिंग केलेलं दिसत होतं. सलाईनची बाटली लटकलेली पाहणं हा प्रकार तसा संकेतच्या पाचवीलाच पूजलेला होता.

"संकेतजी..."

"बोलू नकोस. मी आज इथेच आहे. तू रिकव्हर झालीस, की भरपूर गप्पा मारून मगच जाईन."

तिनं समाधानानं डोळे मिटले. शहाण्या मुलीसारखी शांत पडून राहिली.

डॅडी आपल्या मुलीच्या पायथ्याशी बसून राहिले. संकेतनं एका खुर्चीत आसन जमवलं. मानकुँवरला कसलाही धोका उरलेला नाही, हे डोळ्यांनी पाहिल्यानंतर त्याचा मेंदू सुलटा होऊन नीट काम द्यायला लागला. मानकुँवर येऊन गेली. त्यानंतरची रतनची भेट त्याला स्पष्टपणे आठवली...

मानकुँवर गेल्यानंतर तो फारच डिस्टर्ब्ड होऊन गेला होता. सारखा तिचा व्याकूळ चेहरा डोळ्यांसमोर दिसत होता आणि तिचं बोलणं कानांत गुणगुणत राहिलं होतं. तिच्या बोलण्यावर विश्वास ठेवावा, का ती धंद्याची पॉलिसी मानावी, हेच त्याला ठरवता येत नव्हतं. पण एक मात्र नक्की– आजपर्यंत त्यानं रतनपासून काही लपवलं नव्हतं. हे मात्र तिला सांगावंसं वाटत नव्हतं. दहाच्या सुमाराला मनोहर आला. रोजच्याप्रमाणे त्यानं त्याचा डबा आणला होता. ठेवून गेला. पण काहीही खायची इच्छा होईना. अगदीच पोट रिकामं राहिलं तर अस्वस्थ व्हायला होईल, म्हणून थोडंफार खाऊन घेतलं. झटका आल्यासारखा तो कामाला बसला.

डायरेक्ट कलरिंगच सुरू केलं. बोर्डावरल्या कॅनव्हासवर नुसते कलर झिरपत राहिले. नक्की अमुक एक करावं, असं डोक्यात नव्हतं. पण दुपारी कलरिंग पूर्ण झाल्यावर बारकाईनं पाहिलं- तेव्हा लक्षात आलं. सॉलिड पॅचिंग झालं होतं. बारकाईनं पाहिलं तर स्त्रीच्या चेहऱ्याचा व्याकूळ भास निर्माण होत होता आणि दूरान्वयानंही फेसकट्स रतनशी मिळतेजुळते नव्हते.

पाचच्या सुमाराला रतन आली, तेव्हा चित्र बोर्डावरच होतं. तिनं ते

गंभीरपणे पाहिलं. म्हणाली,

"मनातला चोरटेपणा चित्रात असा उतरतो!"

"म्हणजे...?"

"संकेत, इतरांसाठी हे चित्र म्हणजे रंगांचा जल्लोश आहे; पण त्यातला मानकुँवरचा चेहरा मला स्पष्टपणे दिसतो आहे!"

"मानकुँवरचा?"

त्यानं पुन्हा एकदा बारकाईनं चित्र पाहिलं. रतन म्हणते ते खरं होतं. तो चेहरा मानकुँवरशी तंतोतंत मिळताजुळता होता. त्याच्याही आत्ताच लक्षात आलं होतं ते.

"काय म्हणत होती...?" खिन्न स्वरात तिनं विचारलं.

"कोण?"

नजरेत एकदम बदल झाला. चेहरा लाल होऊन चमकू लागला.

"संकेत, आज सकाळी आठ वाजता मानकुँवर आली होती. तू व्यायाम करीत होतास. कपडे घालून तू बाहेर आलास. साडेनऊपर्यंत तुम्ही व्हरांड्यात गप्पा मारीत बसला होता! म्हणून विचारलं, दीड तास एवढं काय बोलत होती ती?"

"रतन, तू माझ्या मिनिटामिनिटाच्या हालचालींची माहिती मिळविण्या-साठी गुप्तहेर..."

"मानकुँवर काय म्हणत होती?"

"ती जे काही म्हणाली असेल, त्याला मी जबाबदार नाही रतन. तिच्या तोंडानं ती काहीही म्हणू शकते. मी फक्त माझ्या बोलण्यावागण्याला जबाबदार आहे. आणि रतन, ती जे काही म्हणाली असेल, ते याच विश्वासानं, की मी ते तुला सांगणार नाही!" तो कधी नव्हे ते तडकून म्हणाला.

"ती जे काही बोलली, त्याला तू जबाबदार नाहीस!" थंडपणे रतन म्हणाली, "बरोबर आहे तुझं म्हणणं. पण हेही लक्षात ठेव. तिचं जे काही होईल, त्यालाही मी जबाबदार नसेन आणि तुझाही संबंध नसेल!"

"काय होईल तिचं?"

"काहीही!"

"रतन, तू खालच्या पातळीला उतरू पाहते आहेस!''

"तू अजून मला ओळखलेलं नाहीस संकेत. माझं सर्वस्व अर्पण करून मी एखाद्याला आपलं मानते, तेव्हा तो आपलाच राहावा म्हणून कोणत्याही थराला जाऊ शकते मी! तुझ्यासाठी मी संघटनेत बदनाम झाले, इंद्रजितपासून दूर झाले आणि आता एक दीडदमडीची मानकुँवर तारुण्याच्या जोरावर तुला माझ्यापासून विभक्त करू पाहत असेल, तर तिचं आयुष्य संपायला आलं आहे! मी तिला कधीच यशस्वी होऊ देणार नाही. आपला कोट आपल्याला आवडतो... तो वाळवीनं खाऊ नये, त्याला कसर लागू नये, असं वाटत असेल, तर कोटाला धक्का न लावता कीड मारली पाहिजे!''

काय बोलावं तेच त्याला सुचेना. रतन त्याला हातही लावणार नव्हती; पण मानकुँवरला मात्र धोका निर्माण झाला होता. आणि तिचा दोष काय, तर ती रतनच्या प्रियकराच्या प्रेमात पडली होती!

नाही, असं होता कामा नये! रतन नाही, पण मॅडम काहीही करू शकेल. आताची धमकी रतनची नाही, मॅडमची आहे!

"मॅडम.. एक गोष्ट मला कबूल केली पाहिजे...'' तो रूक्ष स्वरात म्हणाला, "तुमचं गुप्तहेर खातं फार जागृत आहे. पण लक्षात ठेवा, संकेतनं अजून तरी तुम्हाला धोका दिलेला नाही. केवळ संशय म्हणून एका निष्पाप पोरीचा तुम्ही बळी घेऊ शकत नाही!''

"सांगितलं ना, मी काहीही करू शकते! मानकुँवरला मी यशस्वी होऊ देणार नाही. आज तू नाही म्हणतोस, पण तुझ्यात बदल होत चालला आहे. पूर्वीसारखा तू रतनशी डिव्होटेड राहिलेला नाहीस. तुझा स्वभाव मी ओळखते संकेत. मनातले विचार चित्राच्या माध्यमातून साकार होतात तुझे. एकदा पुळ्याच्या किनाऱ्यावर तुझ्या मनावर रतन व्यापली होती. तुझ्या अस्सल प्रेमाची खूण म्हणून ते चित्र आजही मी माझ्या बेडरूममध्ये लावलेलं आहे. माझा दिवस त्या चित्राच्या दर्शनानं सुरू होतो. माझा दिवस त्याच्या दर्शनानेच संपतो! आता तुझ्या चित्रात दुसरी स्त्री डोकावलेली मला चालणार नाही संकेत! आय'ल किल हर!''

"आपण मोठ्या आहात. आपल्या हाती सत्ता आहे. आपण कोणाचंही

काहीही करू शकता मॅडम! पण माझ्यापुरतं मी सांगतो. मॅडमचे हात ज्या क्षणी मानकुँवरचे प्राण घेण्यासाठी उठतील, त्या क्षणी रतन माझ्या मनातून साफ उतरेल!''

"का, कोण लागते ती तुझी...?'' तिनं संतापून विचारलं.

"कोणीच नाही! पण रतनचे हात रक्तानं रंगले तर माझ्या मनातली तिची प्रतिमा डागाळेल, म्हणून सावध केलं मी. रतन माझी आहे. माझं तिच्यावर प्रेम आहे. आजपर्यंत तिच्या शुद्ध प्रेमाच्या आविष्कारानं मला बांधून ठेवलं आहे. याच प्रेमाची दुसरी बाजू इतकी हिडीस दिसू नये, म्हणून झटतोय मी; मानकुंवर वाचावी म्हणून नाही!''

बराच वेळ रतन जळजळीत नजरेनं त्याच्याकडे पाहत राहिली. मग ज्वलंत चितेच्या ज्वाला विझत जाऊन खाली उदास राख उरावी, तसा तिच्या डोळ्यांतला अंगार विझला, डोळ्यांत करुण भाव खाली उरले.

त्याला तिच्या अवस्थेचं फार वाईट वाटू लागलं. तिच्या डोळ्यांत तरळणाऱ्या पाण्याकडे पाहवेना.

अरे, सिंहिणीची जात हिची! आपण... आपल्या प्रेमानं गरीब, केविलवाणी गाय करून टाकलं हिला! आपल्यासाठी कुठून कुठे आली ही! आणि आता हा मानकुँवरकडे आकर्षित होतो म्हटल्यावर किती जखमा होत असतील हिच्या हृदयाला! एका सिंहिणीनं किती लाचार व्हायचं?

त्यानं तिला आपल्या दिशेनं ओढली. तिचे खांदे धरून तो तिच्या डोळ्यांतल्या अथांग आर्ततेत खोलवर बुडून गेला. तीही एकटक त्याच्याकडे पाहत होती. ओठ विलग झाले हाते. नाकपुड्या थरथरत होत्या. सारा चेहराच कारुण्याचं प्रतीक होऊन गेला होता.

"रतन...''

त्याची प्रेमळ स्वरातली साद ऐकून तिचे बांध फुटले. त्याला बिलगून ती रडू लागली. म्हणाली,

"नको संकेत. नको असा अंत पाहूस! तुझ्यासाठी मी प्राण देऊ शकते, तसे खरंच घेऊही शकते! इंद्रजित दुरावला.. इतके कष्ट घेऊन, पैसे खर्च करून तुला श्रेष्ठत्व दिलं. सर्वस्व मानलं. सगळंच गमावून मी मूर्ख कशी

ठरू? तुझ्या मनात दुसऱ्या स्त्रीचे विचार आले, तरी माझा मनावरचा ताबा सुटेल. स्वभावातला सारा क्रूरपणा उफाळून येईल. रागाच्या भरात हातून काहीतरी वाईट होऊन जाईल. नि ते तुझ्या प्रेमापोटी आहे हे विसरून तू मलाच दोष देशील! नको मला असं अपयश देऊस. हवं ते हिसकावून घेण्याची खरंतर माझी वृत्ती, पण तुझ्याच बाबतीत हा अपवाद. मी पाया पडते, भीक मागते. माझं प्रेम माझ्यापासून हिरावून घेऊ नकोस!''

तिच्या याचनेनं त्याचं अंत:करण कळवळलं. तडफडलं. सर्व बाजूंनी तिला आपल्या शरीराशी बांधून टाकत तो बेभान स्वरात म्हणाला, ''रतन, मी तुझाच आहे. कोणी मला तुझ्यापासून हिरावून घेऊ शकत नाही. पण मानकुँवर भोळी आहे. अजाण आहे. आपण कोणाशी अयशस्वी टक्कर घेतोय, तिला कळत नाहीये. तिनं कितीही प्रयत्न केले, तरी करू देत. तिच्या वाटे जाऊ नकोस, मला दु:ख होईल.'

आणि इतकं सांगूनही आज मानकुँवर हॉस्पिटलमध्ये अगतिक होऊन पडली होती. रतननं आपला शब्द पाळला नव्हता. या प्रकारामागे तिचा हात होता, यात संकेतला कसलीही शंका नव्हती. भीती व्यक्त केल्याप्रमाणे तिनं आपला क्रूरपणा सिद्ध करून दाखवला होता. मानकुँवरच्या बाबतीत ही दुर्घटना घडावी, याचं त्याला वाईट वाटत होतं. त्याहीपेक्षा कितीतरी पटींनी याचं कर्तेपण रतनकडे असावं, याचं दु:ख अधिक होतं. तिला अपघात घडवून रतन थांबली नव्हती; तर तिला कोणत्याही हॉस्पिटलात दाखल करून घेतलं जाऊ नये, म्हणूनही तिनं निकराचे प्रयत्न केले होते.

हृदयावर दगड ठेवून, कोणत्याही भावनेच्या आहारी न जाता निर्णय घेण्याची वेळ आली होती!

दुपारी दोन वाजता मानकुँवर ताजीतवानी होऊन जागी झाली. तोपर्यंत संकेत आणि डॅडी तिथेच बसून होते. विचार करायला संकेतला भरपूर वेळ मिळाला होता आणि मनाचा ठाम निर्णय झाल्याने आता तो बराच शांत झाला होता.

''माना.. आता कसं वाटतंय?''

''जाग आल्या आल्या सोनेरी सूर्याचं दर्शन झाल्यासारखं प्रसन्न!''

ती हसून म्हणाली.

"डोकं वगैरे दुखतंय?"

"दुखतंय, पण पर्वा करण्याइतकं नाही. बोलू नक्की शकते मी!"

"गुड, ॲक्सिडेन्ट कसा झाला सांगता येईल?"

मानकुँवरनं शुष्क ओठांवरून जीभ फिरवत आपल्या डॅडींकडं पाहिलं. त्यांनी मंदपणे हसून मान डोलावली. नर्सकडून एक ग्लास पाणी पिऊन ती म्हणाली,

"सांगते. पण तू किंवा डॅडींनी मला रागवायचं नाही!"

"समज, तू रागावण्यासारखं काही केलं असलंस, तरी रागावण्याची ही वेळ नाही. संधीचा फायदा करून घे."

"मी तुला भेटून गेले ना, त्याच्या दुसऱ्या का तिसऱ्या दिवशी 'आर्ट-वर्ल्ड' ला मिसेस मोजीन्दरांचा मला फोन आला होता. फोनवर त्यांनी मला खूप धमक्या दिल्या. विचारलं, 'तुझे अन् संकेतचे संबंध कुठपर्यंत आले आहेत?' मी पण चिडून काहीतरी उत्तर दिलं. आम्ही एकमेकांवर प्रेम करतो, असं सांगून टाकलं. तर त्या म्हणाल्या, 'तरीच! तो हल्ली तुझी स्मृतिचित्रं काढतो! पण लक्षात ठेव, संकेत माझा आहे. त्याला मी घडवला आहे. त्याच्यावर मी हजारो रुपये खर्च केले ते त्याचा फायदा 'आर्ट-वर्ल्ड' ला मिळावा म्हणून नाही. त्याला माझ्यापासून तोडायचा कोणी प्रयत्न केला, तर त्याचे हातपाय तुटल्याशिवाय राहणार नाहीत! मी म्हटलं, 'मला कशाला धमकी देता? तुमचा संकेत काही दूधपिता बच्चा नाही. त्याचं त्याला भलंबुरं कळतं. तो अन् मी ठरवू आमचे संबंध कसे असावे ते तुम्ही त्याच्या गार्डियन का बनता?' तर चिडून म्हणाली, 'यू शटअप! संकेतची मी कोणीही असेन. तो माझा कोणीही असेल! तू यापुढे त्याला भेटायला जाणार नाहीस!' मी म्हणाले, 'मी जरूर जाणार! संकेत म्हणाला, येऊ नकोस, तर गोष्ट वेगळी.' मॅडमनं मग मला शेवटची वॉर्निंग दिली की, 'तू सहार रोडला पुन्हा दिसलीस तरी मी तुला उडवीन.' मीही हट्टाला पेटून त्यांना सांगितलं, की 'मी जरूर जाणार. काय करायचं ते करा तुम्ही. घ्या. उलट मीच तुम्हाला संधी देते! पाहू तुमची हिंमत! येत्या शनिवारी सकाळी मी लोकलनं अंधेरीला

जाणार आहे. तिथून पायी संकेतकडे जाईन. उडवा मला!''

''तुला कोणी...''

''हंऽ हंऽऽ! रागवायचं नाही असं आधीच ठरलं आहे, संकेत!''

''अगं,'' डॅडी समजावणीच्या स्वरात म्हणाले, ''पण तुझं काही काम होतं का?''

''होतं. संकेतनं माझं चित्र खरंच काढलं आहे का, मला पाहायचं होतं.''

''मग कार घेऊन जायचंस.''

''काय म्हणून? जिवंत आहे नि संकेत मला येऊ नको असं सांगत नाही तोपर्यंत मी कशीही त्याच्याकडे जाणार! ही कोण मला अडवणार? आज मोटरसायकलचा डॅश मारला.. उद्या विमान अंगावर घाल म्हणावं! पण मी जाणार! जात राहणार!''

डॅडींनी अगतिकपणे खांदे उडवले. संकेत गंभीर झाला. म्हणाला,

''डॅडी, या क्षणापर्यंत माझा निर्णय होत नव्हता. मानाला ॲक्सिडेन्ट झाल्याचं समजलं, तेव्हा मनाची चलबिचल सुरू झाली. आणि आता सगळं ऐकल्यावर मनाला कोणतेही कष्ट न देता मी निर्णय घेतला आहे.''

मानकुँवर मोठे डोळे करून त्याच्याकडे पाहू लागली. तिच्या श्वासांची गती वाढली. डॅडी त्याच्याकडे पाहू लागले. संकेत म्हणाला,

''माझं तुमच्या मुलीवर प्रेम आहे. तिच्यासाठी मी 'आर्ट-वर्ल्ड' मधे यायला तयार आहे!''

डॅडींनी शॉक बसल्याप्रमाणे संकेतकडे पाहिलं.

''संकेत, तू 'आर्ट-वर्ल्ड' मधे येणं हा मी संस्थेचा बहुमान समजतो. त्यात माझा आहे तसाच तुझाही फायदा आहे. कशाला, याचसाठी माझे प्रयत्न चालले होते. पण बदलत्या धोकादायक परिस्थितीचा तू विचार करावास. रतन मोजीन्दरा दुखावल्या गेल्या आहेत. त्यांना तू आणखी जखमी करू नयेस, असं मला वाटतं!''

''डॅडी, मी रतनला बांधील राहण्याचं वचन दिलं होतं. आजच्या घटनेनं मी त्या वचनातून मुक्त झालो आहे. 'आर्ट-वर्ल्ड' ला संकेत हवा की नाही, हे तुम्ही ठरवा. मी रतनची संघटना सोडली आहे!''

"ओ के. लेट अस पार्ट विथ गुड टर्म्स. मी त्यांच्याशी बोलतो. अर्थात त्यांच्या कोणत्याही अटी मान्य करून मी तुला 'आर्ट-वर्ल्ड'ला घ्यायला तयार आहे. तरीही बोलणी अशासाठी, की त्यांनी असं म्हणू नये- 'आर्ट वर्ल्ड' नं आमचा आर्टिस्ट फोडला!"

संकेतनं हसून मानकुँवरकडे पाहिलं. इतका वेळ ती टक लावून त्याच्याकडे पाहत होती. पण त्याचं लक्ष जाताच तिनं चेहऱ्यावर हातांची ओंजळ धरली. "माना... खूष ना आता तू?" डॅडींनी संकेतला डोळा मारत तिला विचारलं.

"ओऽ डॅडीऽऽ! आजचा ॲक्सिडेन्ट हा माझ्या आयुष्यातला सर्वांत मोठा शुभशकुन मानते मी! मिसेस मोजीन्दराची त्याबद्दल मी आजन्म ऋणी राहीन!"

संकेत प्रसन्न हसला. मनातली वादळं त्याच्या चेहऱ्यावर मुळीच दिसत नव्हती, इतकंच!

◆◆◆

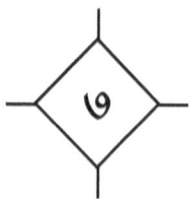

७

हॉटेल 'गे कलर्स' चा छोटा कॉन्फरन्स हॉल. वीस माणसं मावू शकतील असा. एका बाजूला संकेत. त्याच्यासमोर रतन. उजव्या हाताला शैलेंद्रसिंग आणि मानकुँवर झा. डाव्या हाताला दोन्ही पक्षांचे साक्षीदार म्हणून विश्वासू वकील. व्हिस्कीचे दोन राउंड्स नि:शब्द पार पडले. जो तो आपापल्या विचारात हरवलेला. एकमेकांचा अंदाज घेण्यात मग्न. रतन आज प्युअर सिल्कची लाल काठवाली पांढरीशुभ्र साडी नि पांढरा ब्लाउज असा सौम्य वेष करून आली होती. तिच्या चेहऱ्यावर अमाप गांभीर्य होतं. डोळ्यांत सर्वस्व बुडाल्याची खिन्नता.

संकेतकडे पाहत असताना तिच्या नेत्रांत पाणी तरारल्यासारखा भास व्हायचा. दुसऱ्या क्षणी ती स्वत:ला सावरण्यासाठी ग्लासात बुडून जायची. संकेतची स्थिती तर तिच्याहून वाईट होती. रतनच्या हृदयावर केलेल्या वारांच्या जखमा त्याच्या स्वत:च्या हृदयावर झाल्या होत्या. तिचा उदास-उदास हरवलेला चेहरा पाहून त्याला भडभडून येत होतं. मनाची कालवाकालव होत होती. सारखं वाटत होतं, मीटिंग-बीटिंग काही नको. सगळं कॅन्सल करून, सरळ मानकुँवरची क्षमा मागून, रतनबरोबर निघून जावं. तिच्या बेभान मिठीत स्वत:ला कायमचं सुरक्षित करून टाकावं. शी हॅज डन अ लॉट! प्रत्येक क्षण आपल्यासाठी जगली आहे ती. आणि आपण मात्र तिला तिच्या एका चुकीचं इतकं मोठं प्रायश्चित्त देत आहोत! आणि पुन्हा गुन्हाही आपल्यावरल्या

नितान्त प्रेमापोटी घडलेला! चांगलं नाही हे. आपली ही वृत्ती स्वार्थीपणाची निर्देशक आहे. खूप काहीतरी चुकतं आहे आपल्या हातून. कशाच्या तरी प्राप्तीच्या बदल्यात, खूप दुर्मीळ असं काहीतरी कायमचं गमावलं जातं आहे.

मानकुँवरला आज विजयाची पूर्ण खात्री होती म्हणून आणि तिला हवं होतं तेच घडत होतं म्हणूनही... ती या वादळाच्या कक्षेबाहेर शांत, प्रसन्न होती. तिला दोघांच्या मानसिक पडझडीची जाणीवही नव्हती. तिच्या लेखी एक दुष्ट होतं; एक सुष्ट. अंतिम क्षणी सुष्टाचा विजय होत होता. दुष्टाला त्याच्या पूर्वकर्माची फळं भोगावी लागत होती.

शैलेंद्रसिंग झांना साधारणत: संकेत आणि रतनच्या संबंधांची कल्पना होती. त्यामुळे, त्यांच्या मनाच्या अवस्था ते जवळपास जाणू शकत होते. पण या क्षणी ते 'आर्ट-वर्ल्ड' च्या फायद्याचा नि लेकीच्या आवडीचा सौदा करायला बसले होते. दुसरी पार्टी काय गमावते, याचा विचार करण्याचं त्यांना काहीच कारण नव्हतं. सर्व दृष्टींनी सौदा त्यांच्या फायद्याचा होता. त्यांना इतकंच पुरेसं होतं.

तिसऱ्या राउंडच्या सुरुवातीलाच रतननं संकेतकडे पाहिलं. तिच्या नजरेला नजर देताना तो सटपटला. हसून ती म्हणाली,

"घ्या मिस्टर जोशी... आपली ही गुडबाय पार्टी आहे. पुन्हा केव्हा एकत्र येऊ.. न येऊ! या पार्टीची आठवण कायम राहयलाच हवी!"

"रतन..."

"माइन्ड युवर टंग.. से 'मॅडम!' " रतन करारी स्वरात म्हणाली. संकेतही काही कमी नव्हता. मुद्दाम रूक्षपणे म्हणाला.

"मिसेस मोजीन्दरा.. आपण एकमेकांवर भावनिक प्रहार करण्यापेक्षा मुद्द्याचं बोलू या."

"आज तुम्ही बोलायचंय जोशीसाहेब." रतन अतिशय कडवट आवाजात म्हणाली, "चार वर्षापूर्वी आम्ही तुम्हाला टॅक्सीत घालून आमच्या प्लॅटवर बोलावून घेतलं, तेव्हा तुम्ही कोणीच नव्हता! तेव्हा आम्ही खूप बोललो होतो. आज आम्ही तुमच्या बोलवण्यावरून इथे आलो आहोत. आम्ही आज कोणी नाही. म्हणून तुम्ही बोला!... ऐकू आम्ही!"

तिच्या बोलण्यातला स्वत:चा परका उल्लेख.. वर्तमानकाळाविषयीची उदासीनता पाहून संकेत तडफड-तडफड तडफडला. टर्रकन छातीचं आवरण फाडून हृदय थेट रतनच्या पायावर पडणार, असं वाटू लागलं.

"रतन, काय मांडलं आहेस तू हे? तू म्हण मी ही बोलणी थांबवून परत तुझ्याबरोबर येतो." तो अगदी उत्कटतेनं म्हणाला.

शैलेंद्रसिंगांनी चमकून संकेतकडे पाहिलं. मानकुँवरचा चेहरा गोरामोरा झाला.

"नाही संकेत.. एकदा केलेली चूक मॅडम पुन्हा करणार नाही! बोलणी होतील, जरूर होतील. पाहू तरी मी तयार केलेल्या आर्टिस्टची 'आर्ट-वर्ल्ड' किती किंमत करतं!"

रतननं आवेगानं ग्लास तोंडाला लावला. गटगट-गटगट पिऊन संपवला. चेहऱ्यावरचा घाम टिपण्याच्या निमित्तानं डोळेही पुसून घेतले.

"मिसेस मोजींदरा," झा गंभीर स्वरात म्हणाले, 'आर्ट-वर्ल्ड' ची परीक्षा तुम्ही घेऊ नका. मनात आणलं तर ती 'फूटपाथ संघटने' चे सर्व आर्टिस्ट मॅडमसकट खरेदी करू शकेल! यू गो ऑन टॉकिंग कंडिशन्स.. आय'ल ॲक्सेप्ट द टर्मस ऑन बिहाफ ऑफ 'आर्ट-वर्ल्ड!' "

"संकेत, तुझ्या संदर्भात अशी बोलणी करताना माझ्या खरंच जिवावर येतं. पण तूच स्वेच्छेनं ही परिस्थिती निर्माण केली आहेस. आय ॲम सॉरी." ती कष्टी स्वरात म्हणाली. मग झांकडे वळत तिनं बोलायला सुरुवात केली

"झा साहेब, ह्याला मी फुटपाथवरून उचलला, तेव्हा रोजी पंधरा-वीस रुपयांत स्वत:चं समाधान करून घेणारा हा सामान्य चित्रकार होता. मी एकदा ह्याचं चित्र पाहिलं. ह्याच्यातलं असामान्यत्व ओळखून ह्याला आश्रय दिला. ह्याला चित्रकलेचं शिक्षण दिलं. इंग्लिश बोलण्याचा चांगला सराव दिला. मोठमोठ्या हॉटेल्सचे मॅनर्स शिकवले. आज त्याचं रूपांतर एका राजहंसात झालं आहे. त्यामागे माझी फुल्ली डिव्होटेड अशी चार वर्षे आहेत! आता मला सांगा. या माझ्या चार वर्षांची किंमत 'आर्ट-वर्ल्ड' किती करतं?" तिचा प्रत्येक शब्द संकेतच्या हृदयावर चाकूच्या सपकाऱ्यासारखा बसत होता. रतनकडून त्याला या चार वर्षांच्या हिशेबाची कधी अपेक्षा

नव्हती. पण ती म्हणत होती तेही अक्षरशः खरं होतं. 'आर्ट-वर्ल्ड' ला सामील होण्याचा निर्णय घेऊन त्यानं तिच्या आयुष्यातली चार वर्षंच निरर्थक करून टाकली होती. तन-मन-धनाने तिनं केलेला त्याग त्यानं मातीमोल ठरवला होता. म्हणूनच तिच्यावर अशी व्हॅल्युएशनची पाळी आली होती.

"तुमच्या या चार अमोल वर्षांची किंमत करणं कोणालाच शक्य नाही मिसेस मोजींदरा." झा विचारपूर्वक एकएक शब्द निवडत म्हणाले, "कोणत्याही सृजनाची... निर्माणाची अशी किंमत करता येत नसते. आई नऊ महिने मुलाचा गर्भ रक्ताचं पाणी करून पोसते. या नऊ महिन्यांची किंमत काय? ती त्याच्या लहानपणी त्याच्या साऱ्या खस्ता काढते, प्रसंगी जिवाचं रान करून त्याला वाढवते. त्या कष्टाचं, त्यागाचं मोल कसं करणार? उद्या लग्न झाल्यावर मुलगा वेगळा राहतो म्हणाला, तर आईनं सुनेकडून या साऱ्याचे किती पैसे मागायचे? अशा प्रसंगी आईनं जो विचार करायचा असतो, तोच तुम्ही करायचा आहे! नऊ महिने गर्भ उदरात वाढवून मुलाला जन्म देण्याच्या बदल्यात ती आई बनलेली असते. अपमृत्यूपासून मुलाचं रक्षण करीत असतानाच ती त्याच्याकडून ऐकायला मिळणाऱ्या बोबड्या बोलांची, त्याच्या कोवळ्या स्पर्शाची अनुभूती टिकवून धरीत असते."

"आणि मोठं झाल्यावर मुलानं आपल्याला लाथ मारू नये, अशीही तिची अपेक्षा असते." रतन तीव्र स्वरात म्हणाली, "झा साहेब, ही डीलिंग-कॉन्फरन्स आहे; मॉरल सायन्सची सभा नाही."

शैलेंद्रसिंगांनी शांतपणे आपली ब्रीफ-केस उघडली. रतनसमोर ठेवली.

"मॅडम, या रकमेत सौदा तुटेल, अशी माझी अपेक्षा आहे."

"किती आहेत?"

"तीन लाख!"

"आणि यापुढे मी जे मिस करणार आहे, त्याची किंमत?"

संकेत गोठल्या मनाने सगळं ऐकत होता. त्याच्या तरारू लागलेल्या मेंदूत साहीरच्या ओळी घुमत होत्या.

"मैंने जो गीत तेरे प्यार के खातिर लिखे
आज उन गीतों को बाजार में ले आया हूँ...

...आज चाँदी के तराजू मे तुलेगी हर चीज
मेरे अफकार, मेरी शायरी, मेरे अहसास!

साहीरला त्या गीतांचा फिल्मी सौदा करताना ज्या यातना झाल्या असतील, त्याच संकेत या क्षणी आपल्या कलेचा सौदा होताना पाहून अनुभवीत होता. झा साहेबांनी कोटाच्या खिशातून चेक-बुक काढलं. कोऱ्या चेकवर फर्राटेदार सही केली. काही न बोलता चेक रतनच्या हातात दिला.

"वा शैलेंद्रसिंगजी! आपण खरोखरच कदरदान आहात. संकेतची योग्य किंमत कळलेली आहे आपल्याला!" रतन चेकवरची सही पाहत म्हणाली, "आता आणखी एकच उपकार माझ्यावर करा."

"बोला मॅडम."

"एक पंधरा-वीस मिनिटासाठी मला संकेतशी एकान्तात बोलण्याची परवानगी द्या. अर्थात त्याची तयारी असेल, किंवा तुमची हरकत नसेल तरच! तो आता तुमचा माणूस आहे. दुसऱ्याची माणसं त्यांच्या नकळत फितवण्याची पद्धत नाही माझी!"

हा टोमणा आपल्यासकट 'आर्ट-वर्ल्ड' ला आहे, हे झांनी लगेच ओळखलं. पण ते काही बोलले नाहीत. थोडक्यात मिटत असताना वाद घालण्याची वृत्ती नव्हती त्यांची. रतनचं बोलणं मानकुँवरला झोंबलं होतं. काहीतरी खरमरीत उत्तर देण्याच्या तयारीत होती ती. पण त्यापूर्वीच झा म्हणाले,

"संकेत, आम्ही सगळे वेटिंग हॉलला आहोत. तुमचं बोलणं झालं, की निरोप पाठव."

डॅडी उठले, तशी मानकुँवरही उठली. जळजळीत नजरेनं रतनकडे पाहत बाहेर गेली. त्यांच्या पाठोपाठ दोन्ही पक्षांचे वकीलही गेले. हॉलमध्ये एक लंबुळकं टेबल; एका टोकाला रतन... दुसऱ्याला तो.

"आपल्यातलं हे अंतर कायम राहणार, हे आता मलाही कळून चुकलं आहे संकेत." ती गंभीर स्वरात म्हणाली, "पण ही फाळणीपूर्वीची शेवटची भेट आहे. शेवटचं तरी माझ्याजवळ बैस."

ओठांशी आलेला हुंदका परतवून, मोठा निःश्वास टाकत त्यानं

कोंडलेला श्वास सोडला. उठून तिच्या शेजारच्या तिरप्या खुर्चीत बसला. तिनं झटकन त्याचे हात हातांत घेतले. डोळ्यांवर घेऊन ती रडू लागली. आपण मेलो आहोत, नि आता आपण पुन्हा दिसणार नाही, म्हणून रतन रडतीय... असं काहीतरी फीलिंग येऊन त्याच्या मनावरलं दडपण वाढू लागलं. पण तिची समजूत घालायला त्याच्यापाशी शब्द नव्हते. तिनं मानकुँवरवर भाडोत्री हल्ला करवून जो क्रूरपणा दाखवला होता, त्यापेक्षा तिच्यावर असे वार करून आपण कितीतरी पटीनं मोठा क्रूरपणा केला आहे, हे त्याला आता जाणवत होतं.

थोड्या वेळानं ती एकदम रडायची थांबली. रुमालानं डोळे टिपत म्हणाली, ''बघ, रतननं मॅडमवर विजय मिळवला ऐन वेळी! परक्यासमोर रडायचं नसतं, याचं भानच नाही राहिलं! चार वर्षांसारखीच ही पाच मिनिटंही उगाच धुळीला मिळाली!''

''रतन.. माझं काय चुकलं नि मी काय गमावलं, ते माझं मलाच कळत नाहीये.'' तो कळवळून म्हणाला, ''मी लहान आहे रतन. माझा निर्णय चुकीचा असेल, तर मला सल्ला दे... त्यापासून परावृत्त कर! हवंतर संघटनेचे नियम राबवून मला शिक्षा दे. पण... पण रतन, अशी परकेपणानं वागू नकोस गं माझ्याशी! निर्वाणीचं बोलू नकोस.''

''निर्वाण? आता फक्त महानिर्वाण राहिलं संकेत. तुझ्या फितुरीनं जीवनाची सारी उमेदच कोसळून पडली. मॅडम जखमी झाली संकेत. आणि आज तुझी रतन विधवा झाली! तू सुखी आहेस ना?''

रडू आवरणं त्याला कठीण जाऊ लागलं.

''संकेत, फार फार आशा बाळगल्या होत्या तुझ्याकडून मी. खूप मोठी स्वप्नं पाहिली होती. आता त्या स्वप्नांप्रमाणे तू मोठा होशील, पण शेजारी तुझी रतन नसेल! तुझ्या खांद्याला खांदा लावून तुझ्या यशाची वाटेकरी म्हणून कोणी परकी मानकुँवर उभी असेल. रतन लांबून कुठेतरी गर्दीतला एक ठिपका बनून तुझं कौतुक डोळे भरून पाहत असेल!'' पुन्हा तिला हुंदका दाटून आला. पिळवटून रडत तिनं विचारलं,

''माझं काय चुकलं होतं संकेत? माझ्या कोणत्या अपराधाची सजा

म्हणून तू माझं हृदय अर्धवट तोडून ते लोंबकळत सोडून दिलंस?''

''प्लीज... रतन प्लीज.. ही कॅश नि तो चेक झा साहेबांना परत दे. मी परत तुझ्याकडे येतो.''

ती जोरजोरात नकारार्थी मान हालवत राहिली.

''आता नाही. मी तुला पुन्हा संघटनेत पाऊल ठेवू देणार नाही. दोनदा - तीनदा विनवण्या केल्या होत्या मी. स्वाभिमान विसरून तुझ्या पाया पडले होते, रडले होते. तुला पाझर फुटला नाही. आता पुन्हा तीच ॲडजेस्टमेंट मी करणार नाही. मॅडम मरेल; पण संकेत पुन्हा तिच्याजवळ फिरकणार नाही!''

''का, असं का रतन? एकदा चूक झाली-''

''चूक तुझी झाली नाही संकेत, माझी झाली होती. मी तुझ्या प्रेमानं आंधळी झाल्यामुळे मला तुझ्या स्वभावाचं अचूक मूल्यमापन करता आलं नव्हतं. मी या भ्रमात होते, की मी तुला माझ्या पाशात ओढते आहे. पण त्याच वेळी तुझेही पाश माझ्याभोवती भक्कम विणले जात होते. तुझ्यापेक्षा मी अधिक गुंतले म्हणून एवढी तडफड सहन करावी लागली संकेत. आता पाश तूच तोडून टाकल्याने अवती-भवती पाहता तरी येतं. चार वर्षांचं सिंहावलोकन अलिप्तपणे करता येतं.''

''रतन-''

''मी हे चिडून बोलत नाही संकेत. वाटलं ते सांगतीय. तू परत येऊ नकोस म्हणण्यामागचं कारण इतकंच, की वैयक्तिक बांधीलकी तुझ्या स्वभावातच नाहीये! भेटणाऱ्या प्रत्येक व्यक्तीचा संबंध तू फक्त मिळणाऱ्या संधीशी जोडतोस. माझ्याकडे तू टिकून राहिलास; कारण ही संधी तुला उशिरा मिळाली. दोन वर्षांपूर्वी झा तुला भेटले असते, तर दोन वर्षांपूर्वी तू निघून गेला असतास. आणखी दहा वर्षांनीही काही फरक पडला नसता. चार वर्षांचे संबंध स्वत:च्या स्वार्थासाठी आज तू जितक्या सहजपणे तोडलेस, तितक्याच सहजपणे चौदा वर्षांचे संबंधही तू तोडले असतेस. ही तुझ्या स्वभावाची घडण आहे संकेत. कारण तू अतृप्त कलाकार आहेस. या स्वभावापायी माणसं जखमी करण्याचा दोष तुझ्या माथी वारंवार येईल.

याचीच चांगली बाजू म्हणजे तू सतत प्रगती करीत राहशील. माझी खात्री आहे, आज केवळ 'आर्ट-वर्ल्ड' आणि तारुण्यानं रसरसलेली मानकुँवर या दोन संधींच्या मोहापायी तू तुझ्यावर प्राणापलीकडे प्रेम करणाऱ्या रतनला निर्दयपणे ठोकरलं आहेस. त्याच निर्दयपणे पुढच्या संधीसाठी तू 'आर्ट-वर्ल्ड' आणि कुँवरला धोका देशील!'' बोलून बोलून तिला दम लागल्यानं दोन्ही ग्लासांत व्हिस्कीचे पेग्ज तयार केले. एका दमात अर्धा ग्लास रिकामा करून ती म्हणाली,

''एका परीनं हे चांगलं नाही संकेत. शेवटी एक क्षण असा येईल, की तू जागतिक कीर्तीचा महान कलाकार नि अत्यंत धोकेबाज माणूस म्हणून प्रसिद्ध असशील. तुझ्याभोवती तेव्हा एकही तुझं मायेचं माणूस नसेल. कोट्यवधी लोक तुला आदरानं ओळखत असतील, आणि एवढ्या मोठ्या प्रचंड जनसागरात तू एकटा असशील!''

ती कळवळून बोलत होती. शब्दा-शब्दाला त्याचा जीव निराशेच्या प्रचंड खाईत खोल खोल जात होता. सर्व बाजूंनी गुरुत्वाकर्षणाच्या कक्षा सुटल्यासारखं आधारहीन... पोकळ वाटत होतं.

''असो.'' ती हसून म्हणाली, ''सगळं होऊन गेलं आहे. आता उगाच बोअर करीत नाही. तू यशस्वी हो. नाव मिळव. मी लांबून सारं पाहत असेन. पण परत मात्र माझ्याकडे कधी येऊ नकोस. तुझं जाणं मी कसंतरी सहन करणार आहे. तुझं परकं होऊन येणं काही मला सहन होणार नाही. तू पुळ्याला काढलेलं माझं चित्र तेवढीच तुझी आठवण माझ्याकडे आहे. ती तेवढी राहू दे!''

हसता हसता पुन्हा तिच्या डोळ्यांत पाणी अगदी काठोकाठ भरून आलं.

''आता बोलवत नाही. हे शेवटचं सांगते. संकेत, तुला जवळ करण्यात सुरुवातीला माझ्या मनात फक्त स्वार्थाचेच विचार होते. पण तुझ्यावर प्रेम जडल्यावर मी तुझं सारं काही निरपेक्षपणे केलं होतं. निःसीम प्रेम केलं तुझ्यावर मी. चार वर्षांत तुझ्याकडून जे प्रेमाचे, सुखाचे क्षण भरभरून प्राप्त झाले, त्याबद्दल मी आजन्म तुझी ऋणी आहे. डॅडी-झा साहेब म्हणाले ते

खरं आहे. एकासाठी केलेला त्याग हाच दुसऱ्या बाजूनं आपलं समाधान असतं. वुई ऑलवेज गेन व्हाइल स्पेन्डिंग. तुझं प्रेम नि या जखमा हीच माझी चार वर्षांच्या बलिदानाची किंमत समजते मी! ही कॅश नि हा चेक हे मी 'आर्ट-वर्ल्ड' कडून सौद्यात मिळवलं होतं. माझी शेवटची भेट म्हणून मी हे सगळं तुला देत आहे!''

हातातला ग्लास रिकामा करून ती उठली. तो उठला.

''रतन...''

त्यानं हात पसरले. ती त्याच्या मिठीत शिरली. आवेगानं दोघांचे ओठ एकमेकांत मिसळले गेले. शरीरं एकजीव झाली.

''रतन, मी परत तुझ्या दाराशी आलो, तर तू खरंच माझं तोंडही पाहणार नाहीस?'' त्यानं काकुळतीला येत विचारलं.

ती त्याच्या केसांतून हात फिरवत प्रेमळपणे हसली. म्हणाली,

''थकल्याची जाणीव झाली संकेत आता. नको मोहात पाडूस!''

तिचं ते हसणं... तो स्पर्श...

रतनाचाही स्पर्श नव्हता तो, नि मॅडमचा तर त्याहून नव्हता! संकेतला त्या स्पर्शानं मरणोन्मुख आईच्या स्पर्शाची आठवण झाली होती.

''रतन...''

''इट्'स ऑल राइट. मी तोल जात असला, तरी चालू शकते. यापुढे स्वतंत्रपणे चालण्याची सवय करायला हवी ना... गुडबाय संकेत! विथ ऑल विशेस-''

रतन... मॅडम.. मिसेस मोजीन्दरा.. का आई?

कोण, आता आपल्या आयुष्यातून कायमचं गेलं तरी कोण?

थोड्या वेड्यावाकड्या चालीने, पण ताठपणे रतन निघून गेली.

टेबलाच्या आधाराने उभा राहून तो कळवळून रडू लागला.

पण हाही धक्का त्यानं पचवला. त्रास खूप झाला. खूप मानसिक पडझड झाली. मनोव्यापार विस्कळीत झाले. पण कोणतीही गोष्ट मनाला कायमची लावून घेऊन खचून जाणे, हा त्याचा स्वभावच नव्हता. प्रत्येक

आघात झेलताना त्याच्या मनाची पूर्वीही राखराख झाली होती, नि प्रत्येक वेळी तो फिनिक्स पक्ष्याप्रमाणे नव्या उभारीनं नव्या आकाशात झेपावला होता. याही वेळी तसंच झालं. पण मन कुठेतरी अधू राहून गेलं, हे मात्र खरं! कारण, आजपर्यंतचे आघात दैवी होते; या वेळी आघातामागचे हात त्याचे स्वतःचे होते. मानकुँवरचं प्रेम लाभत असतानाच, आपण रतनच्या प्रेमाला मुकलो, तिच्या प्रेमाशी आपण प्रतारणा केली, तिचा विश्वासघात केला, हे त्याला विसरता आलं नव्हतं.

मनाचे व्यापार सुरळीत होऊन पुन्हा माणसांत यायला त्याला सहा महिने लागले. पण डॅडी आणि मानकुँवर दोघांनीही या काळात दाखवलेली सहनशीलता, चिकाटी अतिशय दांडगी होती. निमूटपणे त्यांनी त्याचे सगळे मूड्स सांभाळले होते. त्याच्यासमोर रतनचा, वा त्या अप्रिय घटनेशी संबंधित कोणताही विषय न काढण्याची समयसूचकता दाखवली होती. झोपण्याचे तास सोडले, तर मानकुँवर सतत त्याच्या सेवेला हजर होती. आणि तिच्या सहवासानेच त्या कोसळीतून बाहेर पडणं त्याला शक्य झालं होतं.

मलबार हिलवर झा साहेबांचा मोठा बंगला होता. मागच्या आउट-हाउसच्या दोन खोल्या संकेतला सोय म्हणून देण्यात आल्या होत्या. पण तो आल्यापासून खोल्यांची शान बंगल्यातल्या हॉलपेक्षाही अधिक होती. त्याच्या सुखसोयींमध्ये झा साहेबांनी कोणतीही उणीव ठेवली नव्हती.

एक दिवस सकाळी सकाळी मानकुँवर संकेतला उठवण्यासाठी आउट-हाउसला आली. तिच्या हातात चहाचा ट्रे होता. समोर लक्ष जाताच ती मधेच थबकली.

संकेत बागेत आरामात हिंडत होता आणि तोंडानं कुठलंसं गाणं गुणगुणत होता.

''संकेत-''

तिची हाक येताच तो एकदम मागे वळला. सूर्यफुलासारखा टवटवीत हसला.

''हाऽय मान भंवरजी! उठवायला आली होतीस ना?'' तिच्या दिशेनं येत त्यानं हसून विचारलं.

"हो. पण, 'मानभंवर' ही काय भानगड आहे? आणि तू इतक्या सकाळी कसा उठलास?" तिनं चक्रावत विचारलं.

"माना, मी झोपलो असेन तर उठायचा सवाल येतो ना?"

"म्हणजे?"

"रातभर हम सोयेही नहीं!"

"का, काही होत होतं का?" तिनं काळजीच्या स्वरात विचारलं.

"हां. वेदना होत्या."

"मग, मला नाही उठवायचं?"

"तू काय करणार होतीस?"

"मी, मी तुझ्या साऱ्या वेदना ओठांनी शोषून घेतल्या असत्या!" ती खाली मान घालत म्हणाली.

"दॅट्स इट. म्हणूनच तुला उठवलं नाही मी! वेदनांचा योग्य निचरा झाला आहे."

"संकेत-"

"तो ट्रे आण इकडे. बाबूला सांगून दोन गार्डन चेअर्स टाक. बागेत बसूनच चहा घेऊ आपण."

त्याच्यात झालेला बदल पाहून ती हरखून गेली. हल्ली तो पूर्वीसारखा अगदी चक्रमपणे वागत नसे. पण फारसा मूडमधेही नसे. कळत नकळत एखादी क्षुल्लक घटनाही त्याच्या उत्साहभंगाला कारणीभूत होई. पण आजचा त्याचा मूड अगदी आनंदी होता. चहा पितानाही तो खूप छान बोलत होता. तिनं त्याच्या रात्रीच्या जागरणाचं कारण विचारलं, पण त्यानं निरनिराळी उत्तरं देऊन तो विषय टाळला. चहा पिऊन झाल्यावर म्हणाला,

"चल माना, आता तुला माझ्या जागरणाचं कारण सांगतो. माझी झोप हराम केली ती तूच!"

"मी?" तिनं आश्चर्यानं विचारलं.

"रात्री तू माझ्याकडे आलीस, ती सकाळपर्यंत गेलीच नाहीस!"

"शी! काय बोलतोस संकेत? अरे, कोणी ऐकलं तर काय म्हणेल?" लाजेनं संकोचत ती म्हणाली.

“खोटं आहे?”

“तुलाच माहीत!”

“चल, पुरावे दाखवतो.”

त्यानं तिचा हात धरला. भरभर पळवत आपल्या खोलीत आणलं, खिडक्यांवरचे पडदे सरकवले. अन् समोरच्या भिंतीला टेकवून ठेवलेल्या चित्रांवरची कव्हर्स बाजूला केली.

एक, दोन, तीन.

तीनही तिचीच चित्रं!

अवाक् होऊन ती पाहतच राहिली.

आपण इतक्या सुंदर आहोत म्हणून ही चित्रं इतकी सुंदर झाली आहेत, का ह्याच्या सिद्धहस्त हाताने आपल्याला इतकं सुंदर बनवलं आहे?

“काय, कोणी जागवलं मला?” त्यानं खट्याळ स्वरात विचारलं.

“मी!” ती लाजून म्हणाली.

“पैज लावलेली हरलीस ना?”

“पैज? पैज कधी लावली होतीस?”

“वा! मी मनातल्या मनात लावली होती. तू तर म्हणतेस, तुला माझ्या मनातलं सगळं कळतं!”

“अच्छा, बोल काय पैज होती?”

“दहा चुंबनांची!”

“खोटं! शून्य तू आता चढवलंस. एकचा आकडा मला दिसला होता.”

“ओके! एक तर एक. त्याला वेळेचं बंधन नाही हं मात्र!”

“शहाणाच आहेस! तू दुपारपर्यंत बसशील! डॅडी तिकडे ओरडत राहतील.”

“फार नखरे करतेस हं!”

त्यानं तिचे केस पकडले. तिला आपल्या दिशेनं ओढलं. ती, आपला खरं तर विरोध आहे, पण हाच ऐकत नाही, अशा थाटात त्याला येऊन बिलगली. त्यानं आपले ओठ तिच्या ओठांवर ठेवले. अगदी करकचून तिचं

चुंबन घेतलं. सेकंदात तीही त्याच्या चुंबनात ओढली गेली. बेभानपणे त्याला प्रतिसाद देऊ लागली. अगदी गरगरायला लागलं, तसं तिनं स्वत:ला सोडवून घेतलं. चोरट्या नजरेनं त्याच्याकडे पाहत म्हणाली,

"ओठ सुजला की रे! आता डॅडींनी विचारलं तर काय सांगू?"

तो खदखदून हसायला लागला. पुन्हा त्याला बिलगत ती म्हणाली,

"आज मी फार आनंदात आहे संकेत, किती दिवसांनी आज तू चित्र काढलंस! हे माझ्यातर्फे-"

तिनं त्याची मान वाकवून त्याचं चुंबन घेतलं, पण स्वत: त्याच्या तावडीत सापडली नाही. पळून जाताना विचारलं,

"आज 'आर्ट-वर्ल्ड'ला येशील?"

"येईन. आज येईन, नि रोजच येईन!"

त्या दिवसापासून तो झपाट्यानं सावरला. सावरतच गेला.

संकेत नि मानकुँवरची जोडी आता छानच जमली होती. ती व्हॅल्युएशनच्या कामानिमित्त दिवसातले चार तास तरी 'आर्ट-वर्ल्ड' ला असायची. तिचा उत्फुल्ल तरुण सहवास त्याला हवासा वाटायचा. म्हणून तोही बऱ्याचदा 'फॉरीन रिलेशन्श'मध्ये रेंगाळायचा. त्याचं असं मुक्तपणे वावरणं, फॉरीनर्समध्ये सहज गोष्टी डॅडींना फारशा पटायच्या नाहीत. कारण, कलाकाराचं दर्शन जितकं दुर्मीळ, तितकी त्याची कला अधिक लोकप्रिय! हे गणित त्यांनाही पक्कं माहीत होतं. म्हणून त्यांनी शेवटी या दोघांशी चर्चा करून 'आर्ट-वर्ल्ड' मध्येच त्याच्यासाठी एक स्वतंत्र केबिन करून घेतली. त्याला एक इन्टरकॉम दिला. एका प्यूनची व्यवस्था केली. संकेत मग तिथेच बसून चित्रं काढू लागला. 'आर्ट-वर्ल्ड'शी घनिष्ट संबंध येत राहिले. त्याचा कारभार जवळून अभ्यासत, चित्रंही काढून व्हायला लागली. डॅडी संकेतवर खूष होते. मि. शैलेंद्रसिंग झा दिवसेंदिवस लोकप्रिय होणाऱ्या त्याच्या चित्रांवर खूष होते. मानकुँवरला तर स्वर्ग हाती आल्यासारखंच वाटत होतं आणि संकेतला काय वाटत होतं कुणास ठाऊक? कधी तो खूप आनंदात असायचा, तर कधी अंतर्मुख होऊन गंभीर, अबोल व्हायचा; पण पूर्वीसारखा डिस्टर्ब्ड

मात्र नसायचा आता तो. डॅडींची आता खात्री होती, की हळूहळू रतन त्याच्या मनातून साफ नाहीशी होईल नि मग तो नि मानकुँवर- दोघं मिळून 'आर्ट-वर्ल्ड' चा डोलारा सहजपणे सांभाळू शकतील.

एक दिवस मानकुँवरबरोबर तो होन्डामधून सकाळी आठ वाजता 'आर्ट-वर्ल्ड' ला आला. काल एका लॅन्डस्केपची तयारी करून ठेवली होती. डोक्यात दृश्यातल्या घटकांच्या जागा पक्क्या झाल्या होत्या. त्यांच्यासाठी वापरण्याचे रंगही डोळ्यांसमोर तरळत होते. आज कामाला सुरुवात करायची होती. ऑइल पेन्ट्स वापरून सहा-चारचं मोठं लॅन्डस्केप तयार व्हायचं होतं. पंधरा-वीस दिवस तरी ते काम त्याला पुरणार होतं; पण हातून काहीतरी क्लासिक तयार होण्याचं अपूर्व समाधान त्याला आतापासूनच मिळत होतं.

त्याला केबिनमध्ये 'बेस्ट विशेस्' देऊन मानकुँवर व्हॅल्युएशन डिपार्टमेन्टला निघून गेली. मनाची उत्तेजित अवस्था कमी करण्यासाठी तो पाच मिनिटं शांतपणे सिगारेट ओढीत बसून राहिला. मग डोक्यातले मानकुँवरचे विचार आपोआप मनाच्या तळाशी जाऊन बसले. डोळ्यांसमोर भंडारदऱ्याचा विस्तीर्ण जलाशय... ते मोठाले डोंगर... दाट झाडीची जंगलं... आवेगानं कोसळणारा धबधबा साकार होऊ लागला; पण त्या दृश्यामध्ये प्रत्येक भागात असलेली... मर्ज झालेली रतन त्यातून वेगळी काढता येईना. प्रत्येक दृश्यातली तिची रूपंही त्याला अस्वस्थ करू लागली. दाट झाडीच्या बुंध्यांचा फायदा घेऊन लपा-छुपी करणारी रतन... डोंगर-उतारांवरून त्याच्या हातांत हात गुंफून अवखळपणे हसत धावत सुटणारी रतन... एखाद्या खडकापाशी विश्रांतीसाठी रेलून उभी असलेली-उरोजांच्या वेगवान हालचाली करीत धापा टाकीत असलेली रतन... डोंगरतळाच्या विस्तीर्ण जलाशयात चिंब होऊन त्याच्यासमोर पारदर्शक उभी राहिलेली ओलेती रतन... रतन-रतन-रतन! प्रत्येक दृश्याचा तिनं कब्जा घेतला जणू! भंडारदऱ्याच्या निसर्गसौंदर्यात तिचं सौंदर्य इतकं बेमालूमपणे एकजीव झालं होतं, की कोणाही चित्रकारानं लॅन्डस्केप काढलं, तरी आता त्यात रेंगाळणारं तिचं अस्तित्व अविभाज्य होतं! पाहता-पाहता मन उदास व्हायला लागलं. रतनच्या विविध स्तरांवरच्या

असंख्य आठवणी मनात उचंबळू लागल्या. एखादी गोष्ट आपल्या हुकमतीखाली असताना, ती सहजप्राप्य असताना, माणसाला तिचं महत्त्व, इतरांलेखी असणारा दुर्मीळपणा कळत नाही; पण तीच वस्तू वा क्षण कायमचे हातातून निसटले, की माणूस अपार वेदनांनी कळवळतो. त्यांच्या प्राप्तीसाठी त्याचा जीव तीळतीळ तुटतो. स्वत:च्या चुकीनं ही विभक्ती आली असेल, तर होणारा पश्चात्ताप अधिकच क्लेशदायी असतो.

दोन तास तो असा विचारांमध्ये... रतनच्या आठवणींमध्ये स्वत:ला हरवून बसला होता. आज मार्किंग-वर्क होण्याचीही चिन्हं दिसत नव्हती.

आजपर्यंत आपण जी जी निसर्गदृश्यं अभ्यासली, ती सारी रतनच्या साक्षीनं, तिच्या विकसित सौंदर्याचा आस्वाद घेत!

म्हणजे, प्रत्येक लँडस्केपमध्ये तिचं अस्तित्व असं अविभाज्य, अपरिहार्य आहे की काय?

कसं व्हायचं आपलं?

तो आणखीनच खिन्न होत असताना मानकुँवर केबिनमध्ये डोकावली.

"अरे! क्या बात है.. मौनीबाबा बनके बैठे हो?"

ती सरळ आत आली. बोर्डावरचं कव्हर काढून बाजूला ठेवलं. बोर्डावरचं पिनिंग केलेलं प्रचंड शीट पाहून म्हणाली-

"अबब! एस. टी. रोड सकट सगळा भंडारदरा स्केप करण्याचा इरादा आहे काय?"

तिच्या निरागस, भोळ्या बडबडीनं त्याच्या मनातली निराशा वितळायला लागली. तो हसू लागला.

"अरे, मी मुद्दाम पाह्यला आले, की ह्यानं स्केपला सुरुवात केली असेल. पाहावं तरी तू इतकं कौतुक करतोस ते भंडारदराप्रकरण आहे तरी काय! आणि तू आपला स्वत:च भंडारदऱ्याचा डोंगर होऊन ढिम्म् बसलेला!"

"भंडारदरा असा नाही कळणार माना. प्रत्यक्ष डोळ्यांनीच पाहायला हवा."

"तू कधी चल म्हणालास?"

"येशील?"

"रेडी... ऑन वन लेग्!"

तो खदखदून हसायला लागला.

"चल, येतेस उद्या? तिथेच हे लँडस्केप पूर्ण करतो."

"हाऽ लाडाऽत! उद्या आपण नाही जाऊ शकणार. शनिवार-रविवार म्हणशील तर ठीक आहे."

"ओ के.! शुक्रवारी रात्री निघू आपण, पहाटेचा सूर्योदय पाहायला भंडारदऱ्याला!"

"पण तोपर्यंत काम नाही थांबवायचं!"

"माना, पैज लाव... मी हे लँडस्केप शुक्रवारी संध्याकाळपर्यंत ऐंशी टक्के पूर्ण करतो!"

"पण झालेलं वर्क एटी परसेन्ट आहे, हे कोणी ठरवायचं?"

"अर्थात... मीच ठरवणार!"

"तू लबाडी नाही करायचीस पण."

"नाही करणार. लागली पैज?"

"लागली."

"मी जिंकलो तर सोमवारीपण तुला भंडारदऱ्याला थांबावं लागेल!"

"नाही जिंकलास तर जाणं कॅन्सल!"

"अरे, लगी शर्त! काय काम आहे तुला आता?"

"काही महत्त्वाचं नाही. तसं तर काय, तुझ्यापुढं महत्त्वाचं काही वाटतच नाही!"

"बास्, बास् मानकुँवर... हरभऱ्याच्या झाडावर चढवणं पुरे करा. बैस गप्पा मारीत. तासात सगळं पेन्सिलवर्क उडवतो. मग जाऊ जेवायला."

त्याच्या सर्वांगातून चैतन्य सळसळलं. तो वेगात कामाला लागला. ती कौतुकानं पाहत होती. एकीकडे 'हे काय? हे स्पॉट्स कसले?' अशी तिची चिव-चिव चालू होती. तो तिला भंडारदऱ्याची माहिती देत फेन्ट स्केचिंग तयार करीत होता.

खरंचच तासाभरात त्यानं रफ-वर्क पूर्ण केलं.

"ओह! हाऊ ब्यूटिफुल?" ती हाताच्या मुठीनं हनुवटीला आधार

देऊन मान तिरपी करून स्केचिंगकडे पाहत म्हणाली, ''संकेत, हेच स्केच फेअर करून लाईट शेडिंग स्टाइलनं डेव्हलप केलं, तरी अप्रतिम होईल!''

''ऑइल पेन्टिंगपेक्षा?''

''नाही. तुला शुक्रवारपर्यंत ऑइल-पेन्टिंग-वर्क एटी परसेन्ट पूर्ण करायचं आहे!''

''लबाड आहेस तू!'' तिच्या डोक्यावर टप्पल मारीत तो म्हणाला. हसत खिदळत दोघं केबिनमधून बाहेर आले, तर मनोहरनं निरोप सांगितला.

''संकेतजी, जाण्यापूर्वी झा साहेबांनी भेटून जायला सांगितलं आहे.''

दोघं जोडीनंच डॅडींच्या रूममध्ये शिरले. डॅडी गंभीर मुद्रेने सिगार ओढत बसले होते.

''ये संकेत. एक महत्त्वाचं तुला सांगायचं आहे.''

''मी थांबले तर चालेल ना डॅडी?''

''ओह, येस! तुलाही ते कळणारच आहे. पण संकेत, मी सांगणार आहे ते फारसं चांगलं नाही. तुला मन घट्ट करून ऐकावं लागेल. अप्-सेट व्हायचं नाही. धंद्यात हे चालतंच. त्यावर आपण उपाय नक्की शोधून काढू. काय?''

दोघं गंभीर, विचारी चेहऱ्यानं डॅडींकडे पाहायला लागले.

''मागच्या आठवड्यात तुझं 'सन-सेट' आपण सहा हजारांना विकलं. आठवतंय?''

''हो. मग...?''

''या 'सन-सेट' चे कलर्ड फोटोग्राफ्स सध्या फोर्ट मार्केटला शंभर-सव्वाशे रुपयांना विकले जातायत्!''

''अं?''

''होय. तुला पाह्यचा असेल तर नमुना म्हणून मी एक आणला आहे.''

''बघू-''

डॅडींनी इन्टरकॉमवर मनोहरला फोटोग्राफ आणण्याची सूचना दिली. दोन मिनिटांत तो एक लाकडी फ्रेम घेऊन आला. पाहून संकेतनं तोंडात बोट घातलं.

त्याच्या 'सन-सेट' ची ही थोडं रिडक्शन मारलेली प्रतिकृती होती. सहीसकट चित्र त्याचं होतं!

"डॅडी..."

"ही मिसेस रतन मोजीदरांची कृपा आहे! तुझं प्रत्येक चित्र जर असं फोटोग्राफीत अव्हेलेबल व्हायला लागलं, तर हजारो रुपये खर्चून रिअल पेन्टिंग घेण्यापेक्षा सव्वाशे रुपये देऊन फोटोग्राफ विकत घेणंच कोणीही पसंत करेल, नाही का?"

"पण हे काम तिचं कशावरून?"

"मी चार दिवस ट्रेस घेत होतो. नंतरच तुझ्याशी बोलतोय मी. 'सन-सेट'साठी रतननं बोगस कस्टमर पाठवला होता. ते चित्रं तिनं सहा हजारांना विकत घेतलं होतं. या पेन्टिंगच्या तिनं दोन हजार प्रिन्ट्स मारल्या असतील, तर त्यात तिचा फायदाच फायदा आहे. तू मात्र मधल्यामध्ये मरणार आहेस आणि जोडीला 'आर्ट-वर्ल्ड' गाळात जाणार आहे!"

रतननं असं करावं? केलं असेल?

'ऑल द बेस्ट विशेस्' देऊन त्या दिवशी तिनं आपला निरोप घेतला. तीन लाख रुपये रोख नि कोरा चेक बक्षीस...स्वत:ची आठवण म्हणून आपल्या स्वाधीन केला!

आणि तीच रतन आता आपल्या बरबादीला कारणीभूत होते आहे? का करावं तिनं असं?

"डॅडी, मी जरा फोन करू का?" अस्वस्थ होत त्यानं विचारलं.

तो रतनला फोन करणार हे ओळखून डॅडींनी त्याला तिचा नंबर डायल करून रिसीव्हर हातात दिला. सुन्नपणे ते फोनकडे पाहत बसून राहिले.

"हॅलो..." पलीकडून रिसीव्हर उचलला जाताच संकेतनं विचारलं,

"शांतिनगर सोसायटी?"

"हां. कोण हवं आहे आपल्याला?" पुरुषी आवाजात प्रश्न विचारला गेला.

"मिसेस रतन मोजींदरा."

“थांबा हं, आहेत का बघतो. कोण बोलतंय म्हणून सांगू?”

“संकेत - ‘आर्ट-वर्ल्ड’ मधून संकेतचा फोन आहे म्हणावं.”

संपर्क तात्पुरता तुटला. रतनच्या घरातले विविध आवाज नुसते ऐकू येत राहिले. मग रतनचा आवाज त्याच्या कानी आला,

“हॅलो, मी मॅडम मोजींदरा बोलते आहे.”

“रतन, मी संकेत बोलतो आहे. मला ‘मॅडम’ शी नाही, ‘रतन’शी बोलायचं आहे.”

“सॉरी, रतन तुझ्याशी बोलू शकत नाही. काय बोलायचं ते मॅडमशी बोल, नाहीतर मी फोन-”

“थांब रतन, फोन डिस्‌कनेक्ट करू नकोस.”

“बोल, मॅडम फोनवर आहे.”

“ओ. के. मॅडम, टेबलावर आता माझ्यासमोर ‘सन-सेट’ चा एक फोटोग्राफ पडला आहे. तो-”

“असे कित्येक एनलार्जड्, कलर ट्रान्सपरन्सीजचे फोटोग्राफ्स कित्येकांच्या भिंतीवर लटकत असतील! पुढे?”

“तुम्ही असं का केलंत, याचं मला उत्तर हवं आहे!”

“तुझा यात काही संबंध आहे, असं मी मानत नाही! ही माझ्यातली आणि ‘आर्ट-वर्ल्ड’ मधली फाइट आहे. पुन्हा या संदर्भात तू मला फोन करू नकोस. मी आणि झा साहेब काय ते पाहून घेऊ.”

“मॅडम-”

“झा साहेब फोनवर बोलू शकत असतील, तर त्यांच्याशी बोलायला तयार आहे मी!”

“ठीक आहे. झा साहेबांशी बोला!” तो संतापानं तडफडत म्हणाला, त्यानं रिसीव्हर डॅडींच्या हातात देत म्हटलं- “फक्त तुमच्याशीच बोलायचं म्हणते!” डॅडी गूढपणे हसले.

“हॅलो, मी शैलेंद्रसिंग झा बोलतोय.”

“गुड नून सर. संकेतकडून जे ऐकायला मिळालं, त्यावरून मला असं वाटतंय, की तुमची माझ्याबद्दल काही तक्रार असावी. बरोबर आहे का

झा साहेब?''

"हां... एक प्रकारे माझ्याच वतीनं बोलत होता तो.''

"पण त्या पोराला कशाला निष्कारण त्रास देता? आपली ओळख नाही का? बोला, काय तक्रार आहे तुमची माझ्याबद्दल?''

"मिसेस मोजींदरा, 'सन-सेट' च्या बाबतीत माझ्या असं कानावर आलं आहे की-''

"तुमच्या कानांवर आलेलं खरं आहे. 'आर्ट-वर्ल्ड'मधून 'सन-सेट्' चं पेंन्टिंग खरेदी करणारा माणूस माझ्या वतीनंच आला होता. त्याला मी दहा हजारापर्यंत कितीही किंमतीला ते पेन्टिंग खरेदी करायला सांगितलं होतं.''

"त्याबद्दल माझी मुळीच तक्रार नाही. तुम्ही-''

"मी त्या पेंन्टिगची कलर्ड ट्रान्सपरन्सी घेऊन तिच्या पंचवीसशे प्रती प्रिन्ट केल्या आहेत आणि त्यातल्या एका आठवड्यात चौदाशे डिस्ट्रिब्यूट झाल्या आहेत. आय ॲम गेटिंग अ लॉट!''

"असं का केलंत तुम्ही?''

"झा साहेब, संकेत हा महान कलाकार आहे. परदेशात त्याच्या पोट्रेट्स, लॅन्डस्केप्सना भरपूर मागणी आहे; पण भारतीय लोकांना या भरमसाट किंमतीला आपल्या आवडत्या चित्रकाराची चित्रं खरेदी करणं कसं परवडणार? आता खूष आहेत बिचारे! संकेतची सही असलेलं लॅन्डस्केप त्यांना सव्वाशे रुपयांना मिळू शकतं!''

"पण धंद्याची नीती म्हणून काही आहे की नाही? स्वत:ची तुंबडी भरण्यासाठी तुम्ही एका चांगल्या कलाकाराला बरबाद करीत आहात!''

"हेच संकेतला माझ्यापासून तोडताना तुम्ही केलंत, झा साहेब! त्या वेळी ही नीती तुम्हाला नाही आठवली? लक्षात ठेवा झा, ही माझ्यातली नि 'आर्ट-वर्ल्ड'मधली फाइट आहे. तिची सुरुवात तुम्ही केली आहे. मी संकेतला फूटपाथवरून उचलला- चार वर्षं त्याच्यावर मेहनत घेतली त्याला तयार केला. आता क्रीम खायला 'आर्ट-वर्ल्ड' पुढे आलं; पण मी 'आर्ट-वर्ल्ड' ला कधीच फायदा होऊ देणार नाही.''

"त्यांची किंमत मी देऊ केली होती. तुम्ही ते सगळे पैसे त्याला

देऊन टाकलेत!''

''ते माझं मी पाहीन. तुमच्या आर्टिस्टला कसं वाचवायचं, तेवढं तुम्ही पहा.''

''एका कलाकाराचं चित्र तुम्ही असं त्याच्या या संस्थेच्या पूर्वपरवानगी शिवाय री-प्रिन्ट करू शकत नाही.''

''कॉपी-राइटचं पेटन्ट आहे तुमच्याकडे? दाखवा... उरलेले सगळे फोटोग्राफ्स देऊन टाकते!''

''ठीक आहे. मी पेटन्ट घेतो.''

''जरुर घ्या. तोपर्यंत 'सन-सेट' सोल्ड आउट असेल, नि आणखी चार चित्रं मार्केटला आली असतील!''

''आणखी चार?''

''तुम्हाला काय वाटलं, मी ते एकच पेन्टिंग खरेदी केलं? या एकदा माझ्या फ्लॅटवर. पाचही चित्रांच्या ओरिजिनल्स दाखवते! नाही झा साहेब, कायद्याच्या कचाट्यात मॅडमला अडकवण्याच्या फंदात पडू नका तुम्ही. आर्टिस्टला वाचवायचं असेल तर, येऊन सगळा स्टॉक फेस व्हॅल्यूला खरेदी करा. दाबून टाका. तेवढा एकच मार्ग आहे!''

''माझे लाखो रुपये बरबाद होतील!''

''हो आणि आर्टिस्ट चीप होण्यापासून वाचेल. त्याची इतर चित्रं चांगल्या रेटनं मार्केटला येतील.''

''किती रुपयांना सौदा मंजूर करता?''

''बारा लाख!''

आकडा ऐकूनच झा साहेबांना घाम फुटला. त्यांचे हात थरथरू लागले.

''मी... मी दुपारी पुन्हा फोन करतो!''

त्यांनी गपकन रिसीव्हर हँगरला लटकवला. दोन्ही हातांत डोकं गच्च दाबून ते बसून राहिले.

रतनचं बोलणं ऐकता येत नसलं, तरी डॅडींच्या बोलण्यावरून तिच्या बोलण्याची कल्पना करता येत होती. डॅडींची सुन्नता आपोआपच

संकेत नि मानकुँवरकडे आली होती.

डॅडींनी अस्वस्थ होत ड्रॉवरमधून चांदीची पिंट काढली. दोन घोट व्हिस्की घेऊन ते म्हणाले,

"ती हलकट बाई मला खड्ड्यात घालणार!"

"काय म्हणत होती?"

डॅडींनी तिचं म्हणणं थोडक्यात सांगितलं, तसा संकेत खवळला.

"बारा लाख? एक पैसा देऊ नका डॅडी तिला! चार गुंड पाठवून ओरिजिनल्स पळवून आणा नि सगळं प्रिन्टिंग मटेरिअल मोडून-तोडून फेकून द्या!"

"नाही संकेत... तिच्या तावडीतून सुटण्याचा हा मार्ग नाही! 'आर्ट-वर्ल्ड' मोठी संस्था आहे. तिच्यापाशी भरपूर पैसा आहे. देशोदेशी तिचे सब्-डीलर्स, क्लायन्ट्स पसरलेले आहेत, पण 'आर्ट-वर्ल्ड' जवळ गुंड नाहीत. रतनची फूटपाथ संघटना गुंडगिरीत आपल्याला केव्हाही भारी ठरेल. महा-पाताळयंत्री आणि पोचलेली बाई आहे ती!" अगदी सुरुवातीच्या भेटीत संकेतचंही हेच मत झालं होतं, पण मॅडमची 'रतन' ही दुसरी बाजू अनुभवायला मिळाल्याने, आता तिच्या पाताळयंत्रीपणाचा ढळढळीत पुरावा समोर असूनही, डॅडींच्या तोंडून ते ऐकताना त्याला आवडलं नाही.

"मग काय करायचं डॅडी?" मानकुँवरनं काळजीच्या स्वरात विचारलं.

"काय, सौदा करायचा! - दुसरं काय करणार!" हताशपणे हसत डॅडी म्हणाले.

"तिला बारा लाख द्यायचे?" संकेतलं चमकून विचारलं.

"बारा लाख ही रक्कम 'आर्ट-वर्ल्ड' ला डिस्टर्ब करणारी रक्कम नाही संकेत. वाईट इतकंच वाटतं, की एक धडा शिकण्याकरता आपण ती दंड म्हणून भरणार आहोत!"

"माझं ऐका डॅडी... तिला तुम्ही हे बारा लाख देऊ नका. एका चित्रकाराला वाचवण्यासाठी बारा लाख ही रक्कम नक्की जास्त आहे." संकेत प्रामाणिकपणे म्हणाला, "आणि रतनच्या स्वभावाचा विचार केला तर बारा लाख रुपये घेऊन गप्प बसणारी स्त्री नाही ती! तिला 'आर्ट-वर्ल्ड'शी

शत्रुत्वच धरायचं असेल, तर ती आणखी कोणता तरी वेगळा मार्ग शोधून काढेल.''

''आज तुझ्यासाठी बारा लाख सहन केले तर मी ते दोन-तीन वर्षांत तुझ्याच जिवावर परत मिळवू शकेन संकेत; पण तू म्हणतोस तेही खरं आहे. तिनं प्रत्येक वेळी अशी काहीतरी नवी युक्ती शोधून काढली, तर दर वेळी दहा-बारा लाखांची खंडणी मान्य करता येणं अशक्य आहे.''

रतननं बेमालूमपणे पेच टाकला होता. तीन मेंदू आपापल्या परीने त्यातून सुटण्याचा मार्ग शोधताना दमून गेले होते.

''ओ. के! असं नुसतं बसून राहून तर काही मार्ग निघणार नाही.'' मानकुँवर शेवटी म्हणाली, ''डॅडी, तुम्ही पंजवाणीअंकलना फोन करून बोलावून घ्या. त्यांच्यासमोर सगळी केस मांडून त्या चित्रांच्या विक्रीवर इमीडिएट स्टे-ऑर्डर मिळवण्याची काही युक्ती आहे का पहा. लगेच त्यांच्यामार्फत पेटन्टचंही काम करून घ्या. संकेतच्या प्रत्येक चित्राचे वर्ल्ड राईट्स 'आर्ट-वर्ल्ड' कडे राहतील, असं पहा.''

''ते ठीक आहे. दुपारी तिला फोन केला तर...?''

''दुपार संध्याकाळी पाचपर्यंत असते आणि पाचपर्यंत आपल्या हाती चार तास उरतात. हरी-अप् डॅडी! या चार तासांचा पूर्ण फायदा करून घ्या.''

डॅडी उत्साहानं त्यांच्या कामला लागले. मानकुँवर संकेतला घेऊन जवळच्या एका चायनीज् रेस्टॉरन्टमध्ये जेवायला गेली.

संकेतचा मूड एव्हाना साफ खलास झाला होता. रतननं आपल्या बरबादीचा विचार न करता असा पवित्रा घ्यावा, ही गोष्ट त्याच्या मनाला फार लागली होती. एक अनाकलनीय, निष्क्रिय विषण्णता मनात दलदलीच्या चिखलाप्रमाणे साठू लागली होती. त्याची सारी उभारी, भविष्याची स्वप्नं त्या दलदलीत अडकून खितपत पडण्याच्या मार्गाला होती. चहूबाजूंनी एका मुसळधार काळोखाची कोसळ चालू होती.

दिलीप पंजवाणी फार हुशार, आक्रमक, नि वेगाने कार्य करणारा माणूस होता. त्याच्या ओळखी कुठे-कुठे होत्या. त्यानं मनावर घेतलं,

म्हणूनच केवळ उद्भवलेलं प्रकरण आठ दिवसांत निकालात निघालं. नाना युक्त्या-प्रयुक्त्या लढवून, कुठकुठले कायदे फॉलो करून त्यानं रतनला जेरीला आणलं. तिच्या मागे पोलिसांचा ससेमिरा लावून दिला. दर चार-दोन तासांनी तिला चौकशीसाठी फोर्ट हेड क्वार्टरला यावं लागावं, अशी व्यवस्था केली. तिच्यावर कॉपी-राइटच्या नियमांवर बोट ठेवून केस दाखल करीत असल्याची नोटीस बजावली.

आठ दिवस अतोनात त्रास झाला. पाच-दहा हजार वाटण्यात खर्च झाले, पण पोलिसांच्या साहाय्यानं रीतसर पंचनामा करून तिच्याकडल्या पेन्टिंग्जच्या ट्रान्सपरन्सीज् परत मिळवण्यात नि या चित्रांची परत फोटोग्राफिक नक्कल करणार नाही, असं लेखी लिहून घेण्यात पंजवाणीनं यश मिळवून दाखवलं. 'सनसेट' ऑलरेडी मार्केटमध्ये डिस्ट्रिब्यूट झालं होतं, विकलं गेलं होतं. त्या बाबतीत मात्र काही करता आलं नाही.

संकेतला या साऱ्या प्रकरणाचा फार मानसिक त्रास झाला. एकमेकांवर कुरघोडी करणाऱ्या दोन्ही पक्षांबद्दल त्याला कीव वाटू लागली. तो म्हणजे या प्रकरणातला हाडकाचा तुकडा होता आणि दोन कुत्री तो प्राप्त होण्यासाठी भांडावीत, तसे ते भांडत होते.

काय हे? हेच का ते उच्च कलाक्षेत्र? आणि या क्षेत्रात शिरकाव करून घेण्यासाठी आपण आपल्या आयुष्याची इतकी वर्षं वाया घालवावी? एक-एक माणूस मागे टाकत आपण एकटे पुढे निसटत राहिलो! इथे कलेची किंमत सर्वांनाच आहे; पण ती स्वार्थाच्या संदर्भात. रतन चार वर्षं सहवासात होती. आपण उत्कृष्ट कलाकार आहोत, हे तिला आजही मान्य आहे. पण आता आपल्यापासून तिचा काहीच फायदा नाही... म्हणून तिनं तो इतर कोणालादेखील मिळू नये यासाठी आपल्यालाच मिटवून टाकायचा अटीतटीनं प्रयत्न करावा? आज डॅडी आपल्याला जिवाचं रान करून, पैशांची राख करून वाचवतायत, का तर हा वाचला तर आपलं सारं नुकसान भरून काढता येईल; पुढे निव्वळ नफा पदरात पडेल!

आणि तसाच विचार केला तर या माळेत आपणही कुठेतरी आहोत! प्रगतीच्या नावाखाली, संधीच्या आड दडून एक-एक माणूस तोडून स्वार्थ

साधताना, आपलं मन यत्किंचितही कचरलेलं नाही. रतननं आपलं परीक्षण केलं होतं, ते अचूक आहे. आपल्याला माणसांचं वेड लागलं नाही, संधीचं लागलं आहे! आहे त्याहून मोठं होण्याची संधी मिळाली, की आपण आधीच्या माणसाचे उपकार विसरून, त्याच्याकडे पूर्ण निर्विकारपणे पाठ फिरवून, नव्या संधीचं बोट धरून चालू लागतो! कुठे थांबणार हे सगळं? किती माणसं यापायी दुखावली जाणार? त्यातून आपण काय साधणार?

उद्या समजा आपलं इंटरनॅशनल लेवलवर चित्रांचं प्रदर्शन भरलं.. लोक म्हणतील, हा आंतरराष्ट्रीय कीर्तीचा कलाकार आहे. पुढे? नाही म्हटलं समजा लोकांनी तसं, काय बिघडतं?

कोणी काही म्हणो, शेवटी सगळं मानण्यावरच आहे. लोकलमध्ये गाणी गाऊन भीक मागणाऱ्या भिकाऱ्याला उद्या चित्रपटात प्ले-बॅक देण्याची संधी मिळाली, तर पोझिशनमध्ये जरूर फरक असेल; पण त्याच्या अन् आपल्या 'आंतरराष्ट्रीय' समाधानात मूलतः काही फरक असेल का?

खरंच का आपण इतके संधीच्या मागे वखवखून लागलो? त्यातला कृत्रिमपणा माहीत नव्हता, म्हणून?

समर्थांसमोर एका चौकोनात अपुऱ्या साधनांच्या साहाय्याने एखादा देखावा रंगवून झाल्यानंतर, निर्मितीचं त्या वेळी मिळणारं सात्त्विक समाधान, नि एक ऑइल पेंटिंग पूर्ण झाल्यानंतर वाटणारं आजचं समाधान यांत मूलतः काय फरक आहे? त्या वेळी चित्रासमोर पडणारी रुपयाची नोट जो कौतुकाचा आनंद देत होती, त्याहून पेन्टिंग सहा हजारांना विकलं गेल्याचा आनंद अधिक आहे? नाही. मूलतः या आनंदाच्या जातीत फरक नाही. उलट, त्या वेळी आपण अधिक सुखी होतो. शांतीत जगत होतो. आजच्यासारखं दुष्ट स्पर्धेला तोंड द्यावं लागत नव्हतं.

वाटलं, हे सगळं इथेच थांबवावं. सगळं सोडून पुन्हा गावी निघून जावं!

पण आता या वाटण्याला काही अर्थ राहिला नव्हता. रतन आणि झा या दोघांइतकाच तोही या स्पर्धेत ओढला गेला होता. झा साहेबांनी त्याच्यासाठी जिवाचं रान करून त्याला बेइज्जतीपासून वाचवल्यावर, अशी माघार घेऊन

त्यांना धोका देता येणार नव्हता.

त्याच्या मनात हे विचार वारंवार येत होते. त्यामुळे रतनच्या पराभवाचा त्याला आनंद झाला नव्हता, नि दु:खही झालं नव्हतं. मानकुँवर मात्र सर्वांत जास्त खूष होती. या प्रकरणात सर्वांत मोठा धक्का त्याला बसला असेल, तर तो या गोष्टीचा. रतननं फोन करून झा साहेबांचं नि त्यांच्या हुशार वकिलाचं यशाबद्दल अभिनंदन केलं! वर, फोन डिस्कनेट करताना हेही बजावलं. "झासाहेब, हा पराभव मीही गृहीत धरला होता. म्हणून मला त्याचं काही वाटत नाही. नवल हेच, की कसलाही विचार न करता तुम्ही एवढी धावपळ केली! असो. दहा-पंधरा दिवस तुम्ही टोटली डिस्टर्ब्ड राहिलात, हाच माझा विजय आहे. आणि आता सुरुवात आहे झासाहेब. पहिल्या विजयानं हुरळून जाऊ नका. पुढची चाल तुम्हाला आणखी बरबाद करणारी असेल! सावध रहा!"

एक वादळ कोसळलं. शांत झालं.

नंतरचे दोन महिने फार भाग्याचे, प्रगतीचे गेले. संकेतनं भंडारदऱ्याचं जे लॅन्डस्केप केलं होतं, ते 'आर्ट-वर्ल्ड' तर्फे सरकारी स्पर्धेसाठी दिल्लीला पाठवण्यात आलं होतं आणि त्या लॅन्डस्केपला पाच हजारांचं पहिलं बक्षीस मिळालं होतं. पैशांच्या दृष्टीनं या बक्षिसाला काही किंमत नव्हती, पण या स्पर्धेनं संकेतला भरपूर प्रसिद्धी मिळवून दिली होती. कलेची कदर असणाऱ्या वर्तुळामध्ये संकेत हे नाव आदरानं चर्चेत येऊ लागलं होतं. त्याचा परिणाम इतर चित्रांच्या खपावर नक्कीच झाला होता. झा साहेबांनीही मग काळाची पावलं ओळखून त्याच्या चित्रांचं फोटो प्रिंटिंग करायला सुरुवात केली होती. ओरिजिनल्स शक्यतो संग्रही ठेवून एन्लार्ज्ड फोटोग्राफ्स विकण्याकडे त्यांचा कल वाढला होता.

संकेत सगळं प्रकरण विसरून पुन्हा जोमाने कामाला लागला होता. एकीकडे चित्रांमधून रंग भरण्याचं कार्य चालू असतानाच, मानकुँवर त्याच्या जीवनात रंग भरण्याचं काम प्रेमानं करीत होती.

अन् एक दिवस पुन्हा वादळाचा आला!

संकेत आपल्या केबिनमध्ये ऐसपैस बसून मानकुँवरशी चालू पोर्ट्रेट-बद्दल चर्चा करीत होता. थम्स्-अप सिप करीत ती ऐकत होती. तेवढ्यात कसलीही पूर्वसूचना न देता खाड्कन केबिनचं दार उघडून डॅडी भस्दिशी आत आले. मानकुंवर आणि संकेतच्या संबंधांना मूक संमती असल्यामुळे ते असे कधीच एकदम आत येत नसत. मुळात तर ते त्यांनाच आपल्या ऑफिसात बोलावून घेत. यायचं असेल, तर पूर्वसूचना देत. दारावर टकटक करीत. त्यामुळे, त्यांना असं अचानक आत आलेलं पाहून दोघं गडबडले. संकेतचे पाय टेबलावर बसलेल्या मानकुँवरच्या मांडीवर होते, ते खाली घेण्याचं भानही त्याला राहिलं नाही. तिनंही उठायचा प्रयत्न केला नाही.

“सॉरी चॅपस्, पण बातमीच अशी महत्त्वाची आहे, की मॅनर्स पाळण्याचंही माझ्या लक्षात आलं नाही!”

ते मॅनर्स म्हणताच मानकुँवरनं झटकन संकेतच्या पायावर चापट मारली. पाय बाजूला होताच ती ताडकन उडी मारून खाली उतरली. संकेतनंही उठून त्यांना बसायला आपली खुर्ची दिली. अगदी सहज, योग्य तेच झालं, अशा आविर्भावात ते खुर्चीत रेलून बसले.

“मुलांनो, आता काय झालं असेल असा तुमचा तर्क आहे?” त्यांनी टेबलावरचा पाण्याचा ग्लास रिकामा करून खाली ठेवत विचारलं.

“रतन...?”

“ऑफ कोर्स... दॅट ब्लडी, टॅलेन्टेड वूमन... रतन!”

“डॅडी, या वेळी काय केलं तिनं?”

“मनोहर...”

त्यांनी आवाज देताच ‘आर्ट-वर्ल्ड’ चा मॅनेजर प्रवेशाची वाटच पाहत उभा असल्यासारखा आत आला. त्याच्या हातात एक तीन बाय दोनचं लॅन्डस्केप होतं.

“संकेत, तू मध्ये बोलू नकोस. माना, लॅन्डस्केप नीट पहा. कोणाचं आहे सांग. व्हॅल्युअर आहेस तू.”

मानकुँवर उठून पुढे जाऊ लागली.

“अंऽहं! लांबूनच सांगायचं.”

मानकुँवरनं डोळे बारीक करून चित्र न्याहाळलं. मग चालूपणा करून खालची सहीपण पाहून घेतली. म्हणाली,

''डॅडी, हे फारसं चांगलं न जमलेलं, पण संकेतचंच लॅन्डस्केप आहे!''

''कशावरून?''

''खाली त्याची टिपिकल सही आहे.''

''ओ. के.! आता जवळ जाऊन पहा.''

मानकुँवर उठत असतानाच मनोहरनं चित्र जवळ आणलं. सही पाहून ती किंचाळली,

''साकेत!...हा कोण साकेत?''

''मी सांगतो माना...'' संकेत गंभीर होत म्हणाला, ''रतनच्या डोक्यातून निघालेली सिंधी आयडिया आहे ही. 'यू. एस. ए.' म्हणजे अमेरिका, तसंच 'युनायटेड सिंधी असोसिएशन' देखील होऊ शकतं. त्याच पठडीतली कल्पक आयडिया आहे ही.''

''साकेत हे नाव रतनच्याच डोक्यातून निघालं असेल?''

''निर्विवादपणे! एक बऱ्यापैकी चित्रकार हाताशी धरून तिनं त्याच्याकडून माझ्या फोटोग्राफिक लॅन्डस्केपची कॉपी मारलेली आहे. नक्कल करताना कलरिंगचं फॉलोइंग परफेक्ट झालेलं नाही, पण लोकांना त्यातला फरक कळण्यासारखा नाही. आणि मनोहर, ओरिजनल कुठे आहे?''

मनोहरनं डुप्लिकेट टेबलावर ठेवलं. बाहेर जाऊन तो डायरेक्ट ओरिजनल मोठं लॅन्डस्केप नि एक फोटोग्राफ घेऊन आला.

''बघ माना, आता तुला फरक कळेल.''

तिनं बारकाईनं चित्र पाहिलं, तेव्हा चारपाच ठिकाणी चित्रात फेरफार केल्याचं तिच्या लक्षात आलं. ओरिजिनलमध्ये सूर्य झाडाआडून वर येत होता, नकलेत तो बराच वर आला होता. त्याप्रमाणे शेडिंग नि सूर्याचा रंग मात्र बदललेला नव्हता. नदीचं पात्र नुसतं मुक्तपणे वाहण्याऐवजी तीवर दूर एक छोटासा कॉजवे होता.

''डॅडी...''

''तिनं कॉपीराइटचा भंग केलेला नाही, माना. आपण त्या बाबतीत

काही करू शकत नाही. या नि 'साकेत' अशी सही असलेल्या चित्रात फरक आहे. ती ते सिद्ध करू शकते. अशी लबाडी करता यावी, म्हणूनच तिनं पोर्ट्रेट्स न पकडता, लॅन्डस्केपकडे आपलं लक्ष वळवलं आहे!''

''मग हे... हे असंच चालू राहणार?''

''लोकांना 'संकेत' नि 'साकेत'चा फरक कळेपर्यंत तरी! 'संकेत'चं फोटोग्राफिक लॅन्डस्केप आपण शंभर रुपयांना विकतो. ती 'साकेत'चं लॅन्डस्केप लोकांना साठ रुपयांना देते! लोकांना सहीशी काय कर्तव्य आहे? भिंतीवर लॅन्डस्केप असल्याशी कारण!''

संकेतला फार उदास वाटू लागलं.

रतननं आपली धमकी खरी केली तर! पहिल्या प्रकरणात हार कबूल करतानाच तिनं स्पष्टपणे बजावून सांगितलं होतं, मी हार स्वीकारली तरी गप्प बसणार नाही; पुढच्या वेळी मी नवी चाल खेळीन, त्या वेळी तुम्ही टाचा घासत बसण्यापलीकडे काही करू शकणार नाही.

आणि ते खरं होतं. वकिलाला न विचारताही, आपण यात काही करू शकणार नाही, हे तिघांच्या लक्षात आलं होतं.

''डॅडी, आपण रतनविरुद्ध कॅम्पेनिंग सुरू केलं तर-?'' मानकुँवरनं विचारी चेहऱ्यानं दोघांकडे पाहत विचारलं.

''कसलं कॅम्पेन करतेस?''

''आपण मराठी-हिंदी-इंग्रजी वृत्तपत्रांत निवेदन प्रसिद्ध करू.''

''खोट्या मालापासून सावध रहा... नकलसे सावधान... बिफोर पर्चेसिंग, सी 'संकेत...' अशा मजकुराचं?''

''हां. लोकांना फरक तर कळेल. मग कळूनही त्यांनी 'साकेत'चं चित्र खरेदी केलं तर नशीब आपलं! आपण काही करू शकत नाही.''

''या इशाऱ्यापासून एक तोटाही होऊ शकतो माना. आपण फुकटात 'साकेत'ची जाहिरात करतो. हा पवित्रा रतनलाही अपेक्षित असेल. ती खूषच होईल. ज्यांना संकेतच्या चित्रांची डुप्लिकेट्स मिळतात हे माहीत नसेल, त्यांनाही हे माहीत होईल!''

''मग यावर एकच उपाय आहे डॅडी!'' संकेत शून्यात पाहत म्हणाला,

''डुप्लिकेटचा उल्लेख न करता आपण पेपर्सना जाहिराती द्यायच्या. प्रेसकॉन्फरन्सेस अॅरेंज करून पेपर्सना इन्टरव्ह्यू द्यायचे आणि ओरिजिनल्सचं प्रदर्शन भरवायचं.''

''यातही रतनचा थोडा फायदा होईलच. खऱ्या-खोट्यातला फरक न कळल्याने तुझी म्हणून साकेतची चित्रंही जास्त प्रमाणात विकली जातील. पण हाच मार्ग बरोबर आहे. आय'ल् अॅरेंज द गॅला प्रेसकॉन्फरन्स!'

डॅडी उठून बाहेर निघून गेले. संकेत आणि मानकुँवर सुन्न नजरेनं एकमेकांकडे पाहत बसून राहिले.

पंधरा-वीस दिवस फार घाईगडबडीचे गेले. 'आर्ट-वर्ल्ड'ची आर्टगॅलरी प्रदर्शनासाठी रंगवणं, ती वेल-डेकोरेट करणं... प्रदर्शनाचे बॅनर्स तयार करून ते मुंबईभर ठिकठिकाणी लावणं... अॅड एजन्सीज्ना निरनिराळे मजकूर तयार करायला सांगून फायनल अॅड्स तयार करणं... ओपनिंग सेरेमनीची कार्ड्स छापून ती मान्यवर प्रतिष्ठितांना पाठवणं... कामांचे डोंगर समोर पडले होते. हाताखाली माणसं भरपूर होती, पण त्यांतले राबणारे मेंदू तीनच होते. त्यांतलाच एक मेंदू सध्या उदासीन होता. या साऱ्या प्रकारात काही राम नव्हता, हे त्यान मनोमन ओळखलं होतं.

नाहीतर काय! कशाला आटापिटा करायचा माणसानं एवढा? चार-दोन वर्षं तळपत राहून खूप पैसा मिळवण्यासाठीच ना? किती दिवस क्रेझ टिकते ही? कोणीतरी ताज्या दमाचा नवा कलावंत पुढे आला, की पहिल्याला विसरून लोक त्याचा उदोउदो करायला लागणार! मग जिकडेतिकडे त्याचं नाव... सगळी वाहवा... टाळ्या! काही दिवस त्याच्या मालकीचे. एकीकडे स्वत:ला सार्वभौम समजत असतानाच हळूहळू स्टॅग्नेशन येत राहणार. फिर एक बार नया दिन का नया बादशाह!

वसंतरावांकडे असताना एका तत्त्वज्ञानी माणसाचं चरित्र वाचत असताना संकेतनं एक गोष्ट वाचली होती. तत्त्वज्ञानी माणसानं आपल्या अनुयायांना ती नुसती गोष्टीच्या स्वरूपातच सांगितली होती. तिचं तात्पर्य वगैरे सांगण्याच्या फंदात तो पडला नव्हता. संकेतनं गोष्ट वाचली, तेव्हा त्यालाही त्यामागचं

तात्पर्य समजलं नव्हतं. आज एकदम ती गोष्ट अनुभवाला आली होती. सहज पहाटे जाग यावी आणि कधीतरी खूप त्रास देऊन अडून राहिलेल्या एखाद्या गणिताची रीत अचानकपणे सापडावी, साऱ्या स्टेप्स पाटीवर मांडल्याप्रमाणे डोक्यात उलगडत जाव्यात, तसं त्या गोष्टीतलं तात्पर्य अचानक गवसलं होतं. गोष्ट अगदी साधी, सोपी, छोटी.

एका डोंगरपठारावर एक छोटंसं गाव वसलेलं होतं. या गावाच्या कडेच्या टोकाला एक गरीब लाकूडतोड्या राहत होता. काळू म्हणू या आपण त्याला. काहीतरी नाव तर हवं? तर, हा काळू दिवसभर गावाबाहेरच्या जंगलात भटकून लाकडं तोडायचा. संध्याकाळी गावात परत येऊन, लाकडं ठरावीक दुकानात विकून, त्याच पैशातून संध्याकाळसाठी घरी काहीतरी घेऊन जायचा. त्यात रात्रीचं नि सकाळचं पोटपाणी भागायचं.

या डोंगरपठारासारखंच दुसरं एक विस्तीर्ण पठार होतं. त्यावरही एक गाव वसलेलं होतं. काळूच्या झोपडीतून या गावातले दिवे रात्री चमकताना एक मोठा थवाच जणू स्थिर मुक्काम करून राहिल्याचा भास व्हायचा. त्या दिव्यांकडे पाहताना त्याचे तासन् तास पसार व्हायचे.

एकदा काळूच्या मनात कल्पना आली.

त्या पठारावर वसलेलं गाव किती मोठं नि आकर्षक आहे! गाव मोठं, वस्ती मोठी, भोवतालचा जंगलाचा परिसरही मोठा. या भिकारड्या गावात काय वेड्यासारखे राहिलो इतके दिवस आपण? एवढीशी वस्ती. अंधारी-अंधारी, आणि दरिद्री किती! दिवसभर मेहनत करावी, तेव्हा कुठे पोटपाणी भागतं. त्या मोठ्या गावी राहायला गेलो तर...?

अधिक लाकडं तोडता येतील. त्यांना भाव चांगला मिळेल. चार पैसे कनवटीला लागतील. एखादी छानशी मुलगी पाहून लग्न करता येईल. झोपडीच्या जागी कौलारू घरही बांधता येईल कदाचित!

या गावात राहून हे जमणार आहे थोडंच? इथे आपल्या पोटाला धड मिळण्याची मारामार आणि बायकोला काय खायला घालायचं? देणार कोण अशा परिस्थितीत मुलगी आपल्याला?

दुसऱ्या दिवशी पहाटे तो उठला. सगळी बांधाबांध केली. सामान

गाढवाच्या पाठीवर लादून निघाला.

ओळखी-पाळखीतले भेटले. चौकशी करू लागले.

काळूनं सांगितलं– गाव सोडलं. त्या पठारावरल्या चमकदार गावी निघालो. कोणी म्हणे– जा, जा! या गावात काय दम आहे?

इथे एक मण लाकडं तोडली तर तोडणीचे दहा रुपये मिळतात. तिथे पंधरा रुपये दर आहे म्हणे!

अरे, कशाला गाव सोडून जातोस? ना कोणी ओळखीचं, ना कोणी मदत करणारं!

नव्या गावात जम कसा बसायचा? रहा की सुखानं!

अनेक तोंडं, अनेक मतं; पण काळू डगमगला नाही. जाण्याचा त्याचा निश्चय एकदम पक्का. रात्रीच्या दिव्यांनी त्याला मोहात पाडलेलं.

शेवटी गाव सोडलंच. निघाला डोंगर उतरून, मधली सपाटी ओलांडून पुन्हा दुसरा डोंगर पायाखाली तुडवून नव्या गावी आला, तेव्हा संध्याकाळ टळून गेली होती. रात्र झाली होती. दमला होता, पण नवं गाव पाहण्याचा उत्साह दांडगा होता. पठार तुडवत गावाच्या दिशेनं चालू लागला.

तेवढ्यात, अंधारात त्याला एक आकृती दिसली. एका मोठ्या दगडावर कोणीतरी निश्चलपणे बसून होतं. नजर दूर कुठेतरी लागली होती.

कोण रे, कोण बसलं आहे ते...?

मी...बाळू आहे. लाकूडतोड्या.

असा अंधारात काय बसला आहेस...भुतासारखा!

विचार करतोय...त्या पठारावरचं गाव किती सुंदर आहे!

छोटंसं आहे, पण शांत आहे. इथे लाकडं तोडून मणाला तोडणीचा भाव पंधरा रुपये मिळतो. पण इथे दूध दोन रुपये लिटर आहे. तांदूळ एक ऐंशीनं आहेत. कसं जगावं माणसानं? त्या गावात दहाचा भाव पडतो, पण दूध दीड रुपया लीटर आहे.. तांदूळ एक वीसनं आहेत!

काळूनं मागे वळून पाहिलं. या नव्या गावापेक्षा त्याच्या गावातले दिवे कितीतरी पटीनं छान दिसत होते! काळ्याकुट्ट मेघांच्या दाटीतला तारकापुंजच जणू!

त्या गोष्टीतल्या काळूनं काय केलं, याचा पुढे उल्लेख नव्हता. पण संकेतला प्रश्न पडला होता. काळूनं परत जाणं तरी शहाणपणाचं होतं का?

इथे काय न् तिथं काय, दोन्हीकडे एकच म्हटल्यावर, परत जाण्यात तरी काय हशील होतं?

शैलेंद्रसिंगांनी आपल्या चित्रकाराची प्रसिद्धी करण्यासाठी पाण्यासारखा पैसा खर्च केला होता. आजपासून सुरू होणाऱ्या प्रदर्शनाला वारेमाप प्रसिद्धी दिली होती. झाडून साऱ्या वर्तमानपत्रांतून जाहिराती झळकल्या होत्या. संकेतचे प्री-अॅरेंज्ड इन्टरव्ह्यू त्याच्या स्वत:च्या स्केचसकट छापून आले होते. काही वर्तमानपत्रांनी तर त्याच्या कलेचा नमुना म्हणून काही रेखाटने, स्केचेस, पोर्ट्रेट्स... जे काही मिळेल, तेही छापलं होतं. एकूण संकेतचा बराच गवगवा झाला होता. त्याच्या प्रतिक्रिया म्हणून काही स्तंभलेखकांनीही उस्फूर्तपणे आपल्या या आवडत्या चित्रकाराच्या गौरवाचे लेख लिहिले होते. शुभेच्छांच्या पत्रांचा तर ढीग पडला होता!

तर रतनची प्रतिक्रिया काय?

खास संकेतला फोन करून तिनं सांगितलं-

"संकेत, आता तुझे झा साहेब बिझिनेसमन शोभले! हे त्यांनी सुरुवातीलाच केलं असतं, तर मला काही डावपेच करायला संधीच मिळाली नसती. आता हे सगळं निरर्थक आहे. कुंडीत गुलाबाचं रोपटं लावताना आधीच मातीत दुसरं बी रुजलेलं नाही ना, याची खात्री करून घ्यायची असते. नाहीतर गुलाबाला घातलेलं खत-पाणी दुसऱ्या रोपट्याला मिळणारच! बघशीलच तू...पण आता तो विषय नको. म्हातारपणी का होईना, मूल होण्यासाठी काय करावं लागतं, ते झा साहेबांना कळलं. अभिनंदन!"

सगळ्या तयारीचा, गडबडीचा नि त्यात केंद्रबिंदू म्हणून आलेल्या महत्त्वाचा परिणाम म्हणून संकेत फॉर्ममध्ये होता. रतन आता काही करू शकत नाही याबद्दल डॅडी आणि मानकुँवरइतकीच त्याचीही खात्री पटली होती. अपयशी माणसानं यशस्वी माणसाला नावं ठेवावीत... त्याच्या नावानं खडे फोडावेत, तशी तिची बडबड मानून, संकेतनं ती दुर्लक्षित केली. डॅडी

तर आज बेहद्द खूश होते. त्यांच्या उत्साहाला नुसतं उधाण आलं होतं. मानकुँवरचे पाय एका जागी ठरत नव्हते. वाऱ्यावर कापसाची म्हातारी तरंगत जावी, तशी ती सारखी 'आर्ट-वर्ल्ड'च्या गॅलरीत फिरून लोकांना सूचना देत होती. संकेतला पकडून सारखी चित्रांची मांडणी बरोबर आहे ना, याची खात्री करून घेत होती. मधूनच मनोहरला गाठून पार्टीची तयारी पाहत होती. अरे, अमकं राहिलं... ती फित कापायला कात्री नको का? अशी धांदल करून साऱ्या स्टाफला सळो की पळो करून सोडत होती. स्वत:च्या लग्नात खूप कामं समोर दिसत असतानाही काही करता येऊ नये, तशी संकेतची अवस्था झाली होती. तो उगाचच इकडून-तिकडे, तिकडून-इकडे, असा फिरत होता. कोणी काही विचारलं, तर हो ला हो करीत होता.

त्याचंही बरोबर होतं. प्रीमियर शोची रात्र ही जशी नव्या तारकेची भविष्य ठरविणारी रात्र असते, तशी आजची संध्याकाळ त्याला डोक्यावर घ्यायचं, का पायदळी तुडवायचं, हे ठरवणारी होती. संध्याकाळी सातला महाराष्ट्र सरकारच्या सांस्कृतिक व कला विभागाचे मंत्री त्याच्या आर्ट-गॅलरीचं उद्घाटन करणार होते. या वेळी मुंबईतील विविध क्षेत्रांतले सन्माननीय नागरिक आमंत्रित करण्यात आले होते. त्यांत कलाकार होते, कलासमीक्षक होते, वृत्तपत्रांचे कलाप्रतिनिधी होते नि खूपसे व्यापारी बंधूही होते. छोटंसं फंक्शनच होतं ते. चित्रांवर समीक्षक मतं देणार होते. संकेतला प्रश्नांची उत्तरं द्यावी लागणार होती. शेवटी एक पार्टीही होती.

बरोबर साडेपाच वाजता मानकुँवरनं सगळ्या तयारीवरून शेवटची नजर फिरवली. समाधानानं ओके दिला. मग संकेतला घेऊन ती बंगल्यावर आली. दोघांनी सगळं आवरलं. संकेतनं खास समारंभासाठी शिवलेला, पिस्ता कलरचा थ्री पीस सूट अंगावर चढवला. मानकुँवरनंही सूटाशी मॅचिंग साधणारी पिस्ता कलरचीच साडी नेसलेली पाहून त्याला फार गंमत वाटली.

"हाऽय प्रिन्स!" त्याच्या रूपाकडे पाहून ती म्हणाली.

"हाऽय प्रिन्सेस!" तोही डोळे मिचकावून म्हणाला, "चांगला दिसतो?"

"हे काय विचारणं झालं?"

"तरी पण मला वाटतं माना, की कलाकार म्हटल्यावर लोकांना हा

वेष अपेक्षित नसतो. सुरवार, फारतर पांढरी पॅन्ट नि सिल्कचा झब्बा घातल्या-शिवाय कलाकाराला ग्रेसच येत नाही!''

''हां! ग्रेस म्हणे! तुझे नाव संकेत असलं तरी हे सांकेतिक सगळं सोडायला हवं तुला. कलाकार म्हटलं की तो अजागळ, अस्ताव्यस्त, गबाळा... असाच दिसला पाहिजे का? अरे, सलूनमधले न्हावीसुद्धा पॉश असतात आता!''

''चांगला दिसतोय नाऽ तुझ्या मतेऽ?...चल! इतरांशी मला काय देणंघेणं?'' तिनं कौतुकानं मान वेळावली. लांबूनच त्याच्याकडे एक फ्लाइंग किस पास केला.

''हो का? असं का?'' त्यानं खवळून विचारलं.

''आल्यावर सगळे कपडे चुरगाळ, आता नको.'' ती हसत म्हणाली.

''नाहीतर गेटमधून आपल्याला कोणी आत सोडणार नाही... 'हे कोण आले?' म्हणून!''

पावणेसातला दोघं 'आर्ट-वर्ल्ड'ला आले, तेव्हा हळूहळू लोक जमू लागले होते. रिसेप्शन हॉलमध्ये पन्नास-पाऊणशे निमंत्रित जमून गप्पा मारीत होते. सुहास्य वदनाने संकेत मानकुँवरच्या जोडीने आत येत असतानाच काही प्रेस फोटोग्राफर्स पुढे झाले. त्यांनी फटाफट स्नॅप्स मारले. दोघांनाही त्या चमचमाटानं अंधारल्यासारखं झालं. जरावेळ काही दिसेच ना! थोडं दिसू लागायचं, तर तेवढ्यात एखादा फोटोग्राफर पुन्हा स्नॅप मारून जायचा. मध्येच दोघा-चौघांनी कोणीतरी आपापल्या ओळखी करून दिल्या. त्यांच्या जोडीनं आपले फोटो काढून घेतले.

या चमचमाटातून सुटका होत असतानाच एका ग्रुपनं गप्पा मारण्यासाठी त्यांना वेढलं. तेवढ्यातही स्नॅपिंग चालूच होतं. संकेतला तर भीती वाटायला लागली, उद्याच्या वृत्तपत्रांना या सविस्तर बातमीच्या खाली टीप द्यावी लागणार. श्री. संकेत जोशी ह्यांना अंधत्व आले असून सध्या त्यांनी चित्रं काढणं थांबवलं आहे, अन् ते आता अमक्यातमक्या नेत्रविशारदाकडे नेत्रोपचार करून घेत आहेत!

सव्वासातला डॅडी मंत्र्यांना घेऊन आले, तेव्हाच संकेतची सुटका झाली.

इतका वेळ त्याच्या भोवती घुटमळणारे फोटोग्राफर्स लगेच मंत्रिमहाशयांचे फोटो घ्यायला धावले. त्याही परिस्थितीत संकेतला हसू आलं, पण गर्दी पांगल्यानं मोकळं मोकळं वाटलं. पण हे मोकळेपण आजतरी त्यांच्या नशिबी नव्हतं. डॅडींनी त्याला हाक मारली. मानकुँवरला बरोबर घेऊन मंत्र्यांच्या दिशेनं जाताना तो म्हणाला,

''छे! मला वाटलं होतं, हे मंत्रीतरी त्या झगमगाटातून माझी सुटका करतील!''

''वेडा आहेस. आज खऱ्या नजरा, सारे कॅमेरे, नि साऱ्या लेखण्या तुझ्यासाठीच असणार! आणि ते व्हावं, म्हणून तर आपण जिवाचं एवढं रान केलं. मुळीच मागे राहू नकोस. हाच दिवस...हे काही तास फार महत्त्वाचे आहेत. या तासांवरच तुझं... नि आपलं सर्वांचं भवितव्य अवलंबून आहे!''

असं असू नये, असं त्याला मनापासून वाटत होतं. कलाकार लहान का मोठा, हे त्याच्या कलाविष्कारावर अवलंबून न राहता, ते त्याला मिळणाऱ्या प्रसिद्धीवर... तो किती काळ 'झोतात' राहतो, यावर अवलंबून असावं, हे त्याला खेदजनक, नामुष्कीचं वाटत होतं. म्हणजे काय, जी माडी चमकदार रंगांनी रंगविलेली असेल... जिथे चकाचौंध असेल, नि ज्या माडीच्या खिडकीत वक्षांना जास्तीत जास्त ताण देऊन मुली उभ्या असतील, तिथेच लोक जाणार! इतकं सामान्य पातळीवर चाललं आहे की हे!

पण स्पर्धेच्या जगात तो खेचला गेला होता. आता त्याच्यापुढे दोनच पर्याय होते. एक म्हणजे, या जगाचे सगळे नियम मान्य करून ते काटेकोरपणे पाळणं... टिकून राहणं किंवा... पुन्हा या झगमगटी प्रसिद्धीच्या झोतातून बाहेर फेकलं जाणं!

डॅडींनी संकेत, मानकुंवर... दोघांचीही मंत्रिमहाशयांशी ओळख करून दिली. इकडे स्नॅप्स चालूच.

''हॅ-हॅ-हॅ-हॅ!'' संकेतच्या पाठीवर थाप मारीत मंत्रिमहाशय कृत्रिम हसत म्हणाले, ''फार नाव ऐकून होतो तुमचं. आज परिचय झाला.''

(याआधी होणारच कसा? उद्घाटन समारंभ आज आहे ना!)

''कीर्तीच्या मनानं तुमचं वय फारच लहान आहे. प्रामाणिकपणे कष्ट

घ्या, कलेची आराधना करा... फार मोठे व्हाल तुम्ही. देशाचं नाव त्रिखंडांत गाजवाल!''

प्रेसरिपोर्टर्स गंभीरपणे मंत्र्यांची वाक्यं लिहून घेत होते. नि संकेतला आतल्या आत हास्याच्या उकळ्या फुटत होत्या.

मंत्री म्हटलं की, काहीतरी संदेश म्हणा... उपदेश म्हणा... द्यायलाच हवा का? प्रामाणिकपणे कष्ट करण्याच्या गोष्टी कोण, लेका तू सांगतोस होय? आता इकडे यायचं तरी दिमतीला सरकारी वाहनं नि माणसं आणलीस तू! आणि कलेची आराधना केल्यावर फार मोठे व्हाल... हे तू कशाला सांगायला पाहिजे? अभ्यास केला की पास होता येतं, हे शाळेत जाणाऱ्या लहान पोरालाही कळतं!

अन् हे येडचाप घेतायृत आपले लिहून!

घ्या, घ्या! मोठ्या हेडलाइनखाली बातमी छापा, श्री. संकेत जोशी या तरुण चित्रकाराबद्दल आशा व्यक्त करताना मंत्री म्हणाले...!

मंत्रिमहाशयांनी कलादालनाच्या दाराला लटकवलेली फीत कापून प्रदर्शनाचं उद्‌घाटन झालं असल्याचं जाहीर केलं. टाळ्यांचा कडकडाट नि फोटोंचे फ्लॅश यांनी वातावरण चैतन्यमय होऊन गेलं. मंत्री, त्यांच्याबरोबर संकेत, शेजारी मानकुँवर, त्यांच्या मागे डॅडी नि 'आर्ट-वर्ल्ड'ची माणसं, मागोमाग निमंत्रित. असे सगळे दालनात प्रवेशले. चित्रावरची आवरणं काढण्यात आली. हवं ते चित्र पाहण्यात लोक गुंगून गेले.

एक-एक पोर्ट्रेट नि एक-एक लॅन्डस्केप कौतुकाचा विषय होता. संकेतच्या असामान्यपणाबद्दल घोळक्याघोळक्यानं चर्चा चालली होती. काही समीक्षक कोणतंही मत न देता, शिष्ट चेहऱ्यानं इकडून तिकडे फिरत होते. एक शहाणा तर चित्राकडे पाठ करून खिडकीबाहेर पाहत चिरूटच ओढत होता.

मग लेका, आलास कशाला तू? घरी चिरूट ओढायला जागा नव्हती, का बायकोची बंदी होती? पण काही माणसांना ती सवयच असते. सगळ्यांची तोंड असतील त्याच्या विरुद्ध आपलं! म्हणजे वेगळेपण जाणवून काही माणसं तरी आदब राखून राहतात.

बरीच माणसं उपस्थितांमध्ये अशी होती, ज्यांना संकेतची ही दुर्मीळ

ओरिजिनल्स पाहण्यात फार इन्टरेस्ट होता; पण मंत्रिमहाशयांना त्यात फारसं गम्यही नव्हतं, आणि त्यांच्यापाशी तेवढा वेळही नव्हता. विरोधी पक्षाचा कोण एक नेता गचकला होता, त्याची शोकसभा आठ वाजता चौपाटीवर होती... उपस्थित राहणं 'हॅ-हॅ-हॅ' होतं! म्हणून ते 'वा! छान' वगैरे फालतू रिमार्क्स मारीत पुढे सरकत होते. त्यांच्याबरोबर पार्टी अटेन्ड करणं महत्त्वाचं असल्यामुळे इतरांचाही नाइलाज होत होता.

संकेतला हे सगळं कळत होतं. मनोमन तो खवळलेला होता. पण त्याला राग व्यक्त करणं शक्य नव्हतं. त्यानं मंत्र्यांचं लक्ष नाही असं पाहून चिडका चेहरा करावा, नि एखाद्या प्रेसनं तो अचूक टिपावा!

म्हणजे संपलंच सगळं!

मंत्री चुळबुळ करू लागले. त्यांचा सेक्रेटरी सारखा घड्याळात पाहू लागला. डॅडींनी इशारा ओळखून मंत्र्यांना काही संदेश वगैरे देण्याची विनंती केली. लग्नात नवऱ्या मुलीला उखाण्यात नाव घ्यायला सांगितलं की, हातातली कामं टाकून सगळी माणसं तिच्याभोवती गोळा होतात, तसे लोक चित्रं सोडून त्यांच्याभोवती जमले. रुंद हसून मंत्र्यांनी चार भंपक, निरर्थक वाक्यं आलटून-पालटून म्हटली. 'मोठे व्हा!' असा आशीर्वाद दिला. खारे काजू, पेठे, ज्यूस...वगैरे आदरातिथ्य स्वीकारून मंत्री नि त्यांची माणसं संकेतचा निरोप घेऊन निघून गेली. समयसूचकतेनं डॅडींनी एका लॅन्डस्केपचा एन्लार्ज्ड फोटोग्राफ समारंभपूर्वक मंत्र्यांना भेट दिल्यामुळे तर प्रसिद्धीची फारच निश्चिती झाली.

दडपण गेल्याप्रमाणे वातावरण एकदम मुक्त, स्वच्छंद झालं. निरनिराळी माणसं संकेतला निरनिराळ्या कारणांसाठी अडवू लागली. संकेतही हसून त्यांच्या प्रश्नांची उत्तरं देऊ लागला. कुठे अडलं, प्रश्न जरा खोचदार असला, तर डॅडी नि मानकुँवर मदतीला होतेच.

मग पार्टी सुरू झाली. व्हिस्कीच्या बाटल्या फुटल्या. 'आर्ट-वर्ल्ड'च्या माणसांनी भराभरा सर्व्हिस द्यायला सुरुवात केली. कॉन्ट्रॅक्टरच्या माणसांनी बूफेची टेबल्स लावली. जल्लोषात पार्टीची प्रश्नोत्तरं रंगली.

"संकेत... आपण चित्रकलेतला कोणता डिप्लोमा घेतला आहे?"

मध्येच एका वार्ताहरानं प्रश्न विचारला.

संकेत खाडकन् सावध झाला. कोणी प्रश्न विचारला, म्हणून मागे वळून पाहिलं, तर एक मख्ख चेहऱ्याचा वार्ताहर हातातलं पॅड नि पेन्सिल सरसावून उभा होता आणि -

त्याच्या शेजारी मंदपणे गालातल्या गालात हसत रतन उभी होती!

"कोणताच नाही!" गंभीरपणे रतनच्या नजरेला नजर देत संकेत उतरला. या वार्ताहराचं माप काढलं, असं मानून लोक हसायला लागले. वार्ताहर खजील झाला.

"नाही... माझ्या विचारण्याचा उद्देश असा की, डिप्लोमाला पोर्ट्रेट विषय होता का-"

"मी डिप्लोमा घेतलेला नाही!"

आता मात्र, तो गंभीरपणे बोलतोय, हे लोकांच्या लक्षात आलं. लोक आश्चर्यानं संकेतकडे पाहू लागले. समीक्षकांच्या नजरेत तुच्छ भाव तरळले.

मानकुँवरला सावरायला संधी मिळण्यापूर्वीच संकेतनं उत्तर देऊन टाकल्याने, आता तिच्या किंवा डॅडी ह्यांच्या हातात काहीच राहिलं नव्हतं. या हलकटपणाचा सूत्रधार एव्हाना त्यांनाही समजला होता. खाऊ का गिळू, अशा नजरेनं ते रतनकडे पाहत होते आणि रतनच्या चेहऱ्यावर तेच मंद, खट्याळ हास्य कायम होतं. हातातल्या गुलाबाच्या फुलाचा वास घेत ती शांतपणे एक-एक पाकळी तोडून खाली टाकत होती.

"आपलं शिक्षण?- कोणत्या शाखेचे पदवीधर आहात आपण?"

"मी... मी आठवीत शाळा सोडलेली आहे!"

आश्चर्याची एक लाट हॉलभर पसरली. लोकांमधली कुजबुज अधिक स्पष्ट होऊ लागली. आपल्या प्रश्नांना किती महत्त्व आलं आहे, हे चाणाक्षपणे ओळखून त्याच वार्ताहरानं तीच लाइन पुढे चालू ठेवली.

"कमाल आहे! तुम्ही आठवीतच शिक्षणाला राम-राम ठोकला... चित्रकलेचा कोणता कोर्सही केला नाही; पण तुमच्या बोलण्यावरून, या चित्रांवरून तसं मुळीच वाटत नाही. कुठे शिकलात मग हे सगळं तुम्ही?"

"सभ्य लोक हो-!" घसा खाकरून डॅडी म्हणाले, "मला विचाराल

तर या दुय्यम गोष्टींना मुळीच महत्त्व नाही. एखाद्या माणसाला कलेचा वारसा जन्मसिद्ध लाभला, की त्यानं तो परिश्रमपूर्वक मिळवला... यापेक्षा कलेच्या गुणांना अधिक महत्त्वाचं स्थान आहे. चार वर्षांचा एखादा मुलगा सतार किंवा तबला वाजवून दाखवतो, तेव्हा तो शिकलेला नाही, किंवा कोणत्याही गुरूचा त्यानं गंडा बांधलेला नाही, म्हणून आपण त्याची कला... त्यानं कलेत दाखवलेलं प्रावीण्य नाकारू शकत नाही. मला म्हणूनच या कलाकाराचं कौतुक वाटत आलेलं आहे. शिक्षण घेतल्यावर काय, कोणताही कलाकार बऱ्यापैकी प्रावीण्य संपादन करू शकेल; पण संकेतनं कोणताही डिप्लोमा न घेता स्वत:ची ओरिजिनल स्टाइल डेव्हलप केली. या स्टाइलला निरनिराळ्या देशांतल्या कलाकारांनी मान्यता दिली. निश्चितच हे गौरवास्पद... अभिमानास्पद आहे.''

''पण... कोणीतरी ह्यांचा गुरू असेलच की! 'आर्ट-वर्ल्ड'मध्ये येण्या-पूर्वी संकेत कुठे होते? कोणाकडे धडे घेत होते? कोणी त्यांना पाठबळ दिलं होतं?''

''आर्ट-वर्ल्डच्या आधी मी मिसेस रतन मोजीन्दरांच्या 'फूटपाथ आर्टिस्ट्स असोसिएशन' चा मेंबर होतो!'' विषण्ण स्वरात संकेत म्हणाला, ''म्हणजे तीच एफ. ए. जी आज 'साकेत' या सहीनं माझी डुप्लिकेट्स मार्केटमध्ये विकते! मिसेस मोजीन्दरांनी मला चार वर्षं सांभाळलं... मला आश्रय दिला... माझं सारं शिक्षण त्यांनी केलं. मी आज जो आहे तो त्यांच्या कृपेनं आहे, उद्या जो असेन, तीही त्यांचीच कृपा असेल! दॅट्स ऑल, जन्टलमेन. नो मोअर क्वेश्चन्स, प्लीज!''

एखादं सुंदर जमलेलं चित्र कौतुकानं कोणाला दाखवायला न्यावं, नि नेत असतानाच दुर्दैवानं थोडा पाऊस पडून रंग फिस्कटावेत... चित्र कळाहीन व्हावं, तशी पार्टीची अवस्था झाली. पार्टीतला राम संपला. लोकांनी पिणं-खाणं आवरतं घेतलं. पंधरा-वीस मिनिटांत पार्टी संपली. त्या काळात संकेत अस्वस्थपणे पीत होता. कान सुन्न होऊन ठार बहिरेपणा यावा... आपल्याबद्दलची चर्चा ऐकू येऊ नये, असं त्याला वाटत होतं. डॅडी उसनं हास्य आणून पार्टीत हिंडत होते आणि मानकुँवर कोणत्याही क्षणी रडायच्या स्थितीत

होती.

पण लोकांना त्याचं सोयर-सुतक नव्हतं. मतं मांडण्याची उत्सुकता शमायलाच हवी होती. मतांमध्ये स्पष्टपणे दोन भाग पडले होते. एकाच म्हणणं असं होतं...की, हा काहीही न शिकता इतकी सुंदर चित्रं काढतो... ह्याला ही निसर्गदत्त देणगी लाभली आहे. ह्याची चित्रं हे एक आश्चर्य आहे आणि दुसरा ग्रुप म्हणत होता...ते काहीही असो, शिक्षणामुळे हाताला जी सफाई येते, ती म्हणूनच ह्याच्या हाताला नाही! पेटीचा सूर धरून सनई शिकलेला वादनकार नि बिस्मिल्ला खाँ...ह्यांच्या वादनात फरक हा केव्हाही पडणारच! हळू-हळू लोक पांगले. रतन एका जागी अजूनही निश्चल उभी होती. शून्य नजरेनं ती संकेतचं पिणं पाहत होती. मानकुँवर आणि डॅडी एका कोपऱ्यात स्टाफच्या माणसांशी आवराआवरीच्या संदर्भात बोलत होते.

रतनकडे लक्ष जाताच संकेत म्लानपणे हसला. तशी हृदय पिळवटून हसत, ती त्याच्या दिशेनं पुढे आली. डोळ्यांपर्यंत येणारे अश्रू परतवून लावत, त्याच्याकडे पाहू लागली.

''रतन... झालं समाधान?'' त्यानं जड जिभेनं विचारलं.

खपकन मांसाचा छेद घेतला गेल्याप्रमाणे तिचा चेहरा वेदनेनं पिळवटला. म्हणाली,

''विश्वास ठेव संकेत... रतनच्या शुभेच्छा कायम तुझ्या मागे आहेत. आज 'आर्ट-वर्ल्ड' ला शह देण्याकरता मॅडमनं हे लाजिरवाणं कृत्य केलं आहे. 'आर्ट-वर्ल्ड'च्या एका कलाकाराला तिनं धुळीला मिळवलं आहे. पण... रतन आज 'मॅडम'चा सर्वांत जास्त तिरस्कार करते आहे. संकेतच्या बरबादीनं ती सर्वांत जास्त जखमी झाली आहे!''

तो विषण्ण हसला.

''छान! सुरेख क्लासिफिकेशन आहे तुझं! वाईट कृत्यं 'मॅडम'च्या नावे नोंदवायची, चांगुलपणा सगळा 'रतन'ला बहाल करायचा आणि ही दोन्ही व्यक्तिमत्त्वं समर्थपणे साकार करणारा देह... त्यातलं हृदय एकच आहे, हे सोईस्करपणे विसरायचं, नाही का?''

''ओ संकेत...'' ती रडवेली होत म्हणाली, ''बरोबर आहे तुझंही.

दोन व्यक्तिमत्त्वं हे कारण होऊ शकत नाही क्षमेचं! मी तुझी अपराधी आहे. माझ्या संकेतला मीच बरबाद केलं आहे. चार वर्षं ज्याच्यासाठी अहोरात्र झिजले... आज तो सर्वोच्च शिखरावर स्थानापन्न होत असताना, मी त्याच्या खालचं शिखरच काढून घेतलं आहे!' 'आर्ट-वर्ल्ड'ला धडा शिकवण्याच्या धुंदीत हेही विसरायला झालं संकेत की, त्याचं म्हणून कापल्या जाणाऱ्या नाकात श्वास माझेच आहेत! प्लीज, हेट मी संकेत... मला कधीही क्षमा करू नकोस. ओ गॉड! हृदय इतकं तडफडतंय... श्वास कोंडला जातोय... पण मरण येत नाही आणि आता मरण येईपर्यंत स्वत:च्या तिरस्कारातून सुटका नाही!'' ती खरोखर कळवळली. आतून शरीर छिलत राहिल्याप्रमाणे तिची तडफड झाली.

तेवढ्यात मानकुँवर दोन हातांत दोन व्हिस्कीचे ग्लास घेऊन येताना दिसली. तसं रतननं स्वत:ला सावरलं, सगळी तडफड आत दाबून टाकली. पुन्हा तिच्या चेहऱ्यावर पूर्वीचं गूढ, मिस्कील हास्य तरळलं.

''घ्या मिसेस रतन मोजीन्दरा.'' मानकुँवर कडवटपणे हसत म्हणाली,

''आपला अमूल्य वेळ खर्च करून आज या समारंभाला आपण हजर राहिलात, याबद्दल आम्ही सारे आपले आभारी आहोत.''

रतननं तिच्या हातातून ग्लास घेतला.

''चिअर्स...'' रतनकडे एकटक पाहत मानकुँवर म्हणाली,

''चिअर्स!''

''फॉर द डेथ ऑफ ॲन आर्टिस्ट!''

एका घोटात रतननं पेला संपवला. कसाबसा एका टेबलावर ठेवला. फटाफट फाटणाऱ्या जखमा सावरीत ती बाहेर पळाली.

लडखडत्या पावलांनी संकेत तिच्या मागोमाग बाहेर आला.

रतन आपल्या कारपाशी उभी राहून मोकळा श्वास घेत होती. एका हातानं तिनं छाती दाबून धरली होती. तो पायऱ्या उतरून तिच्यापाशी आला.

''रतन...''

''प्लीज, संकेत... प्लीज. एक शब्द बोलू नकोस 'फॉर द डेथ ऑफ ॲन आर्टिस्ट!' ओ गॉड!...ओऽ गॉऽऽड!''

''बास् रतन... शेवटचंच बोलतो, पुन्हा नाही... कधी नाही बोलणार.

एक प्रसंग आठवला. तेवढा सांगतो. कारण, या सगळ्या जंजाळात तोच तेवढा अमर होऊन उरला आहे!''

तिनं आर्त नजरेनं संकेतकडे पाहिलं.

''बोल, इतकं म्हणतोस तर प्रसंगही तसाच महत्त्वाचा असणार. पण फार दु:ख देऊ नकोस. मन हुळहुळं झालं आहे. काही सहनच होत नाही आता. मग असं काहीतरी होऊन बसतं बघ. अविचारानं.''

''रतन... तुला आठवतं... आपण एकदा 'षण्मुखानंद' ला गेलो होतो. मुकेश म्युझिकल नाइट सादर करणार होता. त्यानं चार-पाच दर्दभरी गाणी म्हटली. वातावरण पार भारून टाकलं आणि काहीही अनाउन्समेन्ट न करता त्याचा मुलगा नितिन मुकेश स्टेजवर गाणं म्हणण्यासाठी आला. लोकांनी त्याला आ सुद्धा उघडू दिला नाही. टाळ्या वाजवून लोक 'वुई वॉन्ट मुकेश!' म्हणून ओरडू लागले. नितिन मुकेश निराश होऊन बाजूला उभा राहिला. कारण, तो देत असलेला तो पहिलाच पब्लिक परफॉर्मन्स होता. त्यावर त्याचं भवितव्य अवलंबून होतं.

''मुकेश स्टेजवर आला. दोन्ही हात उंचावून लोकांना शांत करीत फक्त इतकंच बोलला-

''भाईयो, मुझे जरुर आनंद होता, अगर यह तालियाँ गाने के बाद गूँजती! याद रहे मेरे भाईयों... दोस्तों... तालियाँ दो किस्मकी होती हैं। एक वो, जो कलाकार को जमीन से उठाकर आसमानपर बिठा देती हैं, और दूसरी वो 'उसे आसमान से गिराकर जमीनपर खडा कर तबाहकर देती हैं!...'

''रतन, त्या वेळी नाही, पण आज मला त्याच्या म्हणण्याचं प्रत्यंतर आलं! पहिली टाळी तूच वाजवली होतीस आणि त्याच हातानं आज दुसरी टाळीही तूच वाजवली आहेस! माझ्या दृष्टीनं, या टाळीचा नाद तेवढा बाकी आहे... चिरंतन आहे... बाकी सगळी अशाश्वत माया आहे! गुड नाईट, डियर रतन! कन्व्हे माय बेस्ट रिगार्ड्स अ‍ॅन्ड काँग्रॅज्युलेशन्स टु मॅडम!''

ताडताड पावलं टाकत तो निघून गेला. रतन हुंदके देत-देत कारमध्ये बसली.

'फॉर द डेथ ऑफ ॲन आर्टिस्ट!'

मानकुँवर म्हणाली, त्यात किती कटू सत्य होतं!

ती रात्र आणि नंतरचा उजाडणारा प्रत्येक दिवस एका कलाकाराच्या मृत्यूचा दिवसच होता. दर दिवशी कोणतं ना कोणतं वृत्तपत्र या कलाकाराला जिवंत जाळतच होतं. त्याच्या जन्मजात कलेचं कौतुक सर्वांनीच केलं होतं; पण तो साधा एस. एस. सी. पासही नाही आणि त्याच्याजवळ चित्रकलेच्या कोणत्याही सामान्य परीक्षेचं प्रमाणपत्र देखील नाही, हे कोणालाच विसरता आलं नव्हतं. कोणी जाताजाता त्याचा उल्लेख केला होता, तर कोणी त्याच मुद्द्यांचं भांडवल केलं होतं. हे रहस्य उलगडण्यापूर्वी ज्या वृत्तपत्रांनी प्रदर्शनाच्या जाहिराती छापल्या होत्या, एक महान कलाकार... आशास्थान वगैरे शब्दांत संकेतचं कौतुक केलं होतं, त्यांनीही सूर बदलून घेतले होते आणि काही सन्डे एडिशन्समध्ये तर कलासमीक्षेत, 'हाच चित्रकार शिक्षित असता तर त्याच्या रेषांना अधिक अर्थ प्राप्त झाला असता... चित्रांमधले आशय संकुचित न राहता व्यापक बनले असते... संकेतचं रंगज्ञान अजोड आहे, पण दृश्याची निवड करण्याचं, वा त्याचा अँगल साधून ते परिणामकारक करण्याचं तंत्र त्याला साधलेलं नाही... पर्स्पेक्टिव्ह व्ह्यूचं त्याचं तंत्र अजब आहे, पण रंग-संगतीत तो थिटा पडतो... लॅन्डस्केपमध्ये त्याचा हात ज्या सफाईनं चालतो, ती सफाई पोर्ट्रेटमध्ये येत नाही... भावदर्शनाला त्याच्या अनुभवकक्षांच्या मर्यादा पाडतात...' असे उलट-सुलट परीक्षणात्मक रिमार्क्स मारून संकेतचा तळपता कीर्तिसूर्य पार मावळतीला नेऊन पोचवला होता. आपणच मेलेलं असावं, नि आपला आत्मा इथे वावरत असावा, असं संकेतला सतत वाटत होतं. जखमी होत तो आपल्यावरले मृत्युलेख वाचत होता. साऱ्या 'आर्ट-वर्ल्ड'वर या सुतकी छाया पसरल्या होत्या. डॅडी अंतर्मुख झाले होते. मानकुंवरचे डोळे रोज रडूनरडून लाल झाले होते. संकेतची स्थितप्रज्ञता मात्र कॅन्सरच्या लास्ट स्टेजला पोचलेल्या माणसाच्या स्थिप्रज्ञतेइतकी घट्ट झाली होती.

पंधराएक दिवसांनी प्रदर्शन संपलं. वृत्तपत्रीय वादळ शांत झालं.

पडझडीच्या खुणा मात्र मागे उरल्या.

प्रदर्शनात अपेक्षित गोलपर्यंत विक्री पोचली नव्हती आणि ती पोचणार नाही, हेही गृहीत होतं. त्यानंतरही संकेतच्या चित्रांच्या मागणीचा वेग चाळीस टक्क्यांनी मंदावला होता.

मानकुँवरला भीती वाटत होती- आता कसं होणार? संकेत हाडाचा कलावंत होता. हा अपमान त्याला कधीही पचवता येणार नव्हता. क्रेझ वाढवण्याच्या उद्देशानं एवढा पैसा खर्चून भरवलेल्या प्रदर्शनानं उलट त्याला अधू करून टाकलं होतं. त्याची सारी उमेद खच्ची करून टाकली होती. या काळात डॅडी अबोल झाले होते. त्यांच्या मनातल्या विचारांचा थांगपत्ता लागू शकत नव्हता. त्यांच्या गंभीर अबोलपणातून काय निष्पन्न होणार आहे, ते कळत नव्हते. अन् एका रात्री या ठप्प वातावरणाला भोक पडलं. त्यातून नव्या वातावरणाचा जन्म झाला.

मानकुँवर संकेतच्या रूममध्ये होती. नुकतीच फीट येऊन गेलेल्या रोग्यासारखा तो सुन्न बसून होता. ती त्याच्या शेजारी बसून निर्जीवपणे त्याच्या हातांना कुरवाळत होती. बोलणं असं काहीच नव्हतं. जणू त्यांच्या भाषाच सध्या भिन्न होत्या.

तेवढ्यात बाबूनं येऊन डॅडी त्यांच्या बेडरूममध्ये बोलावत असल्याचा निरोप सांगितला. ऐकूनच मानकुँवरच्या छातीत धस्स झालं. काहीतरी निर्णय घेण्यासाठी डॅडींनी बोलावणं पाठवलं असणार, हे उघड होतं.

"चल माना, डॅडी काय म्हणतात ते पाहू तरी!" अगदी अलिप्तपणे संकेत म्हणाला.

"संकेत..."

ती त्याच्या अगदी समोर येऊन उभी राहिली. त्याचे हात हातात घेऊन एकटक त्याच्या डोळ्यांत पाहू लागली. पाहतापाहता तिचे डोळे भरून आले.

"काही बोलण्यासारखं आहे?"

"इतकंच, की... डॅडी जे काही बोलतील, ते शैलेन्द्रसिंग झा- 'आर्ट-वर्ल्ड'चे डायरेक्टर म्हणून बोलतील. तू ते मनाला लावून घेऊ नकोस. त्यांनी काही निर्णय घेतला असेल तर, वाईट वाटून घेऊ नकोस.

'आर्ट व्हॅल्युअर' क्षणभंगुर आहेत. आज ना उद्या लोक हे सगळं विसरून, त्यांच्या आवडत्या संकेतला पुन्हा डोक्यावर घेणार आहेत. कारण, कोणी काहीही म्हटलं, परिस्थितीचे फासे उलटे पडले असले तरी तू एक अद्वितीय कलाकार आहेस. तुझी कला श्रेष्ठ आहे. आपण ज्याला बदक म्हणून हिणवू पाहत होतो, तो राजहंस आहे हे कधीतरी लोकांना कळणार आहे.''

''ठीक आहे. आणखी काही...?''

''आणखी... डॅडींना 'आर्ट-वर्ल्ड' साठी काही ॲडजस्टमेन्ट कराव्या लागल्या, तर त्या अपरिहार्य असतील. ते मजबूर असतील. तू मजबूर होऊ नकोस. तू तडजोड स्वीकारलीस, तर मला फार वाईट वाटेल.''

त्याच्या चेहऱ्यावर लहान मुलाचे धिटाईचे बोबडे बोल ऐकल्यासारखं कौतुकाचं हास्य पसरलं.

''आणखी?''

''आणखी... सर्वांत महत्त्वाचं 'आर्ट वर्ल्ड' विचारात न घेताही एक मानकुँवर आहे आणि ती सदैव तुझी आहे!''

त्यानं आवेगानं तिला आपल्या मिठीत घेतलं. त्याच्या छातीवर डोकं ठेवून ती हुंदके देऊन रडू लागली.

मानकुँवरचं जजमेन्ट अतिशय खरं ठरलं.

डॅडींना ते सगळं बोलून दाखवताना अतिशय जड जात होतं, पण 'आर्ट-वर्ल्ड' शी प्रामाणिक राहून त्यांनी आपली भूमिका संकेतला सांगितली. न समजण्याचा प्रश्नच नव्हता. ते काय मुद्दे मांडणार ते संकेतला माहीत होतं. मुद्दे पटण्यासारखे होते. त्याला आधीच पटले होते. डॅडी बोलतायत, त्यांचा मान राखायचा, म्हणून त्यानं शांतपणे सगळं ऐकून घेतलं, इतकंच.

कलाकार म्हणून संकेत निर्विवादपणे अजोड, श्रेष्ठ होता. ते डॅडींना पहिल्यापासून माहीत होतं. आज वृत्तपत्रांनी इतका वाईट सूर लावल्यानंतरही त्यांच्या त्या मताशी डॅडी प्रामाणिक होते. संकेतसारखा दर्जेदार कलाकार तरुण आपल्या हाताशी आला, तर एक दिवस मानकुँवर नि 'आर्ट-वर्ल्ड' त्याच्या हाती सोपवून आपण निवृत्त होऊ शकू, या विचारांनी प्रेरित होताच

त्यांनी ओळख वाढवली होती. त्याला 'आर्ट-वर्ल्ड' मध्ये ओढला होता.

पण दुर्दैवानं परिस्थितीचे फासे उलटे पडले होते. धंद्याच्या दृष्टीतून संकेत एकदम मागे पडला होता. नुकसान सहन करून त्याला जपला, तर 'आर्ट-वर्ल्ड' मध्ये गुंतवणूक असलेले शेअर होल्डर्स त्यांना जाब विचारणार होते. तो अशिक्षित आहे हे जगजाहीर झाल्याने संस्थेची सूत्रं त्याच्या हाती सोपवतानाही विरोध होणार होता.

"संकेत, मी काय निर्णय घेऊ... तूच सांग!"

शेवटी त्याच्यावरच सगळं सोपवून ते अस्वस्थपणे फेऱ्या मारीत राहिले.

"निर्णय तुम्ही घ्यायचा आहे डॅडी. मी तो मान्य करायचा आहे." संकेत गंभीरपणे म्हणाला, "मी फक्त इतकंच सांगू शकेन, की तुम्ही अगतिक होऊ नका, मला लाचार व्हायला लावू नका!"

"म्हणजे, काही दिवस तू..."

"नाही. एकदा ज्या रुबाबात मी 'आर्ट-वर्ल्ड' मध्ये वावरलो, त्याच्या खालचं स्थान मला स्वीकारायला सांगू नका. मी विनंती करतो. तुम्ही तसा निर्णयच दिलात, तर मी तुमच्या शब्दाचा मान राखण्यासाठी तो मान्यही करीन. पण... मी किती वेळा मृत्यू स्वीकारावा, अशी तुमची अपेक्षा आहे डॅडी?"

ते पुन्हा अस्वस्थ होऊन खोलीभर फिरत राहिले. मानकुँवर त्याच्याकडे पाहून कसंनुसं हसते न हसते, तोच केविलवाणी होऊन रडू लागली.

"तुम्ही माझ्याकरता भरपूर केलं आहे डॅडी. 'आर्ट-वर्ल्ड' ला माझ्यापासून फायदा झाला, त्याच्यापेक्षा दुपटीनं नुकसानच झालं आहे. हे प्रदर्शन... जाहिरात... सगळं तोट्यातच गेलं आहे, पण त्याला माझाही इलाज नाही. तुमची धडपड जेवढी प्रामाणिक होती, तेवढीच माझी मेहनतही प्रामाणिक होती. त्यातून हे असं निष्पन्न होईल, असं फोरकास्टिंग कोणीच करू शकलं नसतं ना! पण...आता तुम्ही माझ्यात अधिक गुंतून न पडणं चांगलं, असं मला वाटतं!"

डॅडींच्या जिवाची घालमेल झाली. त्यांच्या चेहऱ्यावर ती स्पष्टपणे

दिसली. म्हणाले, "थोडक्यात म्हणजे जाणार संकेत तू!"

काही उत्तर न देता तो दीर्घ उसासा टाकून गप्प राहिला.

"त्या रतन मोजीन्दराचीही दोन रूपं असतील - असू शकतील, हे आता पटू लागलंय संकेत मला! प्रत्येकाला विविध स्तरांवर असं दुहेरी... तिहेरी जीवन जगावं लागत असतं. यातूनच मानसिक संघर्ष निर्माण होतो. रक्तमांसाचं पाणी करून माणूस या संघर्षात खचत राहतो, पण तडजोडी स्वीकारून जगतही राहतो."

नवा साक्षात्कार झाल्यासारखा संकेत त्या सिद्धांतावर केंद्रित झाला.

" 'डॅडी', म्हणून माझं नाव मला जे करायला सांगतं, त्याच्या बरोबर विरोधी भूमिका 'शैलेन्द्रसिंग झा'ची! काय करू संकेत मी? तुला वाऱ्यावर सोडून देता येत नाही आणि 'आर्ट-वर्ल्ड'शी बेइमानी करता येत नाही? कुठेतरी एके ठिकाणी मी कर्तव्याला चुकणार आहे!'

"मी तुमच्या योग्य निर्णयाला मदत करतो डॅडी." संकेत हसून म्हणाला,

"संकेतपेक्षा 'आर्ट-वर्ल्ड'शी तुमचं इमान राखलं जाणं अधिक न्याय्य नि योग्य आहे. मी 'आर्ट-वर्ल्ड' पासून बिनशर्त बाजूला होत आहे!"

बेडरूममध्ये क्षणभर भीषण शांतता पसरली. मग करुणपणे डॅडी म्हणाले, "तुझा निर्णय योग्य आहे संकेत. 'आर्ट-वर्ल्ड'ची वीट न् वीट आज माझ्या विश्वासावर उभी आहे. संस्थेशी प्रतारणा करू शकत नाही मी. पण..."

"पुरे डॅडी. आता अधिक विचार नको. मला आता मुंबईचा कंटाळा आला आहे. इथल्या कृत्रिम कलाविश्वाला मी उबगलो आहे. इथली राजकारणं... डावपेच... हे माझ्या पचनी पडत नाही डॅडी. मला हे मानवत नाही. एक-दोन दिवसांत मी निघेन म्हणतो!"

"कुठे?"

"तेवढं फक्त विचारू नका. कारण, या प्रश्नाचं उत्तर माझं मलाच माहीत नाहीये!"

तो डॅडींच्या बेडरूममधून बाहेर पडला. हॉलमध्ये येऊन त्यानं एका

सणकीत रतनचा नंबर फिरवला. रात्रीचे दोन वाजले आहेत, याचाही त्यानं विचार केला नाही.

"हॅलो-" फोनवर रतनचा आवाज ऐकू आला, तसा तो हसला.

"हॅलो, रतन... मी संकेत बोलतो आहे. फोन खाली ठेवू नकोस. पुन्हा मी तुला फोन करणार नाही."

"संकेत-!"

"हा शेवटचा फोन. एक महत्त्वाची बातमी सांगण्यासाठी!"

"........"

"आता आमची खासगी बैठक झाली. मी 'आर्ट-वर्ल्ड'ला सोडलं!

"संकेत, काय सांगतोस तू!'

"होय रतन. हे खरं आहे."

"माझ्याकडे परत ये संकेत. आर्टिस्ट म्हणून ये... प्रियकर म्हणून ये... कसाही ये, संकेत. मला फार एकटं वाटतं. तू ये, येशील त्या रूपात मी तुझं स्वागत करीन. तुला..."

"मेलेल्या माणसाच्या आत्म्याला रूपं घेता येतात रतन; आत्माच मेलेल्या शरीराला नाही! ते फक्त कलेवरच असतं... सरणावर जाईपर्यंत!"

"संकेऽऽत...ओऽऽह! प्लीज..."

"हे जिवंत कलेवर एकदा तुला भेटायला जरूर येईल, पण मुंबई सोडून जाणार म्हणून! जुन्या आठवणींशी प्रामाणिक राहावं म्हणून. बाकी आता नवीन काही नाही!"

"तू मुंबई सोडणार संकेत?"

"होय."

"केव्हा?"

"उद्या... परवा... शक्यतो लवकर. इथे आता माझा श्वास घुसमटतो आहे रतन. मुंबईत राहिलो तर सहा महिन्यांत झिजून मरून जाईन मी. अन् मग पेपरात माझ्या फोटोसकट बातमी... 'एका महान कलाकाराचं अकाली... शोचनीय निधन!' एवढं केलं की, त्यांचं दोन कॉलम-पाच सेंटीमीटर्सचं

कर्तव्य पार पडेल, नाही का? बाकी, या कलाकाराचा खून कोणी केला, हे कोण पाहत बसतो!''

फोनवर रतनचे हुंदके ऐकू येऊ लागले.

''एनी वे, रतन... मला बरबाद करण्याची 'मॅडम'ची ईर्षा पूर्ण झाली आहे. श्रद्धांजलीची संधी मी काही देत नाही! उद्या सकाळी नऊ वाजता संकेत जोशींचं कलेवर आपल्या भेटीस येईल. गुड बाय!''

त्यानं फोन डिस्कनेट केला.

मागे उभं राहून त्याचं बोलणं ऐकणाऱ्या मानकुँवरने पडद्यात तोंड खुपसून रडायला सुरुवात केली.

सकाळी नऊ वाजता त्यानं शांतिनगरपाशी टॅक्सी सोडली. गेटमधून आत शिरून तो रतनच्या बिल्डिंगकडे चालू लागला. तेवढ्यात गुरखा धावत आला.

''नमस्ते शाब. मॅडम के हौस में कुच गडबडी लगता! अबी डागदर बाबू ऊपर गया!''

डॉक्टर-? का?

संकेतच्या मनातले इतर सगळे विचार फटकन उडाले. तीरासारखा धावला तो. डॉक्टरांना घेऊन वर जाणारी लिफ्ट टेरेसला थांबली होती. संकेतनं भराभर बटणं दाबून लिफ्ट खाली आणली. आत शिरून फटाफट दारं लावत त्यानं टेरेसचं बटण दाबलं.

लिफ्ट थांबेपर्यंतच्या अर्ध्या मिनिटातही नाना प्रकारच्या विचारांनी त्याच्या मनात गर्दी केली.

तो धावत रतनच्या फ्लॅटमध्ये शिरत असतानाच बाहेर येणारे डॉक्टर नि एक घरगुती वेषातला अवाढव्य म्हातारा त्याला दिसले. म्हातारा व्यग्र होता आणि डॉक्टर काही बोलत नव्हते.

''डॉक्टर...''

''सॉरी, मि. मोजीन्दरा... वुई आर लेट! शी पासड् ॲट सेव्हन!''

खाड्कन थोबाडीत मारल्यासारखा संकेत सुन्न झाला.

हू पासड् अॅट सेव्हन?...रतन?

झपाटल्यासारखा तो डॉक्टरांच्या पुढ्यात येऊन उभा राहिला.

"डॉक्टर, कोणाबद्दल सांगताहात तुम्ही हे?"

"मिसेस मोजीन्दरा."

"त्या गेल्या?"

"होय. दुर्दैवानं त्या-"

"कशा गेल्या?"

"आत्महत्या! त्यांनी झोपेच्या ऐंशी-नव्वद गोळ्या खाल्ल्या आहेत!"

इंद्रजित मोजीन्दरा इतका वेळ भ्रमिष्टासारखे दोघांमधील बोलणं ऐकत होते. क्रुद्ध नजरेनं संकेतकडे पाहत त्यांनी विचारलं,

"तू कोण?"

"मीच संकेत!" आवंढा गिळत संकेत म्हणाला.

म्हातारा ताडकन पुढे झाला. त्यानं संकेतच्या थोबाडीत मारली.

"रास्कल! स्काउन्ड्रल! इथे येण्याचं धाडसच कसं केलंस तू? डॉक्टर, ही किल्ड हर! - ही किल्ड माय वाईफ! यूऽऽ"

तारस्वरात किंचाळत इंद्रजितनं संकेतचा गळा धरला. नोकरांच्या मदतीनं डॉक्टरांनी संकेतला त्याच्या तावडीतून सोडवला. दोन नोकर इंद्रजितला दुसऱ्या खोलीत घेऊन गेले.

"संकेत... तुम्ही इथे यायला नको होतं-" त्याला ओळखणारी नोकराणी खिन्नपणे म्हणाली. रडून-रडून तिचे डोळे सुजले होते. नाकाचा शेंडा लाल झाला होता.

"एकदा पाहून जातो!" संकेत भकास स्वरात म्हणाला. रतनच्या बेडरूममध्ये गेला.

गुरुनाणी त्याच्या आधीच तिथे हजर झाले होते. एका कोपऱ्यात उभं राहून भग्न नजरेनं रतनकडे पाहत होते.

रतन तिच्या बेडवर शांत झोपली होती. तिच्या चेहऱ्यावर अजूनही थकल्याच्या... वेदनांच्या छटा स्पष्ट दिसत होत्या.

संकेत तिच्या अगदी जवळ जाऊन उभा राहिला. तिच्या चेहऱ्याकडे

एकटक पाहताना त्याला तिची विविध हसरी-खेळती रूपं आठवून गेली. मग आपोआप त्याचं लक्ष पुळ्याला केलेल्या चित्राकडे गेलं. म्हटल्याप्रमाणे तिनं ते खरोखरीच पायथ्याच्या भिंतीला टांगून ठेवलं होतं.

एक रतन ती-

रंगांचे भास असून जिवंत भासणारी! वाटावं, आता ही डोळे उघडेल, नाइटी सावरत उठून बसेल, छानपैकी आळस वगैरे देऊन प्रसन्न हसेल!

अन् एक रतन ही -

खरी असून खोटी भासणारी. सगळ्या जाणिवांपलीकडे निघून गेलेली. रात्री म्हणत होती- संकेत, परत ये! कसाही ये, पण ये! तुझ्याशिवाय मला फार एकटं वाटतं!

समज, यायचं म्हटलंच... तर कुठे येऊ?

तू तर गेलीस!

मैत्री कर रतन, नाहीतर शत्रुत्व. पण हे काय? ही फसवणूक तू करावीस? तीही संकेतची?

नऊला येतो म्हटलं, तर सातलाच गेलीस!

"रतन...!"

चेहऱ्यावर दोन्ही हात घेऊन तो ओक्साबोक्शी रडू लागला. गुरुजींनी त्याला सावरलं. म्हणाले,

"रतन गेली संकेत! आता ती परत येणार नाही, पण तिनं खरं प्रेम केलं वेड्या तुझ्यावर. तुला कळलंच नाही. तू तिच्याशी प्रतारणा केलीस. गेलास. फार लागलं तिला ते. तेव्हापासून खचली... गेली शेवटी!"

"सर... मी काल तिला म्हणालो, माझं कलेवर तुला भेटायला येईल, सहन नाही झालं- तिनं उलटंच करून दाखवलं!" संकेत दु:खानं वेडा होत म्हणाला.

"रडू नकोस. झालं गेलं होऊन गेलं..."

सरांनी बरीच समजूत काढल्यावर संकेत जरा शांत झाला, पण मनाची तडफड काही कमी होत नव्हती.

रतन, मी जाण्यापूर्वी निरोप घ्यायला येणार म्हटल्यावर तू आत्महत्या

केलीस! तुझं म्हणणं खरं केलंस. माझं कायमचं जाणं तुला सहन होणार नव्हतं म्हणून.

आता तू तर अशी गेलीस. शेवटचा निरोपही न घेता.

मी हे जाणं कसं सहन करू?

तू आत्महत्या करून ठेवलेली. म्हणजे पोलीस... सरकारी दवाखाना... पोस्ट-मार्टेम- सगळी विटंबना तुझ्या नशिबी आणि मी ती उघड्या डोळ्यांनी सहन करायची?

नाही रतन, तुझं निघून जाणं मी शेवटपर्यंत पाहू शकत नाही. मला क्षमा कर रतन. तुला निरोप द्यायला मी थांबणार नाही. तुझा हा चेहरा अग्नीच्या स्वाधीन होत असेल, तेव्हा मी...

कुठे असेन बरं? रतन, तुझा संकेत तेव्हा कुठे असेल?

कुठेही असेल, पण तो तुझ्यापाशी नसेल! बास्. गुड बाय रतन... गुड बाय.

कोणाशी एक शब्दही न बोलता तो तडक तिच्या खोलीतून बाहेर आला. लिफ्टच्या दिशेनं चालू लागला.

तो असा काय निघून गेला- कुठे गेला, गुरुनाणीसरांनाही समजलं नाही.

वाट पाहूनही परत आला नाही खरं.

मुंबई मागे पडत असतानाच बाहेर उजाडू लागलं होतं. दमट हवा जाऊन हवेत कोरडेपणा जाणवू लागला होता.

तो खिडकीपाशी बसला होता. बाहेरच्या तांबडफुटीकडे पाहताना त्याची नजर आकाशाच्या लालसर रंगावर खिळून राहिली होती.

एव्हाना तिचा देह ताब्यात मिळाला असेल. उगवत्या पहाटेच्या साक्षीत...

आपण थांबलोच नाही!

कसं थांबणार?

तिची एक-एक जिवंत रूपं अशी ताजेपणानं डोळ्यांसमोर तरळतायत.

सगळी दहन करायची?

गेली बिचारी! सुटली!

ईश्वर मृतात्म्यास शांती देओ!

डबडबून आलेले डोळे पुसत त्यानं सिगारेटचं पाकीट काढलं. एक सिगारेट थरथरत्या हातांनी ओठांत सारली.

लायटर फरफरला. सिगारेट शिलगावली गेली.

तो मानकुँवरकडे पाहून हसला.

ही आणखी एक वेडी!

सगळं सोडून आपल्यापाशी भणंग होऊन आलीय!

कुठे जाणार? काय करणार? काही नाही.

निघाली!

''माना, सगळं सोडून आल्याबद्दल तुला पश्चात्ताप तर नाही ना होणार?''

तिनं लटालटा मान हलवली. त्याच्या दंडावर डोकं टेकवलं.

''सगळं निघालं, म्हणून तर मी निघाले! आता तू नेशील तिकडे जायचं. बास्.''

तिच्या साथीनं त्याला जरा तरतरी आली. डोळ्यांसमोर आपलं गाव आलं. समर्थ मंदिर...समर्थांची करुणाष्टकं आर्ततेनं म्हणारे बुवा... दत्ता... वझेसर... सगळे आठवले.

''बरं का माना, आपण असं करू - आमच्या गावी जाऊ. करमलं तर राहू, नाहीतर पुन्हा दुसरं गाव. काय?''

''तू म्हणशील तसं! तू बरोबर असल्यावर मला सगळी गावं सारखीच!'' रतनच्या आठवणींनी आणखी खिन्नता येऊ नये, म्हणून तो मानकुँवरशी बोलत राहिला. तीही त्याला गुंतवून ठेवत राहिली.

मग अचानकपणे त्याला ती तत्त्वज्ञानी माणसानं सांगितलेली गोष्ट आठवली. तो अंतर्मुख झाला.

गोष्टीतल्या 'काळू' नं पुढे काय केलं, याचं उत्तर हेच का?

का, त्यानं जो मूर्खपणा करू नये असं आपण म्हणत होतो, तोच आता गावी जाऊन आपण करणार आहोत?

त्याचं कोडं जटिल होतं. उत्तर त्याचं त्यालाच सापडवायचं होतं. मानकुँवरला काय, तो नेणार तिथं ती जाणार होती!

त्यानं मान वळवून मानाकडे पाहिलं. त्याच्या दंडावर डोकं टेकवून ती निरागसपणे झोपी गेली होती. तिच्या गालावरचं हास्य पाहून त्याला सर्व प्रश्नांचा विसर पडला. खुषीत येत त्यानं तिला हाक मारली–

''बरं का रतन...!''

आणि गंभीर होत, तो गप्प झाला.

⊙⊙⊙

www.ingramcontent.com/pod-product-compliance
Lightning Source LLC
Chambersburg PA
CBHW031119030726
47496CB00002BA/599
* 9 7 8 8 1 7 2 9 4 8 8 9 4 *